A S LEVEL PANJABI

ਏ ਐੱਸ ਲੈਵਲ ਪੰਜਾਬੀ

By :

J.S. NAGRA M.A.; M.Ed.; Ph.D.

Inspector of Schools (Ofsted Trained)

Published by : **Nagra Publications**

399, Ansty Road, Coventry CV2 3BQ U.K.

Tel. : 0247 6617314

Fax : 0247 6617314

ISBN 1 870383 50 8

Ist Edition : February 2002

This book is also available from :

1. Virdi Brothers, 102, The Green, Southall, Middx.
   Tel : 0208-574 4765

2. D.T.F. Asian Bookshop, 117 Soho Road, Handsworth,
   Birmingham B21 9ST. Tel : 0121 515 1183

3. The Sikh Missionary Society (U.K.), 10 Featherstone Road,
   Southall, Middx. UB2 5AA. Tel : 0208-574 1902

4. Gurmat Parchar, 21 Brook Road, Northfleet,
   Gravesend, Kent DA11 8RQ. Tel : 01474-326428

5. Gardners Books Ltd., 1 Whittle Drive, Eastbourne,
   East Sussex BN23 6QH. Tel : 01323-521555

6. All Waterstones Booksellers in major cities in U.K.

Acknowledgements

I am very grateful to the 'Assessment and Qualifications Alliance' for permission to reproduce some questions from the past examination papers, 2001 specimen material and some information from the following documents :

GCE Panjabi Specification 2001/02
GCE Panjabi Teachers' Guide 2001/02
GCE Panjabi Specimen Units and Mark Scheme 2001/02
GCE Panjabi Advanced Subsidiary Examination Papers June 2001

I am thankful to Mr. Gursagar Singh of Singh Brothers for getting the book printed.

I am extremely grateful to my wife Satwant, sons Sundeep and Mandeep and daughter-in-law Jasdeep for their inspiration and encouragement throughout. It is largely due to the love and affection I receive at home that allows me to concentrate and work harder.

J.S. Nagra

Contents

Introduction

All Advanced Level Courses have been revised as recommended by the Dearing Report. All new Advanced Levels are composed of two parts. The first Part is the new Advanced Subsidiary (A S) which must be combined with the second part, A 2 to form the Advanced Level qualification. The A S is also known as Unit 1 or A S Module or Module 1 and A 2 is known as Unit 2 or A 2 Module or Module 2.

AS Examination 5681
Unit 1
3 hours   100% of the total AS mark
50% of the total A Level mark
Written paper, consisting of reading comprehension, translation into English and writing in Panjabi.

A2 Examination 6681
Unit 2
3 hours   50% of the total A Level mark
Written paper, consisting of reading comprehension, translation into Panjabi and two essays on topics or texts in Panjabi.

The first examination in A S Level took place in 2001 and A 2 Level will take place in 2002.

There is a flexibility in taking the A S and A 2 examinations. A S can be taken at the end of one year and A 2 by the end of the second year. A S and A 2 can also be taken together at the end of the same year.

It is compulsory that candidates must take A S examination before they take A 2 examination.

The use of dictionaries is not allowed in these examinations.

This book deals with A S Level examination and the subject content in Panjabi and for the information of A 2 Level subject content and examination please read my book 'A 2 Level Panjabi' which will soon be available in the market. However, my old book 'A Level Panjabi' will still be useful for both A S and A 2 Level students.

Advanced Subsidiary (A S)

This examination is designed to provide an assessment of knowledge, understanding and skills expected of candidates who have completed the first half of a full Advanced Level qualification. The level of demand of the A S examination is that expected of candidates half way through a full A Level course of study.

The specification extends naturally from the skills developed at GCSE. It is designed to improve progression from GCSE to Advance Level. Stress is placed on the linguistic skills, both at A S and A 2 Level together with acquisition of knowledge about the contemporary culture and society of countries or communities where Panjabi is spoken.

In order to study Panjabi at A S and A Level candidates should normally have acquired the knowledge, understanding and skills equivalent to those specified for GCSE at Higher Tier.

This book is written in accordance with the new specifications of A S Level Panjabi. There is at present no such book which meets the requirements of students and teachers of A S Level Panjabi. I have tried to produce this book which students and teachers will find useful for the preparation of A S Level examination in Panjabi.

The book is divided into seven chapters.

Chapter 1

Day to day matters

This Chapter deals with the topic area of 'Day to day matters' and the texts containing material about media, transport and communication, food, drink and health and fitness. For the practice of students there are 19 exercises of comprehension, 19 exercises of translation from Panjabi to English and 9 exercies of letter writing.

Chapter 2

Society

This chapter deals with the topic area of 'Society' and the texts contain material about family, religion, free-time activities and social issues. For the practice of students there are 10 exercises of comprehension, 10 exercises of translation from Panjabi to English and 9 exercises of letter writing.

Chapter 3

Environment and Citizenship

This chapter deals with the topic area of 'Environment and Citizenship' and the texts contain material about environmental issues, urban and rural life, science and society, crime and punishment. For the practice of students there are 7 exercises of comprehension, 7 exercises of translation from Panjabi to English and 8 exercises of letter writing.

Chapter 4

Working World

This chapter deals with the topic area of 'Working World' and the texts contain material about education and training, employment and unemployment, commerce and industry and economic issues. For the practice of students there are 3 exercises of comprehension, 3 exercises of translation from Punjabi to English and 5 exercises of letter writing.

Chapter 5

The International Context

This chapter deals with the topic area of 'The International Context' and the texts contain material about travel and tourism, aspects of life/culture of foreign countries, the developing world. For the practice of students there are 9 exercises of comprehension, 9 exercises of translation from Panjabi to English and 6 exercises of letter writing.

Chapter 6

This chapter contains 17 exercises of translation from Panjabi into English and 10 exercises of letter writing for further practice. Some difficult items of vocabulary have also been given in English at the end of each translation exercise for the help of students.

Chapter 7

To help students to get familiar with the types of questions they will be required to answer in the A S Level examination, actual 2001 A S Level paper and the specimen A S Level paper have been given in this chapter with the kind permission of the 'Assessment and Qualifications Alliance'.

Scheme of Assessment

Advanced Subsidiary A S Unit I—Responsive Writing.

The A S examination paper will consist of three sections including reading and writing.

Section 1 comprises a passage of authentic printed material in Panjabi between 300-500 words, on which a variety of questions will be set in Panjabi to be answered in Panjabi. =40 marks

(of which 10 marks count for grammar and structures)

Section 2 comprises a passage of between 100-120 words in Panjabi to be translated into English. =15 marks

Section 3 : In this section, a short printed stimulus in Panjabi of 50-100 words is provided requiring candidates to write a letter, report or article of at least 200 words in Panjabi as a response. =45 marks

(of which 15 marks count for grammar and structures)

Subject Content

A S Module—Module I—Responsive Writing

The material for this module is based on the following topic areas. It should be recognised that the topics are inter-related and will include reference, where appropriate, to the particular society or culture.

Day to day matters	• media • transport and communication • food, drink, health and fitness
Society	• family • religion • free-time activities • social issues
Environment and Citizenship	• environmental issues • urban and rural life • science and society • crime and punishment
Working World	• education and training • employment and unemployment • commerce and industry • economic issues
The International Context	• travel and tourism • aspects of life/culture of foreign countries • the developing world

Amplification of Topic Areas in Specification

It should be noted that the list which follows is an indication of the sorts of points which teachers may wish to cover within the prescribed topic areas and with special reference to Panjabi culture and society, where appropriate.

Day to day matters

- Media : importance and influence of press and television, national and international, including Panjabi newspapers published in Britain and India, as well as Asian TV channels in Britain.

- Transport and Communication : comparisons of infra-structure between Britain and the Panjab (India); freeways, by-passes, village link-roads, accidents and traffic jams; satellites and telecommunications; e-mail and internet provisions.

- Food, drink, health and fitness : comparison between British and Panjabi food and cooking, reflections on healthy diets and 'junk foods', vegetarian foods and non-vegetarian foods; issues of alcohol, drugs and smoking, life-style and health care, popularity of health clubs, yoga and jogging.

Society

- Family : comparison of British nucleus family and Indian joint family, love marriages and arranged marriages; issues of dowry and divorce, single parent family and working parents etc.

- Religion : the need for religious tolerance and harmony; traditions of worship and prayer; issues of bigotry; blasphemy, fundamentalism, conflicts, contraditions etc.; moral and spiritual values.

- Free-time activities : importance, popular games and sports in Britain, including Panjabi sports, e.g. Kabaddi, Gatka etc.; other leisure activities, e.g. Bhangra and Giddha; hobbies, e.g. gardening, reading, etc.

- Social issues : vandalism and crime, unemployment, moonlighting, law and order, equality and justice, rights and responsibilities, corruption and bribery, nepotism and racism, shoplifting and begging.

Environment and Citizenship

- Environmental issues : nuclear power stations and river dams; man-made pollution, e.g. forest fires and oil tanker disasters; industrial pollution and road vehicle pollution; disposal of litter and urban waste; recycling and protection of environment.

- Urban and rural life : comparison between Britain and the Panjab (India) with special reference to employment, environment and entertainment; stress and mental health.

- Science and Society : issues of genetic engineering, cloning and transplanting; IT revolution, space travel, GM foods etc.

- Crime and Punishment : creating a safe society or safe neighbourhood, role of parents and teachers, reform of judicial system and prisons; crime protection schemes and rehabilitation of offenders.

Working World

- Education and Training : comparison of education system in Britain and the Panjab (India); issues of free and compulsory education. Learning of languages at school level in the Panjab and in Britain; provision of further education and training; issues of grants and fees.

- Employement and Unemployment : importance of qualifications and training in skills; job opportunities and the needs of employers; recruitment, retirement and redundancies; interviews and value of languages; unions and working conditions, automation and unskilled labour.

- Commerce and Industry : the role of building societies and banks;

- Economic issues : world trade, importance of exports and imports. British memberships of the European Economic market.

The International Context

- Travel and Tourism : travel for business and travel for pleasure, travel agents and tourist agencies, holidays abroad, especially visiting India to attend social or family occasions, means of travel, currency exchange, visits to historical and religious places in the Panjab.

- Aspects of life/culture of foreign countries : comparison between western cultures/countries and India, their customs, traditions and languages.

- The Developing World : the gap between the rich and poor, international aid, natural disasters and relief work; national and regional differences in resources and the standard of living.

Knowledge, Understanding and Skills	Canditates will be expected to • explore and develop understanding of the contemporary society, cultural background and heritage of one or more Panjabi speaking countries or communities. • read and respond to a variety of wirtten texts from authentic sources; • demonstrate flexibility when communicating in writing;

- use appropriate registers in written communication;
- manipulate Panjabi accurately to organise facts and ideas, present explanations, opinions and information in writing;
- understand and apply the grammatical system and a range of structures as detailed in the specification;
- transfer meaning from Panjabi into English.

Grammatical Structures

Defined Grammatical Content:

A S and A Level candidates will be expected to have studied closely the grammatical system and structures of Panjabi during their course. In the examination they will be required to use actively and accurately grammar and structures appropriate to the tasks set, drawn from the following lists. The lists are divided into A S and A Level.

Advanced Subsidiary

Verbs :

main verbs; non-causative and causative forms
auxiliary verbs : ਹੈ, ਜਾ, ਲੈ, ਦੇ, ਚੁੱਕ, ਸਕ, ਲੱਗ, ਪੈ, ਲੱਗ ਪੈ
passive constructions with ਜਾ and ਹੋ
use of ਚਾਹੀਦਾ and its variants

tense and aspect :
present and past tense forms of the copula ਹੈ
personal forms :
  subjunctive (e.g., ਜਾਵਾਂ)
  imperative (e.g., ਜਾ, ਜਾਓ)
non-personal forms :
  imperfective (e.g., ਜਾਂਦਾ)
  perfective (e.g., ਗਿਆ)
  potential (e.g., ਜਾਣਾ)
  conjunctive participle ਕੇ
  subjunctive + ਗਾ (future tense) (e.g., ਜਾਵਾਂਗਾ)
regular and irregular perfective forms

Nouns :

gender
number
direct and oblique forms

12

Pronouns :	personal (e.g., ਮੈਂ, ਤੁਸੀਂ...)
	demonstrative (e.g., ਉਹ, ਇਹ...)
	interrogative (e.g., ਕੌਣ...)
	reflexive ਆਪ, ਖ਼ੁਦ
	possessive (e.g., ਮੇਰਾ, ਤੁਹਾਡਾ...)
	"reflexive" possessive ਆਪਣਾ
	indefinite (e.g., ਕੋਈ...)
	relative (e.g., ਜੋ, ਜਿਹੜਾ...)
	number
	gender
	direct and oblique forms
Adjectives :	variable (black) adjectives (e.g., ਕਾਲਾ)
	invariable (red) adjectives (e.g., ਲਾਲ)
Postpositions :	simple postpositions (e.g., ਉੱਤੇ)
	compound postpositions (e.g., ਦੇ ਉੱਤੇ)
Particles :	ਵੀ, ਹੀ, ਤਾਂ
Conjunctions :	ਪਰ, ਅਤੇ (shortened form ਤੇ in speech)
Subordinators :	ਜੇ, ਕਿਉਂਕਿ, ਜਦ, ਤਦ, ਤਾਂ
"Possessive" constructions :	"separable possession" (e.g., ਮੇਰੇ ਕੋਲ ਤਿੰਨ ਕਾਰਾਂ ਹਨ)
	"inseparable possession" (e.g., ਮੇਰੇ ਤਿੰਨ ਭਰਾ ਹਨ)

Advanced All of the above in greater depth, plus

Longer verb sequences

main verb + auxiliary Verb(s) (e.g., ਚਲ ਰਿਹਾ ਸਾਂ, ਚਲ ਰਹੇ ਹੋਣਗੇ, ਬਣਾਈ ਹੋਈ ਸੀ etc.)

Chapter 1

Day to day matters

This chapter deals with the topic area of 'Day to day matters' and the texts contain material about media, transport and communication, food, drink, health and fitness. For the practice of students there are 19 exercises of comprehension, 19 exercises of translation from Panjabi to English and 9 exercises of letter writing.

Media

1. ਟੈਲੀਵਿਯਨ ਪ੍ਰੋਗਰਾਮ ਬਾਰੇ ਹੇਠ ਲਿਖਿਆ ਮਨਪ੍ਰੀਤ ਦਾ ਆਰਟੀਕਲ ਪੜ੍ਹ ਕੇ ਪ੍ਰਸ਼ਨਾਂ ਦੇ ਉੱਤਰ ਲਿਖੋ।

> ਟੈਲੀਵਿਯਨ 'ਤੇ ਬਹੁਤ ਪ੍ਰੋਗਰਾਮ ਆਉਂਦੇ ਹਨ, ਪਰ ਮੈਨੂੰ ਸਭ ਤੋਂ ਚੰਗਾ 'ਈਸਟ ਐਂਡਰਜ਼' ਲੱਗਦਾ ਹੈ, ਕਿਉਂਕਿ ਇਹ ਪ੍ਰੋਗਰਾਮ ਹਫ਼ਤੇ ਵਿੱਚ ਤਿੰਨ ਵਾਰ ਆਉਂਦਾ ਹੈ। ਇਹ ਬਹੁਤ ਦਿਲਚਸਪ ਪ੍ਰੋਗਰਾਮ ਹੈ ਅਤੇ ਆਮ ਲੋਕਾਂ ਦੀ ਰੋਜ਼ਾਨਾ ਜ਼ਿੰਦਗੀ 'ਤੇ ਆਧਾਰਿਤ ਹੈ। ਇਸ ਵਿੱਚ ਲੋਕਾਂ ਦੀ ਜ਼ਿੰਦਗੀ ਦੀਆਂ ਕਈ ਕਹਾਣੀਆਂ ਚੱਲਦੀਆਂ ਹਨ। ਇਹ ਕਹਾਣੀਆਂ ਐਨੀਆਂ ਦਿਲਚਸਪ ਹਨ ਕਿ ਪ੍ਰੋਗਰਾਮ ਦੇਖਣ ਤੋਂ ਜੀ ਨਹੀਂ ਅੱਕਦਾ। ਇਹਨਾਂ ਕਹਾਣੀਆਂ ਵਿੱਚ ਕਈ ਖ਼ੁਸ਼ੀ ਤੇ ਕਈ ਗ਼ਮੀ ਦੇ ਸੀਨ ਆਉਂਦੇ ਹਨ, ਜੋ ਬਿਲਕੁਲ ਅਸਲੀ ਲੱਗਦੇ ਹਨ। ਸਾਰੇ ਐਕਟਰ ਆਪਣਾ ਆਪਣਾ ਰੋਲ ਬੜੇ ਚੰਗੇ ਢੰਗ ਨਾਲ ਕਰਦੇ ਹਨ। ਮੈਂ ਪ੍ਰੋਗਰਾਮ ਸ਼ੁਰੂ ਹੋਣ ਤੋਂ ਪੰਜ ਮਿੰਟ ਪਹਿਲਾਂ ਹੀ ਟੈਲੀਵਿਯਨ ਅੱਗੇ ਜਾ ਕੇ ਬੈਠ ਜਾਂਦੀ ਹਾਂ।

   1. ਮਨਪ੍ਰੀਤ ਕਿਹੜਾ ਪ੍ਰੋਗਰਾਮ ਪਸੰਦ ਕਰਦੀ ਹੈ ਅਤੇ ਕਿਉਂ ?
   2. ਇਸ ਆਰਟੀਕਲ ਦਾ ਅੰਗਰੇਜ਼ੀ ਵਿੱਚ ਉਲਥਾ ਕਰੋ।

2. ਜ਼ੀ-ਟੀ.ਵੀ. ਚੈਨਲ ਬਾਰੇ ਹੇਠ-ਲਿਖੀ ਵਾਰਤਾ ਪੜ੍ਹ ਕੇ ਪ੍ਰਸ਼ਨਾਂ ਦੇ ਉੱਤਰ ਲਿਖੋ।

> ਜ਼ੀ-ਟੀ.ਵੀ. ਇੱਕ ਏਸ਼ੀਅਨ ਚੈਨਲ ਹੈ। ਇਸ ਚੈਨਲ ਦੇ ਬਹੁਤੇ ਪ੍ਰੋਗਰਾਮ ਇੰਡੀਆ ਤੋਂ ਪ੍ਰਸਾਰਿਤ ਹੁੰਦੇ ਹਨ ਅਤੇ ਕਈ ਪ੍ਰੋਗਰਾਮ ਲੰਡਨ ਤੋਂ ਵੀ ਪ੍ਰਸਾਰਿਤ ਹੁੰਦੇ ਹਨ। ਜ਼ੀ-ਟੀ.ਵੀ. ਉੱਤੇ ਹਿੰਦੀ ਅਤੇ ਅੰਗਰੇਜ਼ੀ ਵਿੱਚ ਖ਼ਬਰਾਂ ਆਉਂਦੀਆਂ ਹਨ। ਪੰਜਾਬੀ, ਹਿੰਦੀ, ਉਰਦੂ, ਬੰਗਾਲੀ ਅਤੇ ਗੁਜਰਾਤੀ ਵਿੱਚ ਫ਼ਿਲਮਾਂ ਆਉਂਦੀਆਂ ਹਨ। ਕਈ ਕਿਸਮ ਦੇ ਡਰਾਮੇ ਜਿਵੇਂ ਤਾਰਾ, ਬਸੇਰਾ, ਸਾਥ ਸਾਥ, ਜਾਨ, ਆਸ਼ੀਰਵਾਦ, ਅਮਾਨਤ ਆਉਂਦੇ ਹਨ। ਇਹ ਡਰਾਮੇ ਬਹੁਤ ਦਿਲਚਸਪ ਅਤੇ ਲੋਕਾਂ ਵਿੱਚ ਬਹੁਤ ਹਰਮਨ ਪਿਆਰੇ ਹਨ। ਬਜ਼ੁਰਗਾਂ ਲਈ ਵਿਹਲਾ ਸਮਾਂ ਗੁਜ਼ਾਰਨ ਲਈ ਇਹ ਸਭ ਤੋਂ ਚੰਗਾ ਸਾਧਨ ਹਨ। ਬੱਚਿਆਂ ਦੇ ਪ੍ਰੋਗਰਾਮ ਸਕੂਲ ਟਾਈਮ ਤੋਂ ਬਾਅਦ ਆਉਂਦੇ ਹਨ। ਕਈ ਹੋਰ ਲੋਕਾਂ ਦੀ ਪਸੰਦ ਦੇ ਪ੍ਰੋਗਰਾਮ ਆਉਂਦੇ ਹਨ, ਜਿਵੇਂ ਖ਼ਾਨਾ ਖ਼ਜ਼ਾਨਾ, ਚਲੋ ਸਿਨਮਾ, ਹਮ ਪਾਂਚ, ਆਪ ਕੀ ਅਦਾਲਤ, ਆਦਿ। ਇਸ ਚੈਨਲ ਲਈ ਇੱਕ ਮਹੀਨੇ ਦੀ £11.99 ਫੀਸ ਦੇਣੀ ਪੈਂਦੀ ਹੈ।

   1. ਜ਼ੀ-ਟੀ.ਵੀ. ਏਸ਼ੀਅਨ ਲੋਕਾਂ ਲਈ ਕਿਉਂ ਇੱਕ ਲਾਭਦਾਇਕ ਚੈਨਲ ਹੈ ? ਚਾਰ ਕਾਰਨ ਲਿਖੋ ?
   2. ਇੰਗਲੈਂਡ ਵਿੱਚ ਇਹ ਚੈਨਲ ਦੇਖਣ ਲਈ ਕੀ ਕਰਨਾ ਪੈਂਦਾ ਹੈ ?
   3. ਉਪਰਲੀ ਵਾਰਤਾ ਦਾ ਅੰਗਰੇਜ਼ੀ ਵਿੱਚ ਉਲਥਾ ਕਰੋ।

3. ਮੀਡੀਆ ਬਾਰੇ ਹੇਠ ਲਿਖਿਆ ਲੇਖ ਪੜ੍ਹੋ ਅਤੇ ਪ੍ਰਸ਼ਨਾਂ ਦੇ ਉੱਤਰ ਲਿਖੋ।

ਅੱਜ ਕੱਲ੍ਹ ਸਾਇੰਸ ਦਾ ਯੁਗ ਹੈ। ਸਾਇੰਸ ਦੀ ਤਰੱਕੀ ਕਾਰਨ ਲੋਕਾਂ ਦੀ ਜ਼ਿੰਦਗੀ ਪਹਿਲਾਂ ਨਾਲੋਂ ਕਾਫ਼ੀ ਸੌਖੀ ਹੋ ਗਈ ਹੈ। ਲੋਕੀਂ ਆਪਣੇ ਘਰ ਬੈਠੇ ਹੀ ਜੋ ਆਪਣੇ ਦੇਸ਼ ਜਾਂ ਦੂਜੇ ਦੇਸ਼ਾਂ ਵਿੱਚ ਹੋ ਰਿਹਾ ਹੈ, ਬਾਰੇ ਜਾਣ ਸਕਦੇ ਹਨ। ਇਸ ਦੇ ਕਈ ਸਾਧਨ ਹਨ ਜਿਵੇਂ ਅਖ਼ਬਾਰਾਂ, ਰੇਡੀਓ, ਟੈਲੀਵਿਯਨ ਅਤੇ ਈ-ਮੇਲ, ਆਦਿ।

ਅਖ਼ਬਾਰਾਂ : ਅਖ਼ਬਾਰਾਂ ਦੁਆਰਾ ਸਾਨੂੰ ਦੇਸ ਪਰਦੇਸ ਵਿੱਚ ਵਾਪਰ ਰਹੀਆਂ ਘਟਨਾਵਾਂ ਦਾ ਵਿਸਥਾਰ ਰੂਪ ਵਿੱਚ ਪਤਾ ਲੱਗਦਾ ਹੈ। ਅਖ਼ਬਾਰਾਂ ਵਿੱਚ ਰਾਜਨੀਤਿਕ, ਸਮਾਜਿਕ, ਧਾਰਮਿਕ ਅਤੇ ਸਾਹਿੱਤਕ ਵਿਸ਼ਿਆਂ ਸਬੰਧੀ ਖ਼ਬਰਾਂ ਹੁੰਦੀਆਂ ਹਨ। ਅਖ਼ਬਾਰਾਂ ਵਿੱਚ ਕਈ ਕਿਸਮ ਦੇ ਮਨੋਰੰਜਨ, ਨੌਕਰੀਆਂ, ਖੇਡਾਂ ਆਦਿ ਬਾਰੇ ਇਸ਼ਤਿਹਾਰ ਹੁੰਦੇ ਹਨ। ਇਹਨਾਂ ਵਿੱਚ ਕਈ ਲੜੀਵਾਰ ਕਹਾਣੀਆਂ ਅਤੇ ਨਾਵਲ ਛਪਦੇ ਹਨ। ਅਖ਼ਬਾਰਾਂ ਦੁਆਰਾ ਲੋਕੀਂ ਆਪਣੀ ਆਵਾਜ਼ ਸਰਕਾਰ ਤੱਕ ਪਹੁੰਚਾਉਂਦੇ ਹਨ ਅਤੇ ਅਖ਼ਬਾਰਾਂ ਦੁਆਰਾ ਹੀ ਸਰਕਾਰ ਨੂੰ ਲੋਕਾਂ ਦੇ ਵਿਚਾਰਾਂ ਦਾ ਪਤਾ ਲੱਗਦਾ ਹੈ।

ਰੇਡੀਓ : ਰੇਡੀਓ ਖ਼ਬਰਾਂ ਨੂੰ ਲੋਕਾਂ ਤੱਕ ਬਹੁਤ ਛੇਤੀ ਪਹੁੰਚਾਉਣ ਦਾ ਇੱਕ ਚੰਗਾ ਸਾਧਨ ਹੈ। ਰੇਡੀਓ ਗਿਆਨ ਵਧਾਉਣ ਅਤੇ ਮਨੋਰੰਜਨ ਦਾ ਵੀ ਉੱਤਮ ਸਾਧਨ ਹੈ। ਰੇਡੀਓ ਤੋਂ ਕਈ ਤਰ੍ਹਾਂ ਦੇ ਗੀਤ ਸੰਗੀਤ, ਨਾਟਕ, ਕਹਾਣੀਆਂ ਦੇ ਪ੍ਰੋਗਰਾਮ ਪ੍ਰਸਾਰਿਤ ਕੀਤੇ ਜਾਂਦੇ ਹਨ। ਕਈ ਇਸਤਰੀਆਂ, ਨੌਜਵਾਨਾਂ ਅਤੇ ਬੱਚਿਆਂ ਦੇ ਪ੍ਰੋਗਰਾਮ ਵੀ ਰੇਡੀਓ ਤੋਂ ਪ੍ਰਸਾਰਿਤ ਕੀਤੇ ਜਾਂਦੇ ਹਨ। ਮੌਸਮ ਦਾ ਹਾਲ ਰੇਡੀਓ 'ਤੇ ਦੱਸਿਆ ਜਾਂਦਾ ਹੈ। ਰੇਡੀਓ 'ਤੇ ਹੀ ਤੁਸੀਂ ਵੱਖ ਵੱਖ ਦੇਸ਼ਾਂ ਵਿੱਚ ਹੁੰਦੀਆਂ ਖੇਡਾਂ ਬਾਰੇ ਸੁਣ ਸਕਦੇ ਹੋ।

ਟੈਲੀਵਿਯਨ : ਟੈਲੀਵਿਯਨ ਵਿੱਚ ਅਸੀਂ ਖ਼ਬਰਾਂ ਦੇ ਨਾਲ ਨਾਲ ਘਟਨਾਵਾਂ ਨੂੰ ਦੇਖ ਵੀ ਸਕਦੇ ਹਾਂ। ਟੈਲੀਵਿਯਨ ਸਿੱਖਿਆ ਅਤੇ ਮਨੋਰੰਜਨ ਦਾ ਇੱਕ ਸ਼ਕਤੀਸ਼ਾਲੀ ਯੰਤਰ ਹੈ। ਖ਼ਬਰਾਂ ਤੋਂ ਬਿਨਾਂ ਗੀਤ ਸੰਗੀਤ, ਨਾਟਕ, ਖੇਡਾਂ, ਵਿਉਪਾਰ, ਆਦਿ ਬਹੁਤ ਕਿਸਮ ਦੇ ਪ੍ਰੋਗਰਾਮ ਟੈਲੀਵਿਯਨ 'ਤੇ ਪੇਸ਼ ਕੀਤੇ ਜਾਂਦੇ ਹਨ। ਰਾਜਨੀਤਿਕ ਲੀਡਰ ਟੈਲੀਵਿਯਨ ਦੁਆਰਾ ਆਪਣੇ ਵਿਚਾਰ ਜਨਤਾ ਤੱਕ ਪਹੁੰਚਾਉਂਦੇ ਹਨ।

ਅੱਜ ਕੱਲ੍ਹ ਸਾਇੰਸ ਨੇ ਐਨੀ ਤਰੱਕੀ ਕੀਤੀ ਹੈ ਕਿ ਕਿਸੇ ਘਟਨਾ ਸਬੰਧੀ ਕੋਈ ਵੀ ਖ਼ਬਰ ਇੱਕ ਥਾਂ ਤੋਂ ਦੂਜੀ ਥਾਂ ਮਿੰਟਾਂ ਸਕਿੰਟਾਂ ਵਿੱਚ ਪੁੱਜ ਸਕਦੀ ਹੈ। ਇਸ ਕੰਮ ਲਈ ਨਵੀਆਂ ਮਸ਼ੀਨਾਂ ਜਿਵੇਂ ਟੈਲੀਪ੍ਰਿੰਟਰ, ਰੇਡੀਓ-ਫ਼ੋਟੋ, ਟੈਲੀਫ਼ੋਨ ਅਤੇ ਫ਼ੈਕਸ, ਆਦਿ ਦੀ ਵਰਤੋਂ ਕੀਤੀ ਜਾਂਦੀ ਹੈ। ਅੱਜ ਕੱਲ੍ਹ ਕੰਪਿਊਟਰ ਦੀ ਵਰਤੋਂ ਨਾਲ ਖ਼ਬਰਾਂ ਅਤੇ ਬਾਕੀ ਜਾਣਕਾਰੀ ਈ-ਮੇਲ ਕੀਤੀ ਜਾਂਦੀ ਹੈ ਅਤੇ ਇੰਟਰਨੈੱਟ ਦੁਆਰਾ ਕਈ ਕਿਸਮ ਦੀ ਜਾਣਕਾਰੀ ਲਈ ਅਤੇ ਦਿੱਤੀ ਜਾ ਸਕਦੀ ਹੈ।

1. ਸਾਇੰਸ ਦੀ ਤਰੱਕੀ ਨਾਲ ਲੋਕਾਂ ਦੀ ਜ਼ਿੰਦਗੀ ਵਿੱਚ ਪਹਿਲਾਂ ਨਾਲੋਂ ਕੀ ਫ਼ਰਕ ਪਿਆ ਹੈ ?
2. ਤੁਸੀਂ ਰੇਡੀਓ 'ਤੇ ਕੀ ਪ੍ਰੋਗਰਾਮ ਸੁਣਨਾ ਪਸੰਦ ਕਰਦੇ ਹੋ ਅਤੇ ਕਿਉਂ ?
3. ਤੁਸੀਂ ਟੈਲੀਵਿਯਨ 'ਤੇ ਕੀ ਪ੍ਰੋਗਰਾਮ ਦੇਖਣਾ ਪਸੰਦ ਕਰਦੇ ਹੋ ਅਤੇ ਕਿਉਂ ?
4. ਈ-ਮੇਲ ਅਤੇ ਇੰਟਰਨੈੱਟ ਦੇ ਕੀ ਫ਼ਾਇਦੇ ਹਨ ?

5. ਅਖ਼ਬਾਰਾਂ ਵਿੱਚ ਖ਼ਬਰਾਂ ਪੜ੍ਹਨੀਆਂ ਅਤੇ ਟੈਲੀਵਿਜ਼ਨ 'ਤੇ ਖ਼ਬਰਾਂ ਦੇਖਣੀਆਂ ਵਿੱਚ ਕੀ ਫ਼ਰਕ ਹੈ ?

6. ਉਪਰੋਕਤ ਵਾਰਤਾ ਵਿੱਚੋਂ ਹੇਠ ਲਿਖਿਆਂ ਸ਼ਬਦਾਂ ਜਾਂ ਵਾਕ-ਅੰਸ਼ਾਂ ਦੇ ਸਮਾਨ-ਅਰਥ ਸ਼ਬਦ ਜਾਂ ਵਾਕ-ਅੰਸ਼ ਲਿਖੋ :

    i) ਪੂਰਾ ਪੂਰਾ ਪਤਾ ਲੱਗਦਾ ਹੈ   iv) ਪੇਸ਼ ਕੀਤੇ ਜਾਂਦੇ ਹਨ

    ii) ਖ਼ਿਆਲਾਂ ਬਾਰੇ ਪਤਾ ਲੱਗਦਾ ਹੈ   v) ਬਹੁਤ ਵੱਡਾ ਸਾਧਨ ਹੈ

    iii) ਚੰਗਾ ਤਰੀਕਾ ਹੈ   vi) ਬਹੁਤ ਜਲਦੀ ਪਹੁੰਚਦੀ ਹੈ

7. ਉੱਪਰ ਦਿੱਤੀ ਵਾਰਤਾ ਦਾ ਅੰਗਰੇਜ਼ੀ ਵਿੱਚ ਉਲਥਾ ਕਰੋ।

4. ਹੇਠ ਦਿੱਤੀ ਵਾਰਤਾ ਨੂੰ ਪੜ੍ਹ ਕੇ ਥੱਲੇ ਦਿੱਤੇ ਪ੍ਰਸ਼ਨਾਂ ਦੇ ਉੱਤਰ ਲਿਖੋ।

ਮਨੁੱਖੀ ਜੀਵਨ ਦਾ ਜ਼ਰੂਰੀ ਅੰਗ—ਅਖ਼ਬਾਰਾਂ ਰਸਾਲੇ

ਮਨੁੱਖੀ ਮਨ ਦੀ ਬਣਤਰ ਕੁਝ ਇਹੋ ਜਿਹੀ ਹੈ ਕਿ ਉਹ ਹਰ ਸਮੇਂ ਅਤੇ ਹਰ ਸਥਿਤੀ ਵਿੱਚ ਕੋਈ ਨਾ ਕੋਈ ਨਵੀਂ ਗੱਲ ਜਾਣਨ ਦਾ ਇੱਛਕ ਰਹਿੰਦਾ ਹੈ। ਰੋਟੀ ਦੀ ਭੁੱਖ ਵਾਂਗ ਮਨੁੱਖ ਦੀ, ਜਾਣਕਾਰੀ ਪ੍ਰਾਪਤ ਕਰਨ ਲਈ ਵੀ ਸਦੀਵੀ ਭੁੱਖ ਹੁੰਦੀ ਹੈ। ਇਸ ਭੁੱਖ ਦੇ ਦੂਰ ਕਰਨ ਵਾਸਤੇ ਅਖ਼ਬਾਰ ਰਸਾਲੇ ਮੁੱਖ ਸਾਧਨ ਹਨ। ਇਸੇ ਲਈ ਅਸੀਂ ਇਹ ਵੀ ਕਹਿ ਸਕਦੇ ਹਾਂ ਕਿ ਸਮਾਚਾਰ ਪੱਤਰ ਮਨੁੱਖੀ ਜੀਵਨ ਦਾ ਅਨਿਖੜਵਾਂ ਅੰਗ ਬਣ ਗਏ ਹਨ। ਉੱਨਤ ਅਤੇ ਲੋਕ-ਤੰਤਰ ਰਾਜ ਵਾਲੇ ਦੇਸ਼ਾਂ ਵਿੱਚ ਅਖ਼ਬਾਰਾਂ ਇੱਕ ਮਹਾਨ ਤਾਕਤ ਹਨ ਤੇ ਇਹਨਾਂ ਨੂੰ ਹਕੂਮਤ ਦਾ ਥੰਮ੍ਹ ਮੰਨਿਆ ਜਾਂਦਾ ਹੈ। ਕਿਸੇ ਦੇਸ਼ ਦੀ ਧਾਰਮਿਕ, ਰਾਜਨੀਤਕ, ਆਰਥਿਕ ਦਸ਼ਾ ਦਾ ਅੰਦਾਜ਼ਾ ਉਸ ਦੇਸ਼ ਦੀਆਂ ਅਖ਼ਬਾਰਾਂ ਤੋਂ ਭਲੀ-ਭਾਂਤ ਹੀ ਲਗਾਇਆ ਜਾ ਸਕਦਾ ਹੈ।

ਅੱਜ ਅਸੀਂ ਲੋਕ-ਰਾਜੀ ਯੁਗ ਵਿੱਚ ਵਿਚਰ ਰਹੇ ਹਾਂ। ਦੇਸ਼ਾਂ ਦੀਆਂ ਹਕੂਮਤਾਂ ਲੋਕ ਰਾਇ ਨਾਲ ਬਣਦੀਆਂ ਤੇ ਟੁੱਟਦੀਆਂ ਰਹਿੰਦੀਆਂ ਹਨ। ਅਖ਼ਬਾਰਾਂ ਦੀਆਂ ਸੁਰਖ਼ੀਆਂ ਤੇ ਲੇਖ, ਰਸਾਲਿਆਂ ਦਾ ਵਿਗਿਆਪਨ ਸੁਤੇ-ਸਿੱਧ ਹੀ ਲੋਕਾਂ 'ਤੇ ਅਸਰ ਪਾਉਂਦੇ ਅਤੇ ਉਨ੍ਹਾਂ ਦੀ ਰਾਏ ਨੂੰ ਢਾਲਦੇ ਰਹਿੰਦੇ ਹਨ। ਇਸ ਤੋਂ ਭਾਵ ਕਿ ਅਖ਼ਬਾਰਾਂ ਲੋਕ ਰਾਏ ਬਣਾਉਣ ਲਈ ਬਹੁਤ ਹੀ ਪ੍ਰਭਾਵਸ਼ਾਲੀ ਮਾਧਿਅਮ ਹੈ। ਲੀਡਰਾਂ ਦੇ ਭਾਸ਼ਨ; ਸਰਕਾਰ ਦੇ ਐਲਾਨ; ਵਾਪਾਰੀਆਂ ਦੇ ਇਸ਼ਤਿਹਾਰ; ਧਾਰਮਿਕ, ਵਿਦਿਅਕ ਤੇ ਰਾਜਨੀਤਕ ਖ਼ਬਰਾਂ; ਰਿਸ਼ਤੇ ਨਾਤੇ ਸੰਬੰਧੀ ਇਸ਼ਤਿਹਾਰ; ਮੰਡੀਆਂ ਦੇ ਭਾਅ; ਵੱਖ ਵੱਖ ਦੇਸ਼ਾਂ ਦੇ ਮੁਦਰਾ ਰੇਟ; ਖੇਡਾਂ ਬਾਰੇ ਸਮਾਚਾਰ ਅਤੇ ਨਵੀਆਂ ਕਾਢਾਂ ਬਾਰੇ ਜਾਣਕਾਰੀ ਵੀ ਪ੍ਰਾਪਤ ਹੁੰਦੀ ਰਹਿੰਦੀ ਹੈ।

ਪ੍ਰੈਸ ਜਨਤਾ ਦੀ ਆਵਾਜ਼ ਅਤੇ ਪ੍ਰਾਪੇਗੰਡੇ ਦਾ ਵਧੀਆ ਹਥਿਆਰ ਵੀ ਹੈ। ਇਹ ਲੋਕਾਂ ਦੀ ਪ੍ਰਤੀਨਿਧਤਾ ਕਰਦੀ ਹੈ। ਜਨਤਾ ਦੀ ਨਿੱਕੀ ਵੱਡੀ ਸ਼ਿਕਾਇਤ ਅਖ਼ਬਾਰਾਂ ਰਾਹੀਂ ਹੀ ਦੂਰ ਦੁਰਾਡੇ ਪੁੱਜਦੀ ਅਤੇ ਸੰਬੰਧਿਤ ਕਰਮਚਾਰੀਆਂ ਨੂੰ ਯੋਗ ਕਾਰਵਾਈ ਕਰਨ ਵਾਸਤੇ ਵੀ ਮਜਬੂਰ ਕਰਦੀ ਹੈ। ਇਸ ਤਰ੍ਹਾਂ ਯੋਗ ਤੇ ਨਿਰਪੱਖ ਅਖ਼ਬਾਰਾਂ ਲੋਕਾਂ ਦੀ ਸਹੀ ਅਗਵਾਈ ਵੀ ਕਰਦੀਆਂ ਹਨ।

ਅਖ਼ਬਾਰਾਂ ਅਤੇ ਰਸਾਲੇ ਆਮ ਵਾਕਫ਼ੀ ਅਤੇ ਦਿਲ-ਪ੍ਰਚਾਵੇ ਦਾ ਵਧੀਆ ਸਾਧਨ ਵੀ ਹਨ। ਘੱਟ ਕੀਮਤ ਵਿੱਚ ਬਹੁਤ ਸਸਤਾ ਦਿਲ-ਪ੍ਰਚਾਵਾ ਹੋ ਜਾਂਦਾ ਹੈ। ਅਖ਼ਬਾਰਾਂ ਘਰ, ਬਾਹਰ ਅਤੇ ਸਫ਼ਰ ਵਿੱਚ ਸਾਥ ਨਿਭਾਉਂਦੀਆਂ ਹਨ। ਰਸਾਲਿਆਂ ਦੀਆਂ ਚੰਗੀਆਂ ਚੰਗੀਆਂ ਤਸਵੀਰਾਂ ਮਨ ਨੂੰ ਖ਼ੁਸ਼ੀ ਦੇਣ ਦਾ ਸਾਧਨ ਬਣਦੀਆਂ ਹਨ। ਬੋਲੀ ਦੀ ਸਿਖਿਆ ਵੀ ਅਖ਼ਬਾਰਾਂ ਦਾ ਵਿਸ਼ੇਸ਼ ਗੁਣ ਹੈ। ਵਾਕ-ਬਣਤਰ, ਸ਼ਬਦ-ਜੋੜ, ਸ਼ਬਦਾਵਲੀ ਅਤੇ ਵਿਚਾਰਧਾਰਾ ਪ੍ਰਫੁਲਤ ਹੁੰਦੀ ਹੈ। ਚੰਗੇ ਲੇਖ, ਕਵਿਤਾਵਾਂ ਅਤੇ ਆਕ੍ਰਸ਼ਿਕ ਵਿਗਿਆਪਨ ਵੀ ਮਨੁੱਖੀ ਮਨ ਦੇ ਸੁਹਜ-ਸੁਆਦ ਨੂੰ ਤ੍ਰਿਪਤ ਕਰਦਾ ਹੈ।

AQA 2000

1. ਇਸ ਵਾਰਤਾ ਵਿੱਚ ਹੇਠ ਲਿਖੇ ਵਾਕਾਂਸ਼ਾਂ ਨੂੰ ਸੌਖੀ ਪੰਜਾਬੀ ਵਿੱਚ ਲਿਖੋ:

(ੳ)	ਅਨਿਖੜਵਾਂ ਅੰਗ ਬਣ ਗਏ ਹਨ।	ਲਾਈਨ (5)	*(2)*
(ਅ)	ਰਾਏ ਨੂੰ ਢਾਲਦੇ ਰਹਿੰਦੇ ਹਨ।	ਲਾਈਨ (11)	*(3)*
(ੲ)	ਬਹੁਤ ਹੀ ਪ੍ਰਭਾਵਸ਼ਾਲੀ ਮਾਧਿਅਮ ਹੈ।	ਲਾਈਨ (12)	*(2)*
(ਸ)	ਲੋਕਾਂ ਦੀ ਪ੍ਰਤੀਨਿਧਤਾ ਕਰਦੀ ਹੈ।	ਲਾਈਨ (17, 18)	*(3)*
(ਹ)	ਵਿਚਾਰਧਾਰਾ ਪ੍ਰਫੁਲਤ ਹੁੰਦੀ ਹੈ।	ਲਾਈਨ (24)	*(2)*
			(12)

2. ਸਮਾਚਾਰ ਪੱਤਰ ਮਨੁੱਖੀ ਜੀਵਨ ਦਾ ਜ਼ਰੂਰੀ ਅੰਗ ਕਿਉਂ ਹਨ ਅਤੇ ਇਹਨਾਂ ਤੋਂ ਕਿਸੇ ਦੇਸ਼ ਬਾਰੇ ਕੀ ਅੰਦਾਜ਼ਾ ਲਗਾਇਆ ਜਾ ਸਕਦਾ ਹੈ? *(4)*

3. ਉਪਰੋਕਤ ਵਾਰਤਾ ਅਨੁਸਾਰ ਅਖ਼ਬਾਰਾਂ ਅਤੇ ਰਸਾਲੇ ਆਮ ਵਾਕਫ਼ੀ ਵਧਾਉਣ ਅਤੇ ਦਿਲ-ਪ੍ਰਚਾਵੇ ਲਈ ਕਿਉਂ ਵਧੀਆ ਸਾਧਨ ਹਨ? ਘੱਟੋ ਘੱਟ ਛੇ ਕਾਰਨ ਦੱਸੋ। *(9)*

4. ਉੱਪਰ ਦਿੱਤੀ ਵਾਰਤਾ ਦਾ ਪੰਜਾਬੀ ਵਿੱਚ ਉਲਥਾ ਕਰੋ।

AQA 2000

5. ਅਮਰਜੀਤ ਦਾ ਇੰਗਲੈਂਡ ਵਿੱਚ ਪੰਜਾਬੀ ਅਖ਼ਬਾਰਾਂ ਬਾਰੇ ਇੱਕ ਆਰਟੀਕਲ ਪੜ੍ਹੋ ਅਤੇ ਪ੍ਰਸ਼ਨਾਂ ਦੇ ਉੱਤਰ ਲਿਖੋ।

ਇੰਗਲੈਂਡ ਵਿੱਚ ਦੋ ਤਿੰਨ ਪੰਜਾਬੀ ਅਖ਼ਬਾਰਾਂ ਹੀ ਹਨ ਜਿਹਨਾਂ ਬਾਰੇ ਲੋਕਾਂ ਨੂੰ ਜ਼ਿਆਦਾ ਪਤਾ ਹੈ। ਇਹ ਅਖ਼ਬਾਰਾਂ ਹਨ—ਦੇਸ ਪ੍ਰਦੇਸ, ਪੰਜਾਬ ਟਾਈਮਜ਼ ਅਤੇ ਆਵਾਜ਼ੇ ਕੌਮ। ਇਹ ਅਖ਼ਬਾਰਾਂ ਹਫ਼ਤੇ ਵਿੱਚ ਇੱਕ ਵਾਰ ਨਿਕਲਦੀਆਂ ਹਨ। ਇਹ ਅਖ਼ਬਾਰਾਂ ਪੰਜਾਬੀ ਲੋਕਾਂ ਲਈ ਬਹੁਤ ਲਾਭਦਾਇਕ ਹਨ ਕਿਉਂਕਿ ਉਹ ਇੰਗਲੈਂਡ ਵਿੱਚ ਰਹਿੰਦੇ ਹੋਏ, ਇੰਡੀਆ ਦੀਆਂ ਖ਼ਬਰਾਂ ਨੂੰ ਵਿਸਥਾਰ ਨਾਲ ਪੜ੍ਹ ਸਕਦੇ ਹਨ। ਇਹਨਾਂ ਵਿੱਚ ਕਈ ਵਾਰੀ ਬੜੀਆਂ ਦਿਲਚਸਪ ਕਹਾਣੀਆਂ, ਨਾਵਲ, ਇਤਿਹਾਸਕ ਲੇਖ ਅਤੇ ਕਵਿਤਾਵਾਂ ਛਪਦੀਆਂ ਹਨ ਜਿਹਨਾਂ ਨੂੰ ਪੜ੍ਹ ਕੇ ਲੋਕਾਂ ਨੂੰ ਕਈ ਕਿਸਮ ਦੀ ਜਾਣਕਾਰੀ ਮਿਲਦੀ ਹੈ। ਇਹਨਾਂ ਵਿੱਚ ਕਈ ਕਿਸਮ ਦੇ ਇਸ਼ਤਿਹਾਰ ਵੀ ਛਪਦੇ ਹਨ ਜਿਵੇਂ ਨੌਕਰੀਆਂ, ਵਿਆਹਾਂ ਅਤੇ ਗੀਤ ਸੰਗੀਤ ਬਾਰੇ ਜਿਹਨਾਂ ਨੂੰ ਪੜ੍ਹ ਕੇ ਲੋਕੀਂ ਲਾਭ ਉਠਾ ਸਕਦੇ ਹਨ।

ਇਹ ਸਾਰੇ ਅਖ਼ਬਾਰ ਭਾਵੇਂ ਵੱਡਿਆਂ ਅਤੇ ਬਜ਼ੁਰਗਾਂ ਲਈ, ਜਿਹਨਾਂ ਨੇ ਇੰਡੀਆ ਵਿੱਚ ਪੰਜਾਬੀ ਪੜ੍ਹੀ ਹੈ, ਬਹੁਤ ਲਾਭਦਾਇਕ ਹਨ ਪਰ ਮੇਰੇ ਖ਼ਿਆਲ ਵਿੱਚ ਇੰਗਲੈਂਡ ਵਿੱਚ ਪੈਦਾ ਹੋਏ ਬੱਚਿਆਂ ਲਈ ਇਹ ਬਹੁਤੇ ਲਾਭਦਾਇਕ ਨਹੀਂ ਹਨ। ਇਸ ਦੇ ਕਈ ਕਾਰਨ ਹਨ। ਇੱਕ ਤਾਂ ਇਹਨਾਂ ਅਖ਼ਬਾਰਾਂ ਵਿੱਚ ਬੋਲੀ ਕੁਝ ਔਖੀ ਹੁੰਦੀ ਹੈ ਜੋ ਇੰਗਲੈਂਡ ਵਿੱਚ ਪੈਦਾ ਹੋਏ ਬੱਚਿਆਂ ਦੀ ਸਮਝ ਤੋਂ ਬਾਹਰ ਹੁੰਦੀ ਹੈ। ਦੂਜੇ, ਇਹਨਾਂ ਅਖ਼ਬਾਰਾਂ ਵਿੱਚ ਬੱਚਿਆਂ ਲਈ ਬਹੁਤੇ ਪ੍ਰੋਗਰਾਮ ਨਹੀਂ ਹੁੰਦੇ। ਇਹ ਅਖ਼ਬਾਰ ਹਫ਼ਤੇ ਵਿੱਚ ਸਿਰਫ਼ ਇੱਕ ਬਾਰ ਹੀ ਛਪਦੇ ਹਨ ਅਤੇ ਲੋਕਾਂ ਨੂੰ ਕਈ ਖ਼ਬਰਾਂ ਹਫ਼ਤੇ ਬਾਅਦ ਹੀ ਮਿਲਦੀਆਂ ਹਨ।

1. ਇੰਗਲੈਂਡ ਵਿੱਚ ਕਿਹੜੀਆਂ ਪੰਜਾਬੀ ਅਖ਼ਬਾਰਾਂ ਜ਼ਿਆਦਾ ਪ੍ਰਸਿੱਧ ਹਨ ?

2. ਅਮਰਜੀਤ ਦੇ ਖ਼ਿਆਲ ਵਿੱਚ ਇਹ ਅਖ਼ਬਾਰਾਂ ਲੋਕਾਂ ਲਈ ਕਿਉਂ ਲਾਭਦਾਇਕ ਹਨ ?

3. ਅਮਰਜੀਤ ਦੇ ਖ਼ਿਆਲ ਵਿੱਚ ਇਹ ਅਖ਼ਬਾਰਾਂ ਬੱਚਿਆਂ ਲਈ ਕਿਉਂ ਜ਼ਿਆਦਾ ਲਾਭਦਾਇਕ ਨਹੀਂ ਹਨ ?

4. ਤੁਸੀਂ ਇਹਨਾਂ ਅਖ਼ਬਾਰਾਂ ਨੂੰ ਲੋਕਾਂ ਵਿੱਚ ਹੋਰ ਜ਼ਿਆਦਾ ਲਾਭਦਾਇਕ ਬਣਾਉਣ ਲਈ ਕੀ ਸੁਝਾਅ ਦਿਓਗੇ ?

5. ਉੱਪਰ ਦਿੱਤੇ ਆਰਟੀਕਲ ਦਾ ਅੰਗਰੇਜ਼ੀ ਵਿੱਚ ਉਲਥਾ ਕਰੋ।

Transport and Communication

6. ਹਰਪ੍ਰੀਤ ਦਾ ਇੰਗਲੈਂਡ ਵਿੱਚ ਸਰਦੀਆਂ ਦੇ ਦਿਨਾਂ ਵਿੱਚ ਸਫ਼ਰ ਕਰਨ ਬਾਰੇ ਇੱਕ ਆਰਟੀਕਲ ਪੜ੍ਹੋ ਅਤੇ ਪ੍ਰਸ਼ਨਾਂ ਦਾ ਉੱਤਰ ਲਿਖੋ।

ਮੈਂ ਇੱਕ ਫ਼ੈਕਟਰੀ ਵਿੱਚ ਕੰਮ ਕਰਦੀ ਹਾਂ। ਕੰਮ 'ਤੇ 7.30 ਵਜੇ ਲੱਗਣ ਲਈ ਮੈਂ ਘਰ ਤੋਂ 7.00 ਵਜੇ ਚੱਲ ਪੈਂਦੀ ਹਾਂ। ਮੈਂ ਸਵੇਰੇ 6.30 ਵਜੇ ਸੁੱਤੀ ਉਠ ਕੇ, ਆਪਣਾ ਹੱਥ ਮੂੰਹ ਧੋ ਕੇ ਅਤੇ ਕੁਝ ਖਾ ਪੀ ਕੇ 7.05 'ਤੇ ਲਾਗੇ ਦੇ ਬੱਸ ਸਟੈਂਡ 'ਤੇ ਪਹੁੰਚ ਜਾਂਦੀ ਹਾਂ। ਕੱਲ੍ਹ ਜਦੋਂ ਮੈਂ ਸਵੇਰੇ ਉਠੀ ਅਤੇ ਬਾਹਰ ਨਜ਼ਰ ਮਾਰੀ ਤਾਂ ਬੜੀ ਹੈਰਾਨੀ ਹੋਈ। ਸਾਰੇ ਪਾਸੇ ਸਫ਼ੈਦੀ ਹੀ ਸਫ਼ੈਦੀ ਇਸ ਤਰ੍ਹਾਂ ਲੱਗਦੀ ਸੀ ਕਿ ਜਿਸ ਤਰ੍ਹਾਂ ਧਰਤੀ ਉੱਤੇ ਕਿਸੇ ਨੇ ਰੂੰ ਹੀ ਰੂੰ ਵਿਛਾਅ ਦਿੱਤੀ ਹੋਵੇ।

ਹਰ ਰੋਜ਼ ਦੀ ਤਰ੍ਹਾਂ ਕੰਮ 'ਤੇ ਜਾਣ ਲਈ ਤਿਆਰ ਹੋਈ। ਦਿਲ ਤਾਂ ਬਾਹਰ ਨਿਕਲਣ ਨੂੰ ਨਹੀਂ ਕਰਦਾ ਸੀ, ਪਰ ਮਜਬੂਰੀ ਸੀ। ਬਾਹਰ ਪੈਰ ਧਰ ਕੇ ਦੇਖਿਆ ਤਾਂ ਅੱਖਾਂ ਚੁੰਧਿਆ ਗਈਆਂ। ਹੌਲੀ ਹੌਲੀ ਬੱਸ ਅੱਡੇ ਨੂੰ ਪੈਰ ਪੁੱਟਣੇ ਸ਼ੁਰੂ ਕੀਤੇ। ਕਾਰਾਂ ਅਤੇ ਬੱਸਾਂ ਜੂੰ ਦੀ ਚਾਲੇ ਚੱਲ ਰਹੀਆਂ ਸਨ। ਭਾਵੇਂ ਵੱਡੀਆਂ ਸੜਕਾਂ ਕੁਝ ਸਾਫ਼ ਹੋ ਗਈਆਂ ਸਨ, ਪਰ ਫਿਰ ਵੀ ਕਾਫ਼ੀ ਬਰਫ਼ ਸੜਕਾਂ ਵਿੱਚ ਹਾਲੇ ਪਈ ਸੀ। ਜ਼ਿਆਦਾ ਲੋਕਾਂ ਨੇ ਬਰਫ਼ ਉੱਤੇ ਚੱਲਣ ਵਾਲੀਆਂ ਜੁੱਤੀਆਂ ਪਾਈਆਂ ਹੋਈਆਂ ਸਨ ਅਤੇ ਬਗ਼ੈਰ ਡਿੱਗਣ ਦੇ ਡਰ ਤੋਂ ਤੁਰ ਰਹੇ ਸਨ। ਪਰ ਮੈਂ ਆਮ ਪਹਿਨਣ ਵਾਲੀ ਜੁੱਤੀ ਹੀ ਪਾਈ ਹੋਈ ਸੀ। ਇਸੇ ਕਰਕੇ ਮੈਂ ਦੋ ਵਾਰ ਤਿਲ੍ਹਕਦੀ ਤਿਲ੍ਹਕਦੀ ਮਸਾਂ ਬਚੀ।

ਥੋੜ੍ਹੀ ਵਾਟ ਤੁਰਨ ਤੋਂ ਇਸ ਤਰ੍ਹਾਂ ਮਲੂਮ ਹੁੰਦਾ ਸੀ ਕਿ ਜਿਸ ਤਰ੍ਹਾਂ ਕਿਸੇ ਨੇ ਜੁੱਤੀ ਵਿੱਚ ਬਰਫ਼ ਰੱਖ ਦਿੱਤੀ ਹੋਵੇ ਜਾਂ ਪੈਰ ਚੀਜ਼ਾਂ ਠੰਡੀਆਂ ਕਰਨ ਵਾਲੀ ਮਸ਼ੀਨ ਵਿੱਚ ਰੱਖ ਦਿੱਤੇ ਹੋਣ। ਸੋ, ਇਸ ਤਰ੍ਹਾਂ ਪੰਜ ਮਿੰਟਾਂ ਦਾ ਸਫ਼ਰ ਪੰਦਰਾਂ ਮਿੰਟਾਂ ਵਿੱਚ ਮੁਕਾਅ ਕੇ, ਬੱਸ ਅੱਡੇ 'ਤੇ ਪਹੁੰਚੀ। ਬੱਸ ਅੱਡੇ 'ਤੇ ਜਾ ਕੇ ਵੇਖਿਆ ਕਿ ਕਾਫ਼ੀ ਲੰਮੀ ਕਤਾਰ ਲੱਗੀ ਹੋਈ ਸੀ। ਕੁਝ ਸਮਾਂ ਉਡੀਕ ਕਰਨ ਬਾਅਦ ਬੱਸ ਆਈ ਅਤੇ ਸਾਰੇ ਮੁਸਾਫ਼ਰਾਂ ਨੂੰ ਚਾੜ੍ਹ ਕੇ ਜ਼ਖ਼ਮੀ ਘੋੜੇ ਵਾਂਙੂ ਤੁਰਨ ਲੱਗੀ। ਹਾਲੇ ਬੱਸ ਥੋੜ੍ਹੀ ਹੀ ਦੂਰ ਗਈ ਸੀ ਕਿ ਜ਼ੋਰ ਨਾਲ ਇੱਕ ਝਟਕਾ ਵੱਜਿਆ। ਸਾਰੀਆਂ ਸਵਾਰੀਆਂ ਡਰ ਗਈਆਂ। ਜਿਹੜੀਆਂ ਸਵਾਰੀਆਂ ਅਣਭੋਲ ਬੈਠੀਆਂ ਸਨ, ਉਨ੍ਹਾਂ ਨੇ ਤੇ ਆਪਣੇ ਮੱਥਿਆਂ ਵਿੱਚ ਸੱਟਾਂ ਵੀ ਲਗਵਾ ਲਈਆਂ ਸਨ।

ਜਦੋਂ ਅਸੀਂ ਬਾਹਰ ਦੇਖਿਆ ਤਾਂ ਪਤਾ ਲੱਗਿਆ ਕਿ ਇੱਕ ਦੁਰਘਟਨਾ ਵਾਪਰੀ ਹੋਈ ਸੀ। ਪੁਲੀਸ ਦੀਆਂ ਕਈ ਕਾਰਾਂ ਵੀ ਖੜ੍ਹੀਆਂ ਸਨ। ਸਾਡੀ ਬੱਸ ਦੇ ਡਰਾਈਵਰ ਨੇ ਦੱਸਿਆ ਕਿ ਤਿੰਨ ਚਾਰ ਕਾਰਾਂ ਬਰਫ਼ ਉੱਤੇ ਤਿਲ੍ਹਕਣ ਨਾਲ ਆਪਸ ਵਿੱਚ ਟਕਰਾ ਗਈਆਂ ਸਨ। ਪਰੰਤੂ ਕੋਈ ਜਾਨੀ ਨੁਕਸਾਨ ਨਹੀਂ ਸੀ ਹੋਇਆ। ਇਸ ਤਰ੍ਹਾਂ ਆਪਣਾ ਸਫ਼ਰ ਮੁਕਾਉਂਦੀ ਬੱਸ ਉਸ ਥਾਂ 'ਤੇ ਪਹੁੰਚ ਗਈ, ਜਿੱਥੇ ਕਿ ਮੈਂ ਉਤਰਨਾ ਸੀ। ਬੱਸ ਤੋਂ ਉਤਰ ਕੇ ਮੈਂ ਫ਼ੈਕਟਰੀ ਵੱਲ ਨੂੰ ਚੱਲ ਪਈ। ਇਹ ਇੱਕ ਨਾ ਭੁੱਲਣ ਵਾਲਾ (ਅਭੁੱਲ) ਬਰਫ਼ੀਲਾ ਦਿਨ ਸੀ।

1. ਕੱਲ੍ਹ ਕਿਸ ਤਰ੍ਹਾਂ ਦਾ ਦਿਨ ਸੀ ?

2. ਕਾਰਾਂ ਅਤੇ ਬੱਸਾਂ ਕਿਉਂ ਹੌਲੀ ਚੱਲ ਰਹੀਆਂ ਸਨ ?

3. ਬੱਸ ਵਿੱਚ ਬੈਠੀਆਂ ਸਵਾਰੀਆਂ ਦੇ ਸੱਟਾਂ ਕਿਉਂ ਲੱਗੀਆਂ ?

4. ਉਸ ਹਾਦਸੇ ਬਾਰੇ ਲਿਖੋ, ਜਿਸ ਬਾਰੇ ਇਸ ਵਾਰਤਾ ਵਿੱਚ ਦੱਸਿਆ ਗਿਆ ਹੈ ?

5. ਹੇਠ ਲਿਖੇ ਸ਼ਬਦਾਂ ਅਤੇ ਵਾਕੰਸ਼ਾਂ ਨੂੰ ਸੌਖੀ ਪੰਜਾਬੀ ਵਿੱਚ ਲਿਖੋ :

   (ੳ) ਧਰਤੀ 'ਤੇ ਰੂੰ ਵਿਛਾਅ ਦਿੱਤਾ

   (ਅ) ਅੱਖਾਂ ਚੁੰਧਿਆ ਗਈਆਂ

   (ੲ) ਪੈਰ ਪੁੱਟਣੇ ਸ਼ੁਰੂ ਕੀਤੇ

   (ਸ) ਦੁਰਘਟਨਾ

   (ਹ) ਅਭੁੱਲ

6. ਉੱਪਰ ਦਿੱਤੀ ਵਾਰਤਾ ਦਾ ਅੰਗਰੇਜ਼ੀ ਵਿੱਚ ਉਲਥਾ ਕਰੋ।

7. ਪੁਰਾਣੇ ਸਮਿਆਂ ਵਿੱਚ ਭਾਰਤ ਵਿੱਚ ਸਫ਼ਰ ਕਰਨ ਲਈ ਹਾਥੀ ਦੀ ਵਰਤੋਂ ਬਾਰੇ ਇੱਕ ਵਾਰਤਾ ਪੜ੍ਹੋ ਅਤੇ ਪ੍ਰਸ਼ਨਾਂ ਦੇ ਉੱਤਰ ਲਿਖੋ।

ਹਾਥੀ ਨੂੰ ਕਿਸ ਨੇ ਨਹੀਂ ਦੇਖਿਆ ? ਇਹ ਇੱਕ ਬਹੁਤ ਵੱਡਾ ਅਤੇ ਸ਼ਕਤੀਸ਼ਾਲੀ ਜਾਨਵਰ ਹੈ। ਇਸ ਦੀਆਂ ਚਾਰੇ ਲੱਤਾਂ ਇਸ ਤਰ੍ਹਾਂ ਲੱਗਦੀਆਂ ਹਨ, ਜਿਵੇਂ ਬ੍ਰਿਛਾਂ ਦੇ ਤਣੇ ਹੋਣ। ਇਸ ਦੀ ਸੁੰਡ ਉਪਰੋਂ ਮੋਟੀ ਤੇ ਹੇਠੋਂ ਪਤਲੀ ਹੁੰਦੀ ਹੈ। ਇਹ ਦੇਖ ਕੇ ਬੜਾ ਅਸਚਰਜ ਹੁੰਦਾ ਹੈ ਕਿ ਉਸ ਦੀਆਂ ਅੱਖਾਂ ਉਸ ਦੇ ਕੱਦ ਦੇ ਮੁਤਾਬਿਕ ਬਹੁਤ ਛੋਟੀਆਂ ਹੁੰਦੀਆਂ ਹਨ। ਹਾਥੀ ਦੇ ਦੋ ਵੱਡੇ ਵੱਡੇ ਦੰਦ ਬਾਹਰ ਨਿਕਲੇ ਹੋਏ ਹੁੰਦੇ ਹਨ, ਪਰ ਉਸ ਦੇ ਖਾਣ ਦੇ ਦੰਦ ਇਹਨਾਂ ਤੋਂ ਵੱਖਰੇ, ਮੂੰਹ ਦੇ ਅੰਦਰ ਹੁੰਦੇ ਹਨ। ਹਾਥੀ ਬਾਰੇ ਇੱਕ ਕਹਾਵਤ ਆਮ ਪ੍ਰਸਿੱਧ ਹੈ—'ਹਾਥੀ ਦੇ ਦੰਦ ਖਾਣ ਦੇ ਹੋਰ ਅਤੇ ਵਿਖਾਉਣ ਦੇ ਹੋਰ'।

ਹਾਥੀ ਐਨਾ ਸ਼ਕਤੀਸ਼ਾਲੀ ਹੋਣ ਦੇ ਬਾਵਜੂਦ ਆਦਮੀ ਦੇ ਕਹੇ ਅਨੁਸਾਰ ਚੱਲਦਾ ਹੈ। ਪੁਰਾਣੇ ਸਮਿਆਂ ਵਿੱਚ ਜਦੋਂ ਰੇਲਾਂ-ਮੋਟਰਾਂ ਅਤੇ ਹਵਾਈ ਜਹਾਜ਼ ਆਦਿ ਨਹੀਂ ਹੁੰਦੇ ਸਨ, ਹਾਥੀ ਤੋਂ ਕਈ ਕੰਮ ਲਏ ਜਾਂਦੇ ਸਨ। ਹਾਥੀ ਭਾਰੀਆਂ ਚੀਜ਼ਾਂ ਇੱਕ ਥਾਂ ਤੋਂ ਦੂਜੀ ਥਾਂ ਲੈ ਜਾਣ ਲਈ ਬੜਾ ਲਾਭਦਾਇਕ ਹੈ। ਉਹ ਕਾਫ਼ੀ ਭਾਰ ਚੁੱਕ ਸਕਦਾ ਹੈ ਅਤੇ ਕਈ ਕਈ ਦਿਨ ਬਗ਼ੈਰ ਕੁਝ ਖਾਧੇ ਪੀਤੇ ਰਹਿ ਸਕਦਾ ਹੈ। ਲੜਾਈਆਂ ਵਿੱਚ ਹਾਥੀ ਆਮ ਵਰਤੇ ਜਾਂਦੇ ਸਨ। ਰਾਜੇ-ਮਹਾਰਾਜੇ ਅਤੇ ਅਮੀਰ ਲੋਕੀਂ ਹਾਥੀ 'ਤੇ ਹੀ ਸਫ਼ਰ ਕਰਿਆ ਕਰਦੇ ਸਨ, ਪਰ ਅੱਜ-ਕੱਲ੍ਹ ਸਾਇੰਸ ਦੀ ਤਰੱਕੀ ਨੇ ਹਾਥੀ ਦੀ ਮਹੱਤਤਾ ਨੂੰ ਘਟਾ ਦਿੱਤਾ ਹੈ। ਆਵਾਜਾਈ ਲਈ ਕਾਰਾਂ, ਬੱਸਾਂ, ਗੱਡੀਆਂ ਅਤੇ ਹਵਾਈ ਜਹਾਜ਼ ਬਣ ਗਏ ਹਨ ਅਤੇ ਲੜਾਈਆਂ ਲਈ ਟੈਂਕ, ਤੋਪਾਂ, ਮਿਜ਼ਾਇਲ ਆਦਿ ਵਰਤੇ ਜਾਂਦੇ ਹਨ।

---

1. ਹਾਥੀ ਬਾਰੇ ਕੋਈ ਚਾਰ ਗੱਲਾਂ ਆਪਣੇ ਸ਼ਬਦਾਂ ਵਿੱਚ ਲਿਖੋ ?

2. ਹਾਥੀ ਦੀ ਕਿਸ ਗੱਲ ਕਰਕੇ ਸਾਨੂੰ ਅਸਚਰਜ ਹੁੰਦਾ ਹੈ ?

3. ਹਾਥੀ ਬਾਰੇ ਕਹਾਵਤ 'ਹਾਥੀ ਦੇ ਦੰਦ ਖਾਣ ਦੇ ਹੋਰ ਅਤੇ ਵਿਖਾਉਣ ਦੇ ਹੋਰ' ਕਿਉਂ ਮਸ਼ਹੂਰ ਹੈ ?

4. ਪੁਰਾਣੇ ਸਮਿਆਂ ਵਿੱਚ ਹਾਥੀ ਲੋਕਾਂ ਲਈ ਕਿਉਂ ਜ਼ਿਆਦਾ ਲਾਭਦਾਇਕ ਸਨ ?

5. ਹੇਠ ਲਿਖੇ ਸ਼ਬਦਾਂ ਅਤੇ ਵਾਕੰਸ਼ਾਂ ਨੂੰ ਸੌਖੀ ਪੰਜਾਬੀ ਵਿੱਚ ਲਿਖੋ :

    (ੳ) ਸ਼ਕਤੀਸ਼ਾਲੀ

    (ਅ) ਅਸਚਰਜ ਹੁੰਦਾ ਹੈ

    (ੲ) ਲਾਭਦਾਇਕ

    (ਸ) ਮਹੱਤਤਾ ਨੂੰ ਘਟਾ ਦਿੰਦਾ ਹੈ

    (ਹ) ਆਵਾਜਾਈ

6. ਉੱਪਰ ਦਿੱਤੀ ਵਾਰਤਾ ਦਾ ਅੰਗਰੇਜ਼ੀ ਵਿੱਚ ਉਲਥਾ ਕਰੋ।

8. ਕਰਨਜੀਤ ਦੇ ਨੋਟ ਦਾ ਉੱਤਰ ਪੜ੍ਹੋ, ਜੋ ਉਸ ਨੂੰ ਉਸ ਦੇ ਮਿੱਤਰ ਮਲਕੀਅਤ ਨੇ ਲਿਖਿਆ ਹੈ ਅਤੇ ਹੇਠ ਲਿਖੇ ਪ੍ਰਸ਼ਨਾਂ ਦੇ ਉੱਤਰ ਪੰਜਾਬੀ ਵਿੱਚ ਲਿਖੋ।

> ਪਿਆਰੇ ਕਰਨਜੀਤ,
>
> ਤੁਹਾਡੇ ਨੋਟ ਲਈ ਧੰਨਵਾਦ। ਤੁਸੀਂ ਕਾਵੈਂਟਰੀ ਤੋਂ ਲੰਡਨ ਰੇਲ ਗੱਡੀ ਜਾਂ ਕੋਚ ਵਿੱਚ ਜਾ ਸਕਦੇ ਹੋ। ਕਾਵੈਂਟਰੀ ਤੋਂ ਲੰਡਨ ਨੂੰ ਅੱਧੇ ਅੱਧੇ ਘੰਟੇ ਬਾਅਦ ਗੱਡੀ ਜਾਂਦੀ ਹੈ, ਜੋ ਲੰਡਨ ਦੇ ਜੂਸਟਨ ਸਟੇਸ਼ਨ ਤੱਕ ਜਾਂਦੀ ਹੈ। ਪਰ ਗੱਡੀ ਦਾ ਕਿਰਾਇਆ ਕਾਫ਼ੀ ਜ਼ਿਆਦਾ ਹੈ। ਕਾਵੈਂਟਰੀ ਤੋਂ ਲੰਡਨ ਨੂੰ ਕਈ ਕੋਚਾਂ ਵੀ ਜਾਂਦੀਆਂ ਹਨ। ਫ਼ਲਾਈਟ ਲਿੰਕ ਅਤੇ ਨੈਸ਼ਨਲ ਕੋਚਾਂ ਹੀਥਰੋ ਏਅਰਪੋਰਟ ਤੱਕ ਜਾਂਦੀਆਂ ਹਨ। ਇਹ ਕੋਚਾਂ ਘੰਟੇ ਘੰਟੇ ਬਾਅਦ ਜਾਂਦੀਆਂ ਹਨ।
>
> ਕਾਵੈਂਟਰੀ ਤੋਂ ਸਾਊਥਾਲ ਤੱਕ ਇੱਕ ਪੰਜਾਬੀ ਕੋਚ ਵੀ ਜਾਂਦੀ ਹੈ। ਇਸ ਕੋਚ ਦਾ ਨਾਂ ਭਾਰਤ ਕੋਚ ਹੈ। ਇਸ ਕੋਚ ਦਾ ਕਿਰਾਇਆ ਸਭ ਤੋਂ ਘੱਟ ਹੈ। ਇੱਕ ਪਾਸੇ ਦਾ ਕਿਰਾਇਆ ਸਿਰਫ਼ ਸੱਤ ਪੌਂਡ ਹੈ। ਜੇ ਤੁਸੀਂ ਸਾਊਥਾਲ ਦੇ ਕਿਸੇ ਲਾਗੇ ਦੇ ਟਾਊਨ ਜਾਣਾ ਹੈ ਤਾਂ ਇਹ ਕੋਚ ਤੁਹਾਨੂੰ ਠੀਕ ਰਹੇਗੀ। ਇਸ ਵਿੱਚ ਇੰਡੀਅਨ ਫ਼ਿਲਮਾਂ ਦਿਖਾਈਆਂ ਜਾਂਦੀਆਂ ਹਨ ਅਤੇ ਪੰਜਾਬੀ ਗਾਣੇ ਵੀ ਲੱਗਦੇ ਹਨ। ਇਹ ਕੋਚ ਦਿਨ ਵਿੱਚ ਦੋ ਵਾਰ ਜਾਂਦੀ ਹੈ। ਸਵੇਰ ਵਾਲੀ ਕੋਚ ਦਸ ਵਜੇ ਅਤੇ ਸ਼ਾਮ ਵਾਲੀ ਕੋਚ ਚਾਰ ਵਜੇ ਕਾਵੈਂਟਰੀ ਤੋਂ ਜਾਂਦੀ ਹੈ। ਇਸ ਕਰਕੇ ਮੇਰੇ ਖ਼ਿਆਲ ਵਿੱਚ ਤੁਹਾਨੂੰ ਭਾਰਤ ਕੋਚ ਠੀਕ ਰਹੇਗੀ। ਇਹ ਕੋਚ ਰਸਤੇ ਵਿੱਚ ਸਲੋਹ ਖੜ੍ਹਦੀ ਹੈ ਅਤੇ ਇਸ ਵਿੱਚ ਟੌਇਲਟ ਦੀ ਵੀ ਸਹੂਲਤ ਹੈ।
>
> ਤੁਹਾਡਾ ਮਿੱਤਰ
>
> ਮਲਕੀਤ

advantage

1. ਕਾਵੈਂਟਰੀ ਤੋਂ ਲੰਡਨ ਕੋਚ ਵਿੱਚ ਜਾਂ ਗੱਡੀ ਵਿੱਚ ਜਾਣ ਵਿੱਚ ਕੀ ਫ਼ਾਇਦਾ ਹੈ ?
2. ਮਲਕੀਤ ਕਰਨਜੀਤ ਨੂੰ ਕਾਵੈਂਟਰੀ ਤੋਂ ਸਾਊਥਹਾਲ ਨੂੰ ਕੋਚ ਵਿੱਚ ਜਾਣ ਲਈ ਕਿਉਂ ਸਲਾਹ ਦਿੰਦਾ ਹੈ ? ਪੰਜ ਗੱਲਾਂ ਲਿਖੋ।
3. ਉੱਪਰ ਦਿੱਤੇ ਨੋਟ ਦਾ ਅੰਗਰੇਜ਼ੀ ਵਿੱਚ ਉਲਥਾ ਕਰੋ।

9. ਹੇਠ ਦਿੱਤੀ ਵਾਰਤਾ ਨੂੰ ਪੜ੍ਹ ਕੇ ਪ੍ਰਸ਼ਨਾਂ ਦੇ ਉੱਤਰ ਲਿਖੋ।

ਮੈਂ ਅਤੇ ਰਾਜਿੰਦਰ ਹਰ ਰੋਜ਼ ਸੈਰ ਨੂੰ ਜਾਇਆ ਕਰਦੇ ਸੀ। ਇੱਕ ਦਿਨ ਅਸੀਂ ਸੈਰ ਨੂੰ ਜਾ ਰਹੇ ਸੀ। ਜਦੋਂ ਅਸੀਂ ਪਾਰਕ ਦੇ ਲਾਗੇ ਪਹੁੰਚੇ ਤਾਂ ਸਾਨੂੰ ਹਰਬੰਸ ਅਤੇ ਦਵਿੰਦਰ ਮਿਲੇ। ਸਾਡੇ ਕਹਿਣ 'ਤੇ ਉਹ ਵੀ ਸਾਡੇ ਨਾਲ ਸੈਰ ਕਰਨ ਲਈ ਚੱਲ ਪਏ। ਅਜੇ ਅਸੀਂ ਥੋੜ੍ਹੀ ਦੂਰ ਹੀ ਗਏ ਸੀ ਕਿ ਅਸੀਂ ਸਾਹਮਣਿਉਂ ਇੱਕ ਟਰੱਕ ਆਉਂਦਾ ਦੇਖਿਆ। ਟਰੱਕ ਬਹੁਤ ਤੇਜ਼ ਰਫ਼ਤਾਰ ਨਾਲ ਆ ਰਿਹਾ ਸੀ। ਇਸ ਤਰ੍ਹਾਂ ਲੱਗਦਾ ਸੀ, ਜਿਸ ਤਰ੍ਹਾਂ ਕਿ ਟਰੱਕ ਦੇ ਡਰਾਈਵਰ ਨੇ ਸ਼ਰਾਬ ਪੀਤੀ ਹੋਵੇ। ਥੋੜ੍ਹੀ ਦੇਰ ਵਿੱਚ ਹੀ ਟਰੱਕ ਦੀ ਟੱਕਰ ਇੱਕ ਦੂਜੇ ਪਾਸੇ ਤੋਂ ਆਉਂਦੀ ਹੋਈ ਬੱਸ ਨਾਲ ਹੋ ਗਈ। ਬੱਸ ਇੱਕ ਖਾਈ ਵਿੱਚ ਡਿੱਗ ਪਈ। ਬਹੁਤ ਸਾਰੇ ਯਾਤਰੀਆਂ ਦੇ ਸਖ਼ਤ ਸੱਟਾਂ ਲੱਗੀਆਂ। ਰਾਜਿੰਦਰ ਨੇ ਦੌੜ ਕੇ ਐਂਬੂਲੈਂਸ ਲਈ ਟੈਲੀਫ਼ੂਨ ਕੀਤਾ। ਬਾਕੀ ਤਿੰਨਾਂ ਨੇ ਬੱਸ ਵਿੱਚੋਂ ਯਾਤਰੀਆਂ ਨੂੰ ਬਾਹਰ ਆਉਣ ਵਾਸਤੇ ਸਹਾਇਤਾ ਕੀਤੀ। ਕਈ ਇਸਤਰੀਆਂ ਅਤੇ ਬੱਚੇ ਚਿੱਲਾ ਰਹੇ ਸਨ। ਉਨ੍ਹਾਂ ਦੇ ਜ਼ਖ਼ਮਾਂ 'ਚੋਂ ਲਹੂ ਵਗ ਰਿਹਾ ਸੀ। ਛੇਤੀ ਹੀ ਐਂਬੂਲੈਂਸ ਪਹੁੰਚ ਗਈ ਅਤੇ ਫੱਟੜ ਯਾਤਰੀਆਂ ਨੂੰ ਹਸਪਤਾਲ ਪਹੁੰਚਾਇਆ ਗਿਆ। ਖ਼ੁਸ਼ੀ ਦੀ ਗੱਲ ਇਹ ਹੈ ਕਿ ਐਨਾ ਭਿਆਨਕ ਹਾਦਸਾ ਹੁੰਦਿਆਂ ਹੋਇਆਂ ਵੀ ਕੋਈ ਜਾਨੀ ਨੁਕਸਾਨ ਨਹੀਂ ਹੋਇਆ।

1. ਐਕਸੀਡੈਂਟ ਕਿਉਂ ਹੋਇਆ ?
2. ਇਸ ਐਕਸੀਡੈਂਟ ਦਾ ਯਾਤਰੀਆਂ 'ਤੇ ਕੀ ਅਸਰ ਪਿਆ ?
3. ਯਾਤਰੀਆਂ ਦੀ ਕਿਸ ਤਰ੍ਹਾਂ ਸਹਾਇਤਾ ਕੀਤੀ ਗਈ ?
4. ਇਸ ਐਕਸੀਡੈਂਟ ਬਾਰੇ ਖ਼ੁਸ਼ੀ ਦੀ ਕੀ ਗੱਲ ਸੀ ?
5. ਉਪਰੋਕਤ ਵਾਰਤਾ ਵਿੱਚੋਂ ਹੇਠ ਲਿਖਿਆਂ ਸ਼ਬਦਾਂ ਜਾਂ ਵਾਕੰਸ਼ਾਂ ਦੇ ਸਮਾਨ-ਅਰਥ ਸ਼ਬਦ ਜਾਂ ਵਾਕੰਸ਼ ਲਿਖੋ।

   i) ਸਪੀਡ　　iii) ਸਫ਼ਰ ਕਰਨ ਵਾਲੇ　　v) ਖ਼ੂਨ ਚਲਣਾ

   ii) ਟੋਆ　　iv) ਰੋ ਰਹੇ ਸਨ　　vi) ਖ਼ਤਰਨਾਕ

6. ਉੱਪਰ ਦਿੱਤੀ ਵਾਰਤਾ ਦਾ ਅੰਗਰੇਜ਼ੀ ਵਿੱਚ ਉਲਥਾ ਕਰੋ।

10. ਹੇਠ ਲਿਖੀ ਵਾਰਤਾ ਨੂੰ ਪੜ੍ਹ ਕੇ ਪ੍ਰਸ਼ਨਾਂ ਦੇ ਉੱਤਰ ਲਿਖੋ।

ਪਿਛਲੇ ਸੋਮਵਾਰ ਇੱਕ ਬੜਾ ਦਰਦਨਾਕ ਹਾਦਸਾ ਹੋਇਆ। ਹਾਈ ਸਟਰੀਟ ਕਾਵੈਂਟਰੀ ਦੇ ਰਹਿਣ ਵਾਲੇ ਇੱਕ 25 ਸਾਲਾ ਵਿਦਿਆਰਥੀ ਬਲਬੀਰ ਸਿੰਘ ਦੀ ਮੌਤ ਹੋ ਗਈ। ਹਾਦਸੇ ਦੇ ਸੰਬੰਧ ਵਿੱਚ ਦੱਸਿਆ ਗਿਆ ਕਿ ਜਦੋਂ ਬਲਬੀਰ ਆਪਣੇ ਪਾਰਟ-ਟਾਈਮ ਕੰਮ 'ਤੇ ਜਾ ਰਿਹਾ ਸੀ ਤਾਂ ਉਸ ਦਾ ਮੋਟਰ ਸਾਈਕਲ ਅਚਾਨਕ ਇੱਕ ਕਾਰ ਨਾਲ ਟਕਰਾ ਗਿਆ। ਉਹ ਮੋਟਰ ਸਾਈਕਲ ਤੋਂ ਡਿੱਗ ਪਿਆ ਅਤੇ ਇੱਕ ਬਿਜਲੀ ਦੇ ਖੰਭੇ ਵਿੱਚ ਜਾ ਵੱਜਾ। ਜਲਦੀ ਹੀ ਪੁਲੀਸ ਆ ਗਈ ਅਤੇ ਬਲਬੀਰ ਨੂੰ ਮਿੰਟਾਂ ਵਿੱਚ ਹੀ ਹਸਪਤਾਲ ਪਹੁੰਚਾਇਆ ਗਿਆ। ਬੜੇ ਅਫ਼ਸੋਸ ਨਾਲ ਕਹਿਣਾ ਪੈਂਦਾ ਹੈ ਕਿ ਉਸ ਦੀ ਮੌਤ ਰਸਤੇ ਵਿੱਚ ਹਸਪਤਾਲ ਪਹੁੰਚਣ ਤੋਂ ਪਹਿਲਾਂ ਹੀ ਹੋ ਚੁੱਕੀ ਸੀ। ਬਲਬੀਰ ਦੀ ਮਕਾਨ ਮਾਲਕਿਨ ਨੇ ਦੱਸਿਆ ਕਿ ਉਹ ਦੋ ਸਾਲਾਂ ਤੋਂ ਉਸ ਦੇ ਘਰ ਵਿੱਚ ਰਹਿ ਰਿਹਾ ਸੀ ਅਤੇ ਨੇਕ ਸੁਭਾਅ ਦਾ ਅਤੇ ਮਿਲਨਸਾਰ ਲੜਕਾ ਸੀ। ਉਸ ਨੇ ਇਹ ਵੀ ਦੱਸਿਆ ਕਿ ਬਲਬੀਰ ਬੜੇ ਧਿਆਨ ਨਾਲ ਡਰਾਈਵਿੰਗ ਕਰਦਾ ਸੀ। ਉਸ ਨੂੰ ਨਸ਼ਾ ਆਦਿ ਪੀਣ ਦੀ ਕੋਈ ਆਦਤ ਨਹੀਂ ਸੀ। ਬਲਬੀਰ ਦੀ ਮੌਤ ਦਾ ਉਸ ਨੂੰ ਬਹੁਤ ਅਫ਼ਸੋਸ ਹੋਇਆ ਸੀ।

1. ਬਲਬੀਰ ਦੀ ਮੌਤ ਕਿਸ ਤਰ੍ਹਾਂ ਹੋਈ ?

2. ਉਸ ਨੂੰ ਬਚਾਉਣ ਲਈ ਕੀ ਯਤਨ ਕੀਤੇ ਗਏ ?

3. ਬਲਬੀਰ ਦੀ ਮਕਾਨ ਮਾਲਕਿਨ ਦੇ ਉਸ ਬਾਰੇ ਕੀ ਵਿਚਾਰ ਹਨ ?

4. ਉਪਰੋਕਤ ਵਾਰਤਾ ਵਿੱਚੋਂ ਹੇਠ ਲਿਖਿਆਂ ਸ਼ਬਦਾਂ ਦੇ ਸਮਾਨ-ਅਰਥ ਸ਼ਬਦ ਜਾਂ ਵਾਕੰਸ਼ ਲਿਖੋ।

    i) ਐਕਸੀਡੈਂਟ   iii) ਬਹੁਤ ਛੇਤੀ   v) ਦੁੱਖ ਭਰਿਆ

    ii) ਵੱਜਾ   iv) ਚੰਗੀ ਆਦਤ   vi) ਚੰਗੇ ਸਲੂਕ ਵਾਲਾ

5. ਉੱਪਰ ਦਿੱਤੀ ਵਾਰਤਾ ਦਾ ਅੰਗਰੇਜ਼ੀ ਵਿੱਚ ਉਲਥਾ ਕਰੋ।

Food, drink, health and fitness

11. ਹੇਠ ਦਿੱਤੀ ਵਾਰਤਾ ਨੂੰ ਪੜ੍ਹ ਕੇ ਥੱਲੇ ਦਿੱਤੇ ਪ੍ਰਸ਼ਨਾਂ ਦੇ ਉੱਤਰ ਲਿਖੋ।

> ਮਨਦੀਪ ਆਪਣੇ ਇਮਤਿਹਾਨ ਵਿੱਚ ਪਾਸ ਹੋਣ ਦੀ ਖ਼ੁਸ਼ੀ ਵਿੱਚ ਆਪਣੇ ਕੁਝ ਦੋਸਤਾਂ ਨੂੰ ਖਾਣੇ 'ਤੇ ਲੈ ਜਾ ਰਿਹਾ ਹੈ। ਉਹ ਅੱਜ ਸ਼ਾਮ ਨੂੰ ਰਾਜਾ ਰੈਸਟੋਰੈਂਟ ਜਾਣਗੇ। ਮਨਦੀਪ ਦਾ ਇੱਕ ਦੋਸਤ ਅਸ਼ੀਸ਼ ਉਹਨਾਂ ਨੂੰ ਦੁਆਬਾ ਰੈਸਟੋਰੈਂਟ ਜਾਣ ਦੀ ਸਲਾਹ ਦਿੰਦਾ ਹੈ। ਉਹ ਕਹਿੰਦਾ ਹੈ ਕਿ ਦੁਆਬਾ ਰੈਸਟੋਰੈਂਟ ਬਾਕੀ ਰੈਸਟੋਰੈਂਟਾਂ ਦੇ ਮੁਕਾਬਲੇ ਵਿੱਚ ਬਹੁਤ ਸਸਤਾ ਹੈ। ਪਰ ਮਨਦੀਪ ਦੁਆਬਾ ਰੈਸਟੋਰੈਂਟ ਜਾਣ ਨੂੰ ਨਹੀਂ ਮੰਨਦਾ। ਉਹ ਕਹਿੰਦਾ ਹੈ ਕਿ ਭਾਵੇਂ ਦੁਆਬਾ ਰੈਸਟੋਰੈਂਟ ਸਸਤਾ ਹੈ, ਪਰ ਇਸ ਦਾ ਖਾਣਾ ਬਿਲਕੁਲ ਸੁਆਦ ਨਹੀਂ ਹੁੰਦਾ। ਦਾਲਾਂ ਅਤੇ ਸਬਜ਼ੀਆਂ ਵਿੱਚ ਬਹੁਤ ਮਿਰਚਾਂ ਹੁੰਦੀਆਂ ਹਨ ਅਤੇ ਚੰਗੀ ਤਰ੍ਹਾਂ ਪਕਾਈਆਂ ਵੀ ਨਹੀਂ ਹੁੰਦੀਆਂ। ਇਸ ਰੈਸਟੋਰੈਂਟ ਦੀ ਸਰਵਿਸ ਵੀ ਬਹੁਤ ਢਿੱਲੀ ਹੈ ਅਤੇ ਤੁਹਾਨੂੰ ਖਾਣੇ ਲਈ ਕਾਫ਼ੀ ਦੇਰ ਉਡੀਕਣਾ ਪੈਂਦਾ ਹੈ।

1. ਮਨਦੀਪ ਅਤੇ ਅਸ਼ੀਸ਼ ਦੇ ਦੁਆਬਾ ਰੈਸਟੋਰੈਂਟ ਬਾਰੇ ਵਿਚਾਰਾਂ ਵਿੱਚ ਕੀ ਫ਼ਰਕ ਹੈ ?
2. ਇਸ ਵਾਰਤਾ ਦਾ ਅੰਗਰੇਜ਼ੀ ਵਿੱਚ ਉਲਥਾ ਕਰੋ।

12. ਹੇਠ ਲਿਖੀ ਵਾਰਤਾ ਨੂੰ ਧਿਆਨ ਨਾਲ ਪੜ੍ਹੋ ਅਤੇ ਪ੍ਰਸ਼ਨਾਂ ਦੇ ਉੱਤਰ ਦਿਓ :

ਕੁਲਬੀਰ ਨੇ ਆਪਣੇ ਜਨਮ ਦਿਨ ਦੀ ਖ਼ੁਸ਼ੀ ਵਿੱਚ ਇੱਕ ਪਿਕਨਿਕ ਪਾਰਟੀ ਦਾ ਪ੍ਰਬੰਧ ਕੀਤਾ। ਉਸ ਨੇ ਆਪਣੇ ਕੁਝ ਗੂੜ੍ਹੇ ਮਿੱਤਰਾਂ ਨੂੰ ਬੁਲਾਇਆ। ਉਹਨਾਂ ਨੇ ਕੂੰਬ ਐਬੀ ਪਾਰਕ ਜਾਣ ਦੀ ਸਕੀਮ ਬਣਾਈ। ਕੁਲਬੀਰ ਦੇ ਬਚਪਨ ਦੇ ਸਾਥੀ, ਮਨਦੀਸ਼ ਨੇ ਆਪਣੇ ਪਿਤਾ ਜੀ ਵਾਲੀ ਕਾਰ ਲੈ ਆਂਦੀ। ਮੇਰੇ ਮਾਤਾ ਅਤੇ ਪਿਤਾ ਜੀ ਨੇ ਮੈਨੂੰ ਪਹਿਲਾਂ ਹੀ ਆਗਿਆ ਦੇ ਦਿੱਤੀ ਸੀ ਕਿ ਮੈਂ ਆਪਣੇ ਮਿੱਤਰਾਂ ਦੇ ਨਾਲ ਕੂੰਬ ਪਾਰਕ ਪਿਕਨਿਕ 'ਤੇ ਜਾ ਸਕਦਾ ਹਾਂ। ਇਸ ਲਈ ਖਾਣ-ਪੀਣ ਦਾ ਸਾਰਾ ਸਾਮਾਨ ਅਸੀਂ ਪਹਿਲਾਂ ਹੀ ਖ਼ਰੀਦ ਕੇ ਰੱਖ ਲਿਆ ਸੀ। ਖਾਣ ਲਈ ਮੇਰੀ ਮਾਤਾ ਜੀ ਨੇ ਸਾਡੇ ਲਈ ਸੈਂਡਵਿਚ ਅਤੇ ਕੁਝ ਪਕੌੜੇ ਬਣਾ ਦਿੱਤੇ ਸਨ ਅਤੇ ਬਾਕੀ ਚੀਜ਼ਾਂ—ਕੋਕਾ ਕੋਲਾ, ਲੈਮਨੇਡ, ਬਿਸਕੁਟ ਅਤੇ ਕੇਕ ਆਦਿ ਅਸੀਂ ਦੁਕਾਨ ਤੋਂ ਖ਼ਰੀਦ ਲਈਆਂ ਸਨ। ਇਹ ਸਭ ਕੁਝ ਕਾਰ ਵਿੱਚ ਰੱਖ ਕੇ ਅਸੀਂ ਕੂੰਬ ਐਬੀ ਪਾਰਕ ਨੂੰ ਚੱਲ ਪਏ।

ਅੱਧੇ ਘੰਟੇ ਵਿੱਚ ਹੀ ਅਸੀਂ ਕੂੰਬ ਪਾਰਕ ਪਹੁੰਚ ਗਏ, ਕਿਉਂਕਿ ਇਹ ਪਾਰਕ ਕੋਈ ਬਹੁਤੀ ਦੂਰ ਨਹੀਂ ਸੀ। ਕਾਰ ਵਿੱਚੋਂ ਇੱਕ ਚਿੱਟੀ ਚਾਦਰ ਕੱਢ ਕੇ ਘਾਹ 'ਤੇ ਵਿਛਾਈ ਅਤੇ ਇਸ ਦੇ ਉੱਤੇ ਖਾਣ-ਪੀਣ ਦਾ ਸਾਰਾ ਸਾਮਾਨ ਰੱਖਿਆ। ਸਾਰਿਆਂ ਨੂੰ ਭੁੱਖ ਲੱਗੀ ਹੋਈ ਸੀ। ਇਸ ਲਈ ਸਭ ਨੇ ਪਹਿਲਾਂ ਖਾਣ ਬਾਰੇ ਹੀ ਪੁੱਛਿਆ। ਖਾਣ ਵੇਲੇ ਸਭ ਇੱਕ ਦੂਜੇ ਨੂੰ ਮਖ਼ੌਲ ਕਰ ਰਹੇ ਸੀ ਅਤੇ ਜ਼ੋਰ ਜ਼ੋਰ ਦੀ ਹੱਸ ਰਹੇ ਸੀ। ਖਾਣ-ਪੀਣ ਤੋਂ ਬਾਅਦ ਅਸੀਂ ਕੁਝ ਦੇਰ ਫੁਟਬਾਲ ਖੇਡਿਆ ਅਤੇ ਫੇਰ ਬੋਟਿੰਗ ਕੀਤੀ। ਬੋਟਿੰਗ ਕਰਕੇ ਬੜਾ ਹੀ ਅਨੰਦ ਆਇਆ। ਪਰ ਮਨਦੀਸ਼ ਬੋਟਿੰਗ ਵੇਲੇ ਬੜਾ ਡਰਦਾ ਸੀ, ਕਿਉਂਕਿ ਉਸ ਨੇ ਪਹਿਲਾਂ ਕਦੇ ਬੋਟਿੰਗ ਨਹੀਂ ਸੀ ਕੀਤੀ।

ਸੰਤੋਸ਼ ਨੇ ਘੜੀ ਵੱਲ ਦੇਖਿਆ ਅਤੇ ਕਿਹਾ, "ਓਏ! ਪੰਜ ਵੱਜ ਗਏ। ਆਓ, ਹੁਣ ਵਾਪਸ ਚੱਲੀਏ।" ਸਾਰੇ ਦੌੜ ਕੇ ਕਾਰ ਵਿੱਚ ਬੈਠ ਗਏ। ਮਨਦੀਸ਼ ਨੇ ਕਾਰ ਸਟਾਰਟ ਕਰਨ ਦੀ ਕੋਸ਼ਿਸ਼ ਕੀਤੀ, ਪਰ ਕਾਰ ਸਟਾਰਟ ਹੀ ਨਾ ਹੋਵੇ। ਕਾਫ਼ੀ ਦੇਰ ਤੋਂ ਬਾਅਦ ਦੇਖਿਆ ਕਿ ਕਾਰ ਵਿੱਚ ਪਾਣੀ ਨਹੀਂ ਸੀ। ਬਲਦੇਵ ਨੇ ਪਾਣੀ ਦੀ ਇੱਕ ਬੋਤਲ ਲਿਆਂਦੀ ਅਤੇ ਕਾਰ ਵਿੱਚ ਪਾਣੀ ਪਾਉਂਦਿਆਂ ਹੀ ਕਾਰ ਚੱਲ ਪਈ। ਸਾਰੇ ਬੜੇ ਖ਼ੁਸ਼ ਹੋਏ। ਕੋਈ ਸੱਤ ਕੁ ਵਜੇ ਅਸੀਂ ਘਰ ਵਾਪਸ ਆਏ।

(ੳ) 1. ਕੁਲਬੀਰ ਨੇ ਆਪਣੇ ਮਿੱਤਰਾਂ ਨੂੰ ਕਿਉਂ ਬੁਲਾਇਆ ?
2. ਉਹਨਾਂ ਨੇ ਕਿੱਥੇ ਜਾਣ ਬਾਰੇ ਸੋਚਿਆ ?
3. ਉਹ ਕਿਸ ਤਰ੍ਹਾਂ ਗਏ ਸਨ ?
4. ਖਾਣ ਲਈ ਕਿਹੜੀਆਂ ਚੀਜ਼ਾਂ ਘਰ ਬਣਾਈਆਂ ਅਤੇ ਕਿਹੜੀਆਂ ਦੁਕਾਨ ਤੋਂ ਖ਼ਰੀਦੀਆਂ ?
5. ਕੂੰਬ ਪਾਰਕ ਪਹੁੰਚ ਕੇ ਉਹਨਾਂ ਨੇ ਸਭ ਤੋਂ ਪਹਿਲਾਂ ਕੀ ਕੀਤਾ ?
6. ਖਾਣ-ਪੀਣ ਤੋਂ ਬਾਅਦ ਉਹਨਾਂ ਨੇ ਕੀ ਕੀਤਾ ?
7. ਮਨਦੀਸ਼ ਬੋਟਿੰਗ ਕਰਨ ਵੇਲੇ ਕਿਉਂ ਡਰਦਾ ਸੀ ?
8. ਉਹਨਾਂ ਦੀ ਕਾਰ ਕਿਉਂ ਨਹੀਂ ਸੀ ਚੱਲਦੀ ?

(ਅ) ਕਿਸੀ ਐਸੀ ਪਿਕਨਿਕ ਬਾਰੇ ਲਿਖੋ, ਜਿਸ 'ਤੇ ਤੁਸੀਂ ਆਪ ਗਏ ਹੋਵੋਂ।

(ੲ) ਹੇਠ ਲਿਖਿਆਂ ਸ਼ਬਦਾਂ ਨੂੰ ਆਪਣੇ ਵਾਕਾਂ ਵਿੱਚ ਵਰਤੋ :
ਸਾਥੀ, ਗੂੜ੍ਹਾ, ਪ੍ਰਬੰਧ, ਆਗਿਆ, ਅਨੰਦ, ਬੋਟਿੰਗ, ਮਖ਼ੌਲ, ਬਚਪਨ, ਸਕੀਮ, ਖ਼ਰੀਦ।

(ਸ) ਉਪਰਲੀ ਵਾਰਤਾ ਦਾ ਅੰਗਰੇਜ਼ੀ ਵਿੱਚ ਉਲਥਾ ਕਰੋ।

13. ਹੇਠ ਲਿਖੇ ਆਰਟੀਕਲ ਨੂੰ ਪੜ੍ਹ ਕੇ ਪ੍ਰਸ਼ਨਾਂ ਦੇ ਉੱਤਰ ਦਿਓ।

ਖ਼ੁਰਾਕ ਜ਼ਿੰਦਗੀ ਹੈ

ਅੱਜ-ਕੱਲ੍ਹ ਡਾਇਟਿੰਗ ਕਰਕੇ ਲੋਕ ਜਿੱਥੇ ਆਪਣੇ ਆਪ ਨੂੰ ਪਤਲਾ ਪਤੰਗ ਬਣਾ ਕੇ ਰੱਖਣਾ ਚਾਹੁੰਦੇ ਹਨ, ਉੱਥੇ ਆਪਣੀ ਮੌਤ ਨੂੰ ਵੀ ਆਵਾਜ਼ਾਂ ਮਾਰ ਰਹੇ ਹਨ। ਇਸ ਭੇਦ ਦਾ ਪ੍ਰਗਟਾਵਾ ਯੂਨੀਵਰਸਿਟੀ ਮੈਡੀਕਲ ਸਕੂਲ ਰੌਟਰਡਮ ਵਿੱਚ ਖੋਜਬੀਨ ਵਿੱਚ ਜੁੱਟੇ ਮਾਹਿਰਾਂ ਵੱਲੋਂ ਕੀਤਾ ਗਿਆ। ਮਾਹਿਰਾਂ ਅਨੁਸਾਰ ਕਿ ਘੱਟ ਚਰਬੀ ਵਾਲੇ ਖਾਣੇ ਖਾ ਕੇ ਲੋਕ ਇਹ ਸਮਝਦੇ ਹਨ ਕਿ ਉਹਨਾਂ ਨੇ ਆਪਣੀਆਂ ਲੋੜੀਂਦੀਆਂ ਕੈਲਰੀਜ਼ ਖਾ ਲਈਆਂ ਹਨ, ਪਰ ਅਸਲ ਵਿੱਚ ਘੱਟ ਚਰਬੀ ਵਾਲੇ ਖਾਣੇ ਸਰੀਰ ਵਿੱਚ ਦਿਮਾਗ਼ ਲਈ ਉਹ ਜ਼ਰੂਰੀ ਹਾਰਮੋਨਜ਼ ਪੈਦਾ ਕਰਨ ਦੇ ਅਸਮਰੱਥ ਹੁੰਦੇ ਹਨ, ਜਿਹਨਾਂ ਦੀ ਕਿ ਬਹੁਤ ਜ਼ਿਆਦਾ ਜ਼ਰੂਰਤ ਹੈ। ਇਸ ਕਾਰਨ ਦਿਮਾਗ਼ ਚਿੜਚਿੜਾ ਹੋ ਜਾਂਦਾ ਹੈ ਅਤੇ ਭੁੱਖੇ ਰਹਿਣ ਵਾਲੇ ਲੋਕ ਗਰਮ ਮਿਜ਼ਾਜ ਵੀ ਹੋ ਜਾਂਦੇ ਹਨ।

ਹੌਲੀ ਹੌਲੀ ਕਈ ਤਾਂ ਆਤਮ-ਹੱਤਿਆ ਕਰਨ ਤੱਕ ਚਲੇ ਜਾਂਦੇ ਹਨ। ਡਾਇਟਿੰਗ ਕਰਨ ਵਾਲੇ ਲੋਕ ਡਿਪਰੈਸ਼ਨ ਦਾ ਸ਼ਿਕਾਰ ਹੁੰਦੇ ਹਨ ਅਤੇ ਢਹਿੰਦੀ ਕਲਾ ਵਿੱਚ ਰਹਿਣ ਲੱਗਦੇ ਹਨ, ਕਿਉਂਕਿ ਦਿਮਾਗ਼ ਨੂੰ ਲੋੜੀਂਦੇ ਹਾਰਮੋਨਜ਼ ਹੀ ਨਹੀਂ ਮਿਲਣਗੇ ਤਾਂ ਉਹ ਆਪਣੇ ਸਿਸਟਮ ਨੂੰ ਕੰਟਰੋਲ ਵੀ ਨਹੀਂ ਕਰ ਸਕੇਗਾ। ਬ੍ਰਿਟਿਸ਼ ਮੈਡੀਕਲ ਜਨਰਲ ਨਾਂ ਦੇ ਰਸਾਲੇ ਵਿੱਚ ਡਾਕਟਰਾਂ ਨੇ ਇਹ ਗੱਲ ਬੜੇ ਵਿਸਥਾਰ ਨਾਲ ਸਮਝਾਈ ਹੈ ਕਿ ਕਿਵੇਂ ਉਹਨਾਂ ਨੇ 30,000 ਵੱਖ ਵੱਖ ਲੋਕਾਂ ਦੇ ਖ਼ੂਨ ਦੇ ਸੈਂਪਲ ਲੈ ਕੇ ਇਹ ਰਿਪੋਰਟ ਤਿਆਰ ਕੀਤੀ ਹੈ। ਇਸ ਰਿਪੋਰਟ ਅਨੁਸਾਰ ਘੱਟ ਚਰਬੀ ਵਾਲੇ ਖਾਣੇ ਭਾਵੇਂ ਕਿਸੇ ਹੱਦ ਤੱਕ ਸਰੀਰ ਦਾ ਮੋਟਾਪਾ ਤਾਂ ਦੂਰ ਕਰਦੇ ਹਨ, ਪਰ ਨਾਲ ਹੀ ਦਿਮਾਗ਼ ਦੀਆਂ ਨਸਾਂ ਨੂੰ ਵੀ ਕਮਜ਼ੋਰ ਕਰਦੇ ਹਨ।

1. ਉਪਰਲੀ ਵਾਰਤਾ ਵਿੱਚੋਂ ਹੇਠ ਲਿਖੇ ਸ਼ਬਦਾਂ ਜਾਂ ਵਾਕੰਸ਼ਾਂ (phrases) ਨੂੰ ਸੌਖੀ ਪੰਜਾਬੀ ਵਿੱਚ ਲਿਖੋ :
   (ੳ) ਪਤਲਾ ਪਤੰਗ
   (ਅ) ਅਸਮਰੱਥ
   (ੲ) ਗਰਮ ਮਿਜ਼ਾਜ
   (ਸ) ਚਿੜਚਿੜਾ
   (ਹ) ਆਤਮ-ਹੱਤਿਆ
   (ਕ) ਢਹਿੰਦੀ ਕਲਾ
   (ਖ) ਵਿਸਥਾਰ ਨਾਲ
2. ਲੋਕ ਡਾਇਟਿੰਗ ਕਿਉਂ ਕਰਦੇ ਹਨ ?
3. ਯੂਨੀਵਰਸਿਟੀ ਮੈਡੀਕਲ ਸਕੂਲ ਰੌਟਡਰਮ ਦੇ ਮਾਹਿਰਾਂ ਦੇ ਡਾਇਟਿੰਗ ਬਾਰੇ ਕੀ ਵਿਚਾਰ ਹਨ ?
4. ਡਾਇਟਿੰਗ ਕਰਨ ਦਾ ਕੀ ਨੁਕਸਾਨ ਹੁੰਦਾ ਹੈ ?
5. ਉੱਪਰ ਦਿੱਤੀ ਵਾਰਤਾ ਦਾ ਅੰਗਰੇਜ਼ੀ ਵਿੱਚ ਉਲਥਾ ਕਰੋ।

14. ਪੰਜਾਬੀ ਖਾਣੇ ਬਾਰੇ ਹੇਠ ਦਿੱਤਾ ਆਰਟੀਕਲ ਪੜ੍ਹੋ ਅਤੇ ਥੱਲੇ ਦਿੱਤੇ ਪ੍ਰਸ਼ਨਾਂ ਦੇ ਉੱਤਰ ਲਿਖੋ।

ਪੰਜਾਬੀ ਖਾਣਾ

ਭਾਵੇਂ ਬਹੁਤ ਸਾਰੇ ਪੰਜਾਬੀ ਲੋਕ ਆਪਣਾ ਦੇਸ਼ ਛੱਡ ਕੇ ਕਈ ਹੋਰ ਦੇਸ਼ਾਂ ਵਿੱਚ ਜਾ ਕੇ ਵੱਸ ਗਏ ਹਨ ਪਰ ਫੇਰ ਵੀ ਉਹਨਾਂ ਨੇ ਆਪਣੇ ਧਰਮ, ਬੋਲੀ ਅਤੇ ਰਹਿਣ ਸਹਿਣ ਦੇ ਢੰਗ ਨੂੰ ਕਾਇਮ ਰੱਖਿਆ ਹੈ। ਪੰਜਾਬੀ ਲੋਕ ਜਿੱਥੇ ਮਰਜ਼ੀ ਰਹਿਣ ਉਹ ਇੱਕ ਖ਼ਾਸ ਕਿਸਮ ਦਾ ਖਾਣਾ ਖਾਂਦੇ ਹਨ। ਪੰਜਾਬੀਆਂ ਦੇ ਖਾਣੇ ਨੂੰ ਅੱਜ ਕੱਲ੍ਹ ਤਾਂ ਬਹੁਤ ਸਾਰੇ ਅੰਗ੍ਰੇਜ਼ ਲੋਕ ਵੀ ਪਸੰਦ ਕਰਨ ਲੱਗ ਪਏ ਹਨ। ਇਸ ਦੇ ਕਈ ਕਾਰਨ ਹਨ ਜਿਵੇਂ ਕਿ ਪੰਜਾਬੀ ਖਾਣੇ ਬਹੁਤ ਸਵਾਦੀ, ਸਾਦੇ ਅਤੇ ਸਿਹਤ ਲਈ ਚੰਗੇ ਹਨ। ਪੰਜਾਬੀ ਖਾਣੇ ਅੰਗ੍ਰੇਜ਼ੀ ਖਾਣਿਆਂ ਦੇ ਮੁਕਾਬਲੇ ਵਿੱਚ ਬਹੁਤ ਸਸਤੇ ਵੀ ਹਨ।

ਇੰਗਲੈਂਡ ਦੇ ਬਹੁਤ ਸਾਰੇ ਸ਼ਹਿਰਾਂ ਵਿੱਚ ਪੰਜਾਬੀ ਰੈਸਟੋਰੈਂਟ ਅਤੇ ਮਿਠਿਆਈ ਦੀਆਂ ਦੁਕਾਨਾਂ ਖੁੱਲ੍ਹ ਗਈਆਂ ਹਨ। ਦੀਵਾਲੀ ਅਤੇ ਵਿਸਾਖੀ ਵਰਗੇ ਤਿਉਹਾਰਾਂ 'ਤੇ ਇਹਨਾਂ ਦੁਕਾਨਾਂ 'ਤੇ ਮਿਠਿਆਈ ਖ਼ੀਦਣ ਵਾਲਿਆਂ ਦੀ ਬਹੁਤ ਭੀੜ ਹੁੰਦੀ ਹੈ। ਤੁਸੀਂ ਤਰ੍ਹਾਂ ਤਰ੍ਹਾਂ ਦੀ ਤਾਜ਼ੀ ਮਿਠਿਆਈ ਤਾਂ ਖ਼ੀਦ ਸਕਦੇ ਹੋ, ਪਰ ਮਿਠਿਆਈ ਵਾਲੀਆਂ ਦੁਕਾਨਾਂ ਦੇ ਨੇੜੇ ਦੀਆਂ ਸੜਕਾਂ 'ਤੇ ਕਾਰ ਪਾਰਕ ਕਰਨ ਨੂੰ ਕੋਈ ਥਾਂ ਨਹੀਂ ਮਿਲਦੀ। ਆਪਣੀ ਕਾਰ ਪਾਰਕ ਕਰਨ ਲਈ ਤੁਹਾਨੂੰ ਕਾਫ਼ੀ ਦੂਰ ਜਾਣਾ ਪੈਂਦਾ ਹੈ। ਜੇ ਤੁਹਾਨੂੰ ਕਦੇ ਪੰਜਾਬੀ ਰੈਸਟੋਰੈਂਟ ਵਿੱਚ ਜਾਣ ਦਾ ਮੌਕਾ ਮਿਲੇ ਤਾਂ ਤੁਸੀਂ ਦੇਖੋਗੇ ਕਿ ਉੱਥੇ ਪੰਜਾਬੀ ਲੋਕਾਂ ਦੀ ਗਿਣਤੀ ਨਾਲੋਂ ਅੰਗ੍ਰੇਜ਼ ਲੋਕਾਂ ਦੀ ਗਿਣਤੀ ਵਧੇਰੇ ਹੁੰਦੀ ਹੈ। ਇਸ ਤੋਂ ਇਹ ਪਤਾ ਲੱਗਦਾ ਹੈ ਕਿ ਪੰਜਾਬੀ ਖਾਣਿਆਂ ਨੂੰ ਅੰਗ੍ਰੇਜ਼ ਲੋਕ ਕਿੰਨਾ ਪਸੰਦ ਕਰਦੇ ਹਨ। ਪੰਜਾਬੀ ਲੋਕ ਤਾਂ ਸਾਰੀ ਕਿਸਮ ਦੇ ਖਾਣੇ ਆਪਣੇ ਘਰ ਹੀ ਬਣਾ ਲੈਂਦੇ ਹਨ। ਇਸ ਲਈ ਉਹ ਰੈਸਟੋਰੈਂਟਾਂ ਵਿੱਚ ਘੱਟ ਹੀ ਜਾਂਦੇ ਹਨ।

1. ਇਸ ਆਰਟੀਕਲ ਵਿੱਚ ਬਾਹਰਲੇ ਦੇਸ਼ਾਂ ਵਿੱਚ ਵੱਸਦੇ ਪੰਜਾਬੀ ਲੋਕਾਂ ਬਾਰੇ ਕੀ ਦੱਸਿਆ ਗਿਆ ਹੈ ?
2. ਅੰਗਰੇਜ਼ ਲੋਕ ਪੰਜਾਬੀ ਖਾਣਾ ਕਿਉਂ ਪਸੰਦ ਕਰਨ ਲੱਗ ਪਏ ਹਨ ? ਚਾਰ ਗੱਲਾਂ ਲਿਖੋ।
3. ਪੰਜਾਬੀ ਲੋਕ ਪੰਜਾਬੀ ਰੈਸਟੋਰੈਂਟਾਂ 'ਤੇ ਕਿਉਂ ਘੱਟ ਖਾਣਾ ਖਾਣ ਜਾਂਦੇ ਹਨ ?
4. ਦੀਵਾਲੀ ਵਾਲੇ ਦਿਨ ਪੰਜਾਬੀ ਮਿਠਿਆਈ ਦੀਆਂ ਦੁਕਾਨਾਂ 'ਤੇ ਜਾਣ ਦੇ ਕੀ ਲਾਭ ਤੇ ਕਠਿਨਾਈਆਂ ਹਨ ?
5. ਇਸ ਆਰਟੀਕਲ ਦਾ ਅੰਗਰੇਜ਼ੀ ਵਿੱਚ ਉਲਥਾ ਕਰੋ।

15. ਹੇਠ ਦਿੱਤੀ ਵਾਰਤਾ ਨੂੰ ਪੜ੍ਹ ਕੇ ਪ੍ਰਸ਼ਨਾਂ ਦਾ ਉੱਤਰ ਲਿਖੋ।

ਪੰਜਾਬ ਵਿੱਚ ਐਤਕਾਂ ਝੋਨੇ ਦੀ ਵੀ ਉਪਜ 60 ਲੱਖ ਟਨ ਹੋਵੇਗੀ

ਪਟਿਆਲਾ—ਇਸ ਸਾਲ ਪੰਜਾਬ ਵਿੱਚ ਝੋਨੇ ਦੀ ਭਰਪੂਰ ਫ਼ਸਲ ਹੋਣ ਦੀ ਸੰਭਾਵਨਾ ਹੈ। ਮੰਡੀਆਂ ਵਿੱਚ ਝੋਨਾ ਸਤੰਬਰ ਦੇ ਪਹਿਲੇ ਹਫ਼ਤੇ ਹੀ ਆਉਣਾ ਸ਼ੁਰੂ ਹੋ ਗਿਆ ਸੀ। 30 ਫ਼ੀਸਦੀ ਤੀਕ ਸਿਲ੍ਹ ਵਾਲਾ ਝੋਨਾ ਵੀ 205 ਰੁਪਏ ਪ੍ਰਤੀ ਕੁਇੰਟਲ ਲੱਗਦਾ ਰਿਹਾ। ਮਾਹਿਰਾਂ ਦਾ ਇਹ ਅਨੁਮਾਨ ਸੀ ਕਿ ਇਸ ਨਾਲ ਜਿਹੜੀ ਫ਼ਸਲ ਸਮੇਂ ਤੋਂ ਪਹਿਲਾਂ ਲੱਗੀ ਹੈ 30 ਫ਼ੀਸਦੀ ਤੱਕ ਘੱਟ ਝਾੜ ਦੇਵੇਗੀ, ਪਰ ਫ਼ਸਲ ਦਾ ਝਾੜ ਚੰਗਾ ਹੀ ਰਿਹਾ ਹੈ।

ਝੋਨਾ ਲਾਉਣ ਦੇ ਸ਼ੁਰੂ ਸ਼ੁਰੂ ਵਿੱਚ ਬਾਰਸ਼ਾਂ ਨਾ ਹੋਈਆਂ, ਉਤਪਾਦਕਾਂ ਤੇ ਮਾਹਿਰਾਂ ਵਿੱਚ ਮਾਯੂਸੀ ਆਈ, ਪਰ ਅਗਸਤ ਦੀਆਂ ਬਾਰਸ਼ਾਂ ਨੇ ਇਸ ਕਮੀ ਨੂੰ ਪੂਰਾ ਕਰ ਦਿੱਤਾ। ਅਗਸਤ ਵਿੱਚ ਬਾਰਸ਼ਾਂ ਹੋਣ ਨਾਲ ਚਿੱਟੀ ਸੁੰਡੀ (ਜਿਸ ਨੇ ਕਾਫ਼ੀ ਹਮਲਾ ਕੀਤਾ ਹੋਇਆ ਸੀ) ਵੀ ਧੁਲ ਕੇ ਖ਼ਤਮ ਹੋ ਗਈ। ਸ੍ਰੀ ਸੁਖਦੇਵ ਸਿੰਘ ਡਾਇਰੈਕਟਰ ਖੇਤੀਬਾੜੀ ਕਹਿੰਦੇ ਹਨ ਕਿ ਇਸ ਸਾਲ ਪੈਦਾਵਾਰ 60 ਲੱਖ ਟਨ ਨਾਲੋਂ ਵੀ ਵੱਧ ਹੋਵੇਗੀ। ਪਿਛਲੇ ਸਾਲ ਉਤਪਾਦਨ 50 ਲੱਖ ਟਨ ਸੀ, ਕਿਉਂਕਿ ਹੜ੍ਹਾਂ ਕਾਰਨ ਨੁਕਸਾਨ ਹੋਇਆ ਸੀ।

ਪੰਜਾਬ ਤਾਂ ਰਵਾਇਤੀ ਤੌਰ 'ਤੇ ਕੋਈ ਚੌਲ ਉਪਜਾਊ ਰਾਜ ਨਹੀਂ ਸੀ, ਪਰ ਅੱਜ ਇਸ ਖੇਤਰ ਵਿੱਚ ਪ੍ਰਧਾਨਗੀ ਤਾਮਿਲਨਾਡੂ, ਆਂਧਰਾ ਪ੍ਰਦੇਸ਼ ਜਾਂ ਕਰਨਾਟਕਾ ਦੀ ਨਹੀਂ, ਸਗੋਂ ਪੰਜਾਬ ਦੀ ਹੈ, ਜੋ ਕੇਂਦਰ ਚੌਲ ਪੂਲ ਵਿੱਚ 60 ਫ਼ੀਸਦੀ ਨਾਲੋਂ ਵੀ ਵੱਧ ਯੋਗਦਾਨ ਪਾਉਂਦਾ ਹੈ।

ਜੀਰੀ ਦੇ ਪੱਖ ਤੋਂ ਵੀ ਪੰਜਾਬ ਦਾ ਝਾੜ ਜਪਾਨ (6414 ਕਿੱਲੋ) ਤੇ ਚੀਨ (5271 ਕਿੱਲੋ) ਨੂੰ ਛੱਡ ਕੇ ਬਾਕੀ ਸਭ ਦੇਸ਼ਾਂ ਨਾਲੋਂ ਵੱਧ ਹੈ—4800 ਕਿੱਲੋ ਪ੍ਰਤੀ ਹੈਕਟੇਅਰ। ਇਸ ਤੋਂ ਬਾਅਦ ਸੋਵੀਅਤ ਯੂਨੀਅਨ ਆਉਂਦਾ ਹੈ—3634 ਕਿੱਲੋ ਪ੍ਰਤੀ ਹੈਕਟੇਅਰ।

ਪੰਜਾਬ ਦੀ ਲਪਟਾਂ ਮਾਰਦੀ ਪਤਲੀ ਤੇ ਲੰਮੀ ਬਾਸਮਤੀ ਸਾਰੇ ਵਿਸ਼ਵ ਵਿੱਚ ਵਧੀਆ ਮੰਨੀ ਜਾਂਦੀ ਹੈ। ਇਹ ਰਿੰਨ੍ਹ ਕੇ ਬਣਦੀ ਵੀ ਬੜੀ ਵਧੀਆ ਹੈ ਅਤੇ ਪੱਛਮੀ ਏਸ਼ੀਆ ਦੇ ਮੁਲਕਾਂ ਵਿੱਚ ਪਾਕਿਸਤਾਨੀ ਬਾਸਮਤੀ ਦੇ ਤੁਲ ਗਿਣੀ ਜਾਂਦੀ ਹੈ। ਖੇਤੀਬਾੜੀ ਵਿਭਾਗ ਨੇ ਉਤਪਾਦਨ ਵਧਾਉਣ ਲਈ ਕੁਝ ਖ਼ਾਸ ਮੁਹਿੰਮ ਚਲਾਈ ਹੈ, ਜਿਸ ਅਧੀਨ ਅੰਮ੍ਰਿਤਸਰ, ਬਠਿੰਡਾ ਅਤੇ ਹੁਸ਼ਿਆਰਪੁਰ ਵਿੱਚ 30 ਸਤੰਬਰ ਤੀਕ ਘੱਟੋ-ਘੱਟ 600 ਕਿਸਾਨਾਂ ਨੂੰ ਡੀਜ਼ਲ ਇੰਜਣ ਅੱਧੀ ਕੀਮਤ 'ਤੇ ਦਿੱਤੇ ਗਏ ਤਾਂ ਜੋ ਉਹ ਮੌਨਸੂਨ ਫ਼ੇਲ੍ਹ ਹੋਣ ਦੀ ਸੂਰਤ ਵਿੱਚ ਝੋਨੇ ਦੀ ਸਿੰਚਾਈ ਦੀ ਲੋੜ ਨੂੰ ਪੂਰਾ ਕਰ ਸਕਣ। ਕਿਸਾਨਾਂ ਨੂੰ ਸਪਰੇ ਪੰਪ ਅੱਧੀ ਕੀਮਤ 'ਤੇ ਦਿੱਤੇ ਜਾ ਰਹੇ ਹਨ। ਅਜਿਹੇ 1500 ਸਪਰੇ ਪੰਪ ਇਨ੍ਹਾਂ ਤਿੰਨਾਂ ਜ਼ਿਲ੍ਹਿਆਂ ਵਿੱਚ ਝੋਨੇ ਦੀਆਂ ਬੀਮਾਰੀਆਂ 'ਤੇ ਸਮੇਂ ਸਿਰ ਕਾਬੂ ਪਾਣ ਲਈ ਸਹਾਈ ਹੋਣਗੇ। NEAB Specimen 1996

1. ਦੂਜੇ ਪੈਰੇ ਦੀਆਂ ਲਾਈਨਾਂ 12 ਤੋਂ 25 (ਝੋਨਾ.......ਹੋਇਆ ਸੀ) ਦਾ ਅੰਗਰੇਜ਼ੀ ਵਿੱਚ ਉਲਥਾ ਕਰੋ। *(15)*
2. ਝੋਨੇ ਦੀ ਫ਼ਸਲ ਦੇ ਝਾੜ ਬਾਰੇ ਮਾਹਿਰ ਕਿਵੇਂ ਗ਼ਲਤ ਸਿੱਧ ਹੋਏ ? *(3)*
3. ਪੰਜਾਬ ਦੇ ਕਿਸਾਨਾਂ ਨੂੰ ਡੀਜ਼ਲ ਇੰਜਣਾਂ ਤੋਂ ਕੀ ਲਾਭ ਪ੍ਰਾਪਤ ਹੋਵੇਗਾ ? *(4)*
4. ਸਪਰੇ ਪੰਪ ਉਪਜ ਵਧਾਉਣ ਵਿੱਚ ਕਿਸਾਨਾਂ ਲਈ ਕਿਵੇਂ ਲਾਭਦਾਇਕ ਸਿੱਧ ਹੋਣਗੇ ? *(3)*

AQA (NEAB Specimen 1996)

Health and Fitness

16. ਚੰਗੀ ਸਿਹਤ ਬਾਰੇ ਹੇਠ ਲਿਖਿਆ ਆਰਟੀਕਲ ਪੜ੍ਹੋ ਅਤੇ ਪ੍ਰਸ਼ਨਾਂ ਦੇ ਉੱਤਰ ਪੰਜਾਬੀ ਵਿੱਚ ਲਿਖੋ।

> ਹਰ ਇਨਸਾਨ ਨੂੰ ਆਪਣੀ ਸਿਹਤ ਚੰਗੀ ਰੱਖਣ ਲਈ ਪੂਰਾ ਧਿਆਨ ਦੇਣਾ ਚਾਹੀਦਾ ਹੈ। ਜਿਹਨਾਂ ਲੋਕਾਂ ਦੀ ਸਿਹਤ ਚੰਗੀ ਹੈ ਉਹ ਸਦਾ ਆਪਣੀ ਸਿਹਤ ਦਾ ਖ਼ਿਆਲ ਰੱਖਦੇ ਹਨ। ਚੰਗੀ ਸਿਹਤ ਲਈ ਚੰਗੀ ਖ਼ੁਰਾਕ ਖਾਣਾ ਬਹੁਤ ਜ਼ਰੂਰੀ ਹੈ। ਤਲੀਆਂ ਹੋਈਆਂ ਚੀਜ਼ਾਂ ਦਾ ਜ਼ਿਆਦਾ ਖਾਣਾ ਸਿਹਤ ਲਈ ਠੀਕ ਨਹੀਂ। ਜ਼ਿਆਦਾ ਪਕੌੜੇ, ਸਮੋਸੇ, ਕਬਾਬ, ਜਲੇਬੀਆਂ ਆਦਿ ਖਾਣੇ ਸਿਹਤ ਲਈ ਠੀਕ ਨਹੀਂ। ਇਹ ਚੀਜ਼ਾਂ ਸਰੀਰ ਵਿੱਚ ਮੋਟਾਪਾ ਪੈਦਾ ਕਰਦੀਆਂ ਹਨ। ਚੰਗੀ ਸਿਹਤ ਲਈ ਤਾਜ਼ੇ ਫਲ ਅਤੇ ਸਬਜ਼ੀਆਂ ਜ਼ਰੂਰ ਖਾਣੇ ਚਾਹੀਦੇ ਹਨ। ਖਾਣਾ ਕੁਝ ਭੁੱਖ ਰੱਖ ਕੇ ਖਾਣਾ ਚਾਹੀਦਾ ਹੈ।
>
> ਚੰਗੀ ਸਿਹਤ ਲਈ ਹਰ ਰੋਜ਼ ਕਸਰਤ ਕਰਨਾ ਵੀ ਬੁਹਤ ਜ਼ਰੂਰੀ ਹੈ। ਹਰ ਰੋਜ਼ ਕਸਰਤ ਲਈ ਥੋੜ੍ਹਾ ਸਮਾਂ ਜ਼ਰੂਰ ਕੱਢਣਾ ਚਾਹੀਦਾ ਹੈ। ਅੱਜ ਕੱਲ੍ਹ ਲੋਕਾਂ ਦੀ ਜ਼ਿੰਦਗੀ ਬਹੁਤ ਮਸਰੂਫ਼ ਹੈ ਅਤੇ ਕਸਰਤ ਲਈ ਸਮਾਂ ਕੱਢਣਾ ਮੁਸ਼ਕਲ ਹੈ। ਪਰ ਜਿਹੜੇ ਲੋਕ ਥੋੜ੍ਹਾ ਬਹੁਤਾ ਸਮਾਂ ਕੱਢ ਕੇ ਕਸਰਤ ਕਰਦੇ ਹਨ ਉਹਨਾਂ ਦੀ ਸਿਹਤ ਠੀਕ ਰਹਿੰਦੀ ਹੈ ਅਤੇ ਉਹਨਾਂ ਨੂੰ ਬੀਮਾਰੀਆਂ ਵੀ ਘੱਟ ਹੀ ਲੱਗਦੀਆਂ ਹਨ। ਇਹ ਲੋਕ ਚੰਗੀ ਉਮਰ ਜੀਉਂਦੇ ਹਨ।
>
> ਪੁਰਾਣੇ ਜ਼ਮਾਨੇ ਵਿੱਚ ਲੋਕ ਜ਼ਿਆਦਾ ਤਕੜੇ, ਸਿਹਤਮੰਦ ਅਤੇ ਚੁਸਤ ਹੁੰਦੇ ਸਨ ਕਿਉਂਕਿ ਉਹ ਸਾਦਾ ਖਾਣਾ ਖਾਂਦੇ ਸਨ ਅਤੇ ਸਖ਼ਤ ਮਿਹਨਤ ਕਰਦੇ ਸਨ। ਉਸ ਸਮੇਂ ਵਿੱਚ ਕੰਮ ਹੀ ਐਸੇ ਹੁੰਦੇ ਸਨ, ਜਿਨ੍ਹਾਂ ਨਾਲ ਆਮ ਤੌਰ 'ਤੇ ਕਸਰਤ ਹੋ ਜਾਂਦੀ ਸੀ। ਉਹਨਾਂ ਦੀ ਉਮਰ ਵੀ ਲੰਬੀ ਹੁੰਦੀ ਸੀ। ਇਸ ਲਈ ਚੰਗੀ ਸਿਹਤ ਰੱਖਣ ਲਈ ਆਪਣੀ ਖ਼ੁਰਾਕ ਦਾ ਖ਼ਿਆਲ ਰੱਖਣਾ ਚਾਹੀਦਾ ਹੈ ਕਿ ਕੀ ਖਾਣ ਲਈ ਠੀਕ ਹੈ ਅਤੇ ਕੀ ਠੀਕ ਨਹੀਂ ਹੈ। ਚੰਗੀ ਖ਼ੁਰਾਕ ਦੇ ਨਾਲ ਨਾਲ ਕਸਰਤ ਵੀ ਜ਼ਰੂਰੀ ਕਰਨੀ ਚਾਹੀਦੀ ਹੈ।

1. ਚੰਗੀ ਸਿਹਤ ਰੱਖਣ ਲਈ ਇਸ ਆਰਟੀਕਲ ਵਿੱਚ ਕੀ ਸੁਝਾ ਦਿੱਤੇ ਗਏ ਹਨ ?
2. ਕਸਰਤ ਕਰਨ ਲਈ ਲੋਕਾਂ ਨੂੰ ਕਿਉਂ ਘੱਟ ਸਮਾਂ ਮਿਲਦਾ ਹੈ ?
3. ਅੱਜ ਕੱਲ੍ਹ ਨਾਲੋਂ ਪੁਰਾਣੇ ਸਮਿਆਂ ਵਿੱਚ ਲੋਕੀਂ ਕਿਉਂ ਜ਼ਿਆਦਾ ਸਿਹਤਮੰਦ ਸਨ ?
4. ਉਪਰੋਕਤ ਵਾਰਤਾ ਵਿਚੋਂ ਹੇਠ ਲਿਖਿਆਂ ਸ਼ਬਦਾਂ ਜਾਂ ਵਾਕ-ਅੰਸ਼ਾਂ ਦੇ ਸਮਾਨ-ਅਰਥ ਸ਼ਬਦ ਜਾਂ ਵਾਕੰਸ਼ ਲਿਖੋ।

   i) ਖ਼ਿਆਲ ਰੱਖਣਾ ii) ਕੰਮ ਵਿੱਚ ਰੁੱਝੇ ਰਹਿੰਦੇ ਹਨ iii) ਚੰਗੀ ਸਿਹਤ
5. ਉੱਪਰ ਲਿਖੀ ਵਾਰਤਾ ਦਾ ਅੰਗਰੇਜ਼ੀ ਵਿੱਚ ਉਲਥਾ ਕਰੋ।

17. ਮਨਜੀਤ ਬਾਰੇ ਹੇਠ ਲਿਖਿਆ ਲੇਖ ਪੜ੍ਹੋ ਅਤੇ ਇਸ ਦੇ ਆਧਾਰ 'ਤੇ ਥੱਲੇ ਦਿੱਤੇ ਪ੍ਰਸ਼ਨਾਂ ਦੇ ਉੱਤਰ ਪੰਜਾਬੀ ਵਿੱਚ ਲਿਖੋ।

ਅੱਜ ਤੋਂ ਕੋਈ ਦੋ ਕੁ ਸਾਲ ਪਹਿਲਾਂ ਮੈਂ ਬਹੁਤਾ ਸਿਹਤਮੰਦ ਨਹੀਂ ਸੀ। ਮੈਨੂੰ ਹਰ ਵੇਲੇ ਕੋਈ ਨਾ ਕੋਈ ਬੀਮਾਰੀ ਲੱਗੀ ਰਹਿੰਦੀ ਸੀ ਅਤੇ ਮੇਰਾ ਸਰੀਰ ਵੀ ਕਾਫ਼ੀ ਮੋਟਾ ਹੋ ਗਿਆ ਸੀ। ਇਸ ਦੇ ਕਈ ਕਾਰਣ ਸੀ।

ਮੈਂ ਤਲੀਆਂ ਚੀਜ਼ਾਂ ਜ਼ਿਆਦਾ ਖਾਂਦਾ ਸੀ। ਕਰਿਸਪ, ਚੌਕਲੇਟ ਅਤੇ ਸਵੀਟਾਂ ਦੇਖ ਕੇ ਮੈਂ ਖਾਣ ਤੋਂ ਨਹੀਂ ਰਹਿ ਸਕਦਾ ਸੀ। ਹਰੀਆਂ ਸਬਜ਼ੀਆਂ ਘੱਟ ਖਾਂਦਾ ਸੀ। ਦੁੱਧ ਅਤੇ ਜੂਸ ਦੀ ਥਾਂ ਕੋਕਾ ਕੋਲਾ ਪੀਣਾ ਜ਼ਿਆਦਾ ਪਸੰਦ ਕਰਦਾ ਸੀ। ਕਸਰਤ ਬਿਲਕੁਲ ਨਹੀਂ ਕਰਦਾ ਸੀ। ਆਪਣੇ ਮਾਤਾ ਪਿਤਾ ਦੀ ਘਰ ਦੇ ਕੰਮ ਵਿੱਚ ਸਹਾਇਤਾ ਕਰਨਾ ਆਪਣੀ ਬੇਇਜ਼ਤੀ ਸਮਝਦਾ ਸੀ। ਰਾਤ ਬਹੁਤ ਦੇਰ ਤੱਕ ਟੈਲੀਵਿਯਨ ਦੇ ਅੱਗੇ ਬੈਠਾ ਰਹਿੰਦਾ ਸੀ। ਸਵੇਰ ਨੂੰ ਮੈਂ ਨਾਸ਼ਤਾ ਘੱਟ ਹੀ ਖਾਂਦਾ ਸੀ। ਜੇ ਕੋਈ ਮੈਨੂੰ ਮੋਟਾ ਕਹਿ ਦੇਵੇ ਤਾਂ ਬਹੁਤ ਗ਼ੁੱਸਾ ਚੜ੍ਹਦਾ ਸੀ।

ਪਰ ਹੁਣ ਮੈਂ ਆਪਣੇ ਆਪ ਨੂੰ ਸਮਝਾ ਲਿਆ ਹੈ ਕਿ ਮੇਰੇ ਲਈ ਆਪਣੀ ਸਿਹਤ ਠੀਕ ਰੱਖਣਾ ਬਹੁਤ ਜ਼ਰੂਰੀ ਹੈ। ਮੈਂ ਆਪਣੀ ਖ਼ੁਰਾਕ ਦਾ ਬਹੁਤ ਖ਼ਿਆਲ ਰੱਖਦਾ ਹਾਂ। ਮੈਂ ਹੁਣ ਕਰਿਸਪ, ਚੌਕਲੇਟ ਅਤੇ ਸਵੀਟਾਂ ਬਹੁਤ ਘੱਟ ਖਾਂਦਾ ਹਾਂ। ਇਹਨਾਂ ਦੀ ਥਾਂ ਫਲ ਖਾ ਲੈਂਦਾ ਹਾਂ। ਕੇਲੇ, ਸੇਬ, ਅੰਗੂਰ, ਖ਼ਰਬੂਜ਼ਾ ਅਤੇ ਨਾਸ਼ਪਾਤੀ ਆਦਿ ਜ਼ਿਆਦਾ ਖਾਂਦਾ ਹਾਂ। ਹਰ ਰੋਜ਼ ਸਕੂਲ ਨੂੰ ਨਾਸ਼ਤਾ ਖਾ ਕੇ ਜਾਂਦਾ ਹਾਂ। ਮੈਂ ਹੁਣ ਤਲੀਆਂ ਚੀਜ਼ਾਂ ਜਿਵੇਂ ਸਮੋਸੇ, ਚਿਪਸ ਆਦਿ ਘੱਟ ਖਾਂਦਾ ਹਾਂ। ਪਨੀਰ ਪਹਿਲਾਂ ਤੋਂ ਜ਼ਿਆਦਾ ਖਾਂਦਾ ਹਾਂ। ਹਫ਼ਤੇ ਵਿੱਚ ਇੱਕ ਵਾਰ ਆਪਣੇ ਦੋਸਤਾਂ ਨਾਲ ਫੁੱਟਬਾਲ ਖੇਡਦਾ ਹਾਂ। ਆਪਣੇ ਮਾਤਾ ਪਿਤਾ ਦੀ ਘਰ ਦੇ ਕੰਮ ਵਿੱਚ ਸਹਾਇਤਾ ਕਰਨ ਲੱਗ ਪਿਆ ਹਾਂ। ਇਸ ਨਾਲ ਮੇਰੀ ਥੋੜ੍ਹੀ ਕਸਰਤ ਵੀ ਹੋ ਜਾਂਦੀ ਹੈ। ਹਫ਼ਤੇ ਵਿੱਚ ਇੱਕ ਵਾਰ ਤਰਨ ਜਾਂਦਾ ਹਾਂ। ਘਰ ਦੇ ਲਾਗਲੇ ਖ਼ਾਲੀ ਪਾਰਕ ਵਿੱਚ ਹਫ਼ਤੇ ਵਿੱਚ ਘੱਟ ਤੋਂ ਘੱਟ ਦੋ ਵਾਰ ਦੌੜ ਵੀ ਲਾਉਂਦਾ ਹਾਂ। ਹੁਣ ਮੈਂ ਰਾਤ ਨੂੰ ਜਲਦੀ ਸੌਣ ਦੀ ਆਦਤ ਵੀ ਬਣਾ ਲਈ ਹੈ।

ਜਦੋਂ ਤੋਂ ਮੈਂ ਇਹ ਕਰਨਾ ਸ਼ੁਰੂ ਕੀਤਾ ਹੈ, ਮੇਰੀ ਸਿਹਤ ਬਹੁਤ ਚੰਗੀ ਹੋ ਗਈ ਹੈ। ਸਰੀਰ ਬੜਾ ਹੌਲਾ ਹੌਲਾ ਅਤੇ ਚੁਸਤ ਲੱਗਦਾ ਹੈ। ਮੈਂ ਪਹਿਲਾਂ ਨਾਲੋਂ ਹੁਣ ਕੁਝ ਪਤਲਾ ਵੀ ਹੋ ਗਿਆ ਹਾਂ। ਕੰਮ ਕਰਨ ਨੂੰ ਬੜਾ ਜੀ ਕਰਦਾ ਹੈ ਅਤੇ ਮੈਨੂੰ ਹੁਣ ਗ਼ੁੱਸਾ ਵੀ ਘੱਟ ਚੜ੍ਹਦਾ ਹੈ। ਮੈਂ ਇਹ ਹੀ ਕਹਾਂਗਾ ਕਿ ਆਪਣੀ ਸਿਹਤ ਠੀਕ ਰੱਖਣ ਲਈ ਕਸਰਤ ਕਰਨੀ ਬਹੁਤ ਜ਼ਰੂਰੀ ਹੈ।

1. ਦੋ ਸਾਲ ਪਹਿਲਾਂ ਨਾਲੋਂ ਹੁਣ ਮਨਜੀਤ ਦੀ ਸਿਹਤ ਵਿੱਚ ਕੀ ਫ਼ਰਕ ਪਿਆ ਹੈ ਅਤੇ ਕਿਉਂ ?
2. ਉਪਰੋਕਤ ਵਾਰਤਾ ਵਿੱਚੋਂ ਹੇਠ ਲਿਖਿਆਂ ਸ਼ਬਦਾਂ ਜਾਂ ਵਾਕ-ਅੰਸ਼ਾਂ ਦੇ ਸਮਾਨ-ਅਰਥ ਸ਼ਬਦ ਜਾਂ ਵਾਕੰਸ਼ ਲਿਖੋ :

   i) ਖਾਣਾ ਬਹੁਤ ਪਸੰਦ ਕਰਦਾ ਸੀ ii) ਚੰਗਾ ਨਹੀਂ ਲੱਗਦਾ ਸੀ

   iii) ਸਵੇਰ ਦਾ ਖਾਣਾ ਘੱਟ ਖਾਂਦਾ ਹਾਂ
3. ਇਸ ਲੇਖ ਦਾ ਅੰਗਰੇਜ਼ੀ ਵਿੱਚ ਉਲਥਾ ਕਰੋ।

18. ਹੇਠ ਦਿੱਤਾ ਹੋਮੀਓਪੈਥੀ ਬਾਰੇ ਇਸ਼ਤਿਹਾਰ ਪੜ੍ਹੋ ਅਤੇ ਪ੍ਰਸ਼ਨਾਂ ਦਾ ਉੱਤਰ ਲਿਖੋ।

ਹੋਮੀਓਪੈਥੀ ਦੁਆਰਾ ਹਰ ਬੀਮਾਰੀ ਦਾ ਇਲਾਜ

ਅੱਜ-ਕੱਲ੍ਹ ਇੰਗਲੈਂਡ ਵਿੱਚ ਹੋਮੀਓਪੈਥੀ ਇਲਾਜ ਦੀ ਮੰਗ ਦਿਨੋ ਦਿਨ ਵਧ ਰਹੀ ਹੈ। ਇਸ ਦਾ ਵੱਡਾ ਕਾਰਣ ਇਹ ਹੈ ਕਿ ਹੋਮੀਓਪੈਥੀ ਦੁਆਈ ਖਾਣ ਨਾਲ ਕੋਈ ਸਾਈਡ ਈਫੈਕਟ ਨਹੀਂ ਹੁੰਦਾ ਅਤੇ ਬੀਮਾਰੀ ਦਾ ਇਲਾਜ ਵੀ ਠੀਕ ਹੋ ਜਾਂਦਾ ਹੈ। ਹੋਮੀਓਪੈਥਕ ਦਵਾਈ ਬੀਮਾਰੀ ਤੋਂ ਛੁਟਕਾਰਾ ਪਾਉਣ ਲਈ ਸਾਰੇ ਸਰੀਰ ਨੂੰ ਸਟੀਮੀਓਲੇਟ ਕਰਦੀ ਹੈ। ਇਸ ਦੁਆਰਾ ਮਰੀਜ਼ ਦੀ ਬੀਮਾਰੀ ਦੀ ਪਹਿਲੋਂ ਪੂਰੀ ਜਾਂਚ ਕਰਨ ਤੋਂ ਬਾਅਦ ਹੀ ਇਲਾਜ ਸ਼ੁਰੂ ਕੀਤਾ ਜਾਂਦਾ ਹੈ। ਚੰਗੀ ਗੱਲ ਇਹ ਹੈ ਕਿ ਹੋਮੀਓਪੈਥੀ ਦਵਾਈ ਤੁਸੀਂ ਆਪਣੇ ਫੈਮਲੀ ਡਾਕਟਰ ਦੁਆਰਾ ਦਿੱਤੀ ਦਵਾਈ ਦੇ ਨਾਲ ਨਾਲ ਵੀ ਖਾ ਸਕਦੇ ਹੋ।

ਹੋਮੀਓਪੈਥੀ ਦੁਆਰਾ ਇਲਾਜ ਬਿਲਕੁਲ ਸੁਰੱਖਿਅਤ ਹੈ ਅਤੇ ਇਸ ਨਾਲ ਮਰਦਾਂ, ਇਸਤਰੀਆਂ ਅਤੇ ਬੱਚਿਆਂ ਦੀਆਂ ਹਰ ਤਰ੍ਹਾਂ ਦੀਆਂ ਬੀਮਾਰੀਆਂ ਦਾ ਇਲਾਜ ਕੀਤਾ ਜਾ ਸਕਦਾ ਹੈ ਜਿਵੇਂ:

• ਬਲੱਡ-ਪ੍ਰੈਸ਼ਰ	• ਹਾਜ਼ਮਾ	• ਫਲੂ, ਖੰਘ	• ਐਲਰਜੀ, ਹੇਫੀਵਰ
• ਦਿਲ ਦੀਆਂ ਬੀਮਾਰੀਆਂ	• ਪਿਸ਼ਾਬ ਸਬੰਧੀ ਬੀਮਾਰੀਆਂ	• ਸ਼ੂਗਰ (ਡਾਇਬੀਟੀਜ਼)	• ਚਮੜੀ (ਸਕਿੰਨ) ਦੀਆਂ ਬੀਮਾਰੀਆਂ
• ਦਮਾ	• ਸਿਰ ਦਰਦ	• ਘਰੇਲੂ ਚਿੰਤਾ, ਫ਼ਿਕਰ	• ਭਾਰ ਦਾ ਘਟਣਾ ਜਾਂ ਵਧਣਾ
• ਐਗਜ਼ੀਮਾ	• ਪਿੱਠ ਦਰਦ	• ਜੋੜਾਂ ਦਾ ਦਰਦ (ਆਰਥਰਾਇਟਿਸ)	• ਥਕਾਵਟ ਮਹਿਸੂਸ ਕਰਨਾ ਆਦਿ
• ਡੀਪ੍ਰੈਸ਼ਨ (ਮਾਨਸਿਕ ਤਣਾਓ)	• ਨਜ਼ਲਾ, ਜ਼ੁਕਾਮ		

ਲੋਕਾਂ ਦੀ ਹੋਮੀਓਪੈਥਿਕ ਇਲਾਜ ਵਿੱਚ ਦਿਲਚਸਪੀ ਵਧਣ ਕਾਰਨ **ਜਸਦੀਪ ਨਾਗਰਾ ਨੇ ਕਾਵੈਂਟਰੀ ਸ਼ਹਿਰ ਵਿੱਚ 'ਹੋਮੀਓਪੈਥੀ ਹੈਲਥ ਕੇਅਰ'** HOMOEOPATHY HEALTH CARE ਖੋਲ੍ਹਿਆ ਹੈ। ਜਸਦੀਪ ਨਾਗਰਾ ਦੇ ਹੋਮੀਓਪੈਥੀ ਹੈਲਥ ਕੇਅਰ ਦੀਆਂ ਕਾਵੈਂਟਰੀ ਵਿੱਚ ਬਰਾਂਚਾਂ BUPA ONE STOP MEDICAL CENTRE, BISHOP STREET, NEW OXFORD HOUSE MEDICAL CENTRE, CORPORATION STREET AND EDGEWICK MEDICAL CENTRE, FOLESHILL, COVENTRY ਵਿੱਚ ਹਨ।

ਇਹ ਜਾਨਣ ਲਈ ਕਿ ਹੋਮੀਓਪੈਥੀ ਇਲਾਜ ਦਾ ਤੁਹਾਨੂੰ ਕੋਈ ਲਾਭ ਹੋਵੇਗਾ ਕਿ ਨਹੀਂ, ਜਸਦੀਪ ਨਾਗਰਾ ਪਹਿਲੀ ਕੰਨਸਲਟੇਸ਼ਨ ਮੁਫ਼ਤ ਕਰਦੀ ਹੈ। ਇਲਾਜ ਸ਼ੁਰੂ ਕਰਨ ਤੋਂ ਪਹਿਲਾਂ ਤੁਹਾਡੀ ਬੀਮਾਰੀ ਦੀ ਪੂਰੀ ਜਾਣਕਾਰੀ ਲਈ ਉਹ ਲੰਬੀ ਕੰਨਸਲਟੇਸ਼ਨ ਕਰਦੀ ਹੈ। ਹਰ ਇੱਕ ਮਰੀਜ਼ ਦਾ ਉਸ ਦੀ ਬੀਮਾਰੀ ਦੀ ਪੂਰੀ ਜਾਂਚ ਕਰਨ ਤੋਂ ਬਾਅਦ ਹੀ ਇਲਾਜ ਸ਼ੁਰੂ ਕੀਤਾ ਜਾਂਦਾ ਹੈ। ਅੱਜ ਤਕ ਜਸਦੀਪ ਨਾਗਰਾ ਉਪਰ ਲਿਖੀਆਂ ਬਹੁਤ ਸਾਰੀਆਂ ਬੀਮਾਰੀਆਂ ਦਾ ਇਲਾਜ ਕਰ ਚੁੱਕੀ ਹੈ। ਜਸਦੀਪ ਨਾਗਰਾ BRITISH INSTITUTE OF HOMOEOPATHY ਵੱਲੋਂ ਕੁਆਲੀਫਾਈਡ ਹੋਮੀਓਪੈਥ ਹੈ ਅਤੇ HOMOEOPATHIC MEDICAL ASSOCIATION ਨਾਲ ਰਜਿਸਟਰਡ ਹੈ।

ਜੇ ਤੁਸੀਂ ਆਪਣੀ ਬੀਮਾਰੀ ਦਾ ਸਹੀ ਇਲਾਜ ਕਰਾਉਣਾ ਚਾਹੁੰਦੇ ਹੋ ਤਾਂ ਜਲਦੀ ਤੋਂ ਜਲਦੀ ਜਸਦੀਪ ਨਾਗਰਾ ਨਾਲ ਟੈਲੀਫੂਨ ਨੰਬਰ : 02476 276982 'ਤੇ ਸੰਪਰਕ ਕਰੋ ਜਾਂ Website www.homoeopathyhealthcare.co.uk ਦੇਖੋ।

1. ਅੱਜ ਕੱਲ੍ਹ ਲੋਕਾਂ ਦੀ ਦਿਲਚਸਪੀ ਹੋਮੀਓਪੈਥੀ ਦੁਆਰਾ ਇਲਾਜ ਵਿੱਚ ਕਿਉਂ ਵਧ ਰਹੀ ਹੈ ?
2. ਜਸਦੀਪ ਨਾਗਰਾ ਕੌਣ ਹੈ ਅਤੇ ਉਹ ਲੋਕਾਂ ਲਈ ਕਿਸ ਤਰ੍ਹਾਂ ਉਪਯੋਗੀ ਸਿੱਧ ਹੋ ਰਹੀ ਹੈ ?
3. ਜਸਦੀਪ ਨਾਗਰਾ ਨੂੰ ਕਿਸ ਤਰ੍ਹਾਂ ਮਿਲਿਆ ਜਾ ਸਕਦਾ ਹੈ ?
4. ਇਸ ਇਸ਼ਤਿਹਾਰ ਦਾ ਅੰਗਰੇਜ਼ੀ ਵਿੱਚ ਉਲਥਾ ਕਰੋ।

19. ਹੇਠ ਲਿਖੀ ਵਾਰਤਾ ਨੂੰ ਧਿਆਨ ਨਾਲ ਪੜ੍ਹੋ ਅਤੇ ਥੱਲੇ ਲਿਖੇ ਪ੍ਰਸ਼ਨਾਂ ਦੇ ਉੱਤਰ ਦਿਓ।

ਸਿਹਤ ਅਤੇ ਸੁੰਦਰਤਾ ਤੁਹਾਡੇ ਆਪਣੇ ਹੱਥ ਵਿੱਚ

ਸੁੰਦਰਤਾ ਇਨਸਾਨ ਦਾ ਗਹਿਣਾ ਹੈ। ਖ਼ੂਬਸੂਰਤੀ ਕੁਦਰਤ ਦੀ ਦੇਣ ਹੈ। ਪਰ ਇਸ ਖ਼ੂਬਸੂਰਤੀ ਨੂੰ ਬਣਾਏ ਰੱਖਣਾ ਇਨਸਾਨ ਦੇ ਆਪਣੇ ਹੱਥ ਵਿੱਚ ਹੈ। ਕਈ ਵਾਰ ਕੰਮਾਂ ਕਾਰਾਂ 'ਚ ਰੁੱਝੇ ਹੋਣ ਕਾਰਨ ਜਾਂ ਆਪਣੀ ਖ਼ੁਦ ਦੀ ਦੇਖਭਾਲ 'ਚ ਸੁਸਤੀ ਵਰਤਣ ਕਾਰਨ ਇਨਸਾਨ ਆਪਣੇ ਆਪ ਨੂੰ ਉਮਰ ਤੋਂ ਪਹਿਲਾਂ ਹੀ ਬੁਢਾਪੇ ਵੱਲ ਲੈ ਜਾਂਦਾ ਹੈ, ਪਰ ਕੁਝ ਅਜਿਹੇ ਵੀ ਹਨ ਜੋ ਦਿਨ ਵਿੱਚ ਕੁਝ ਸਮਾਂ ਆਪਣੇ ਵਾਸਤੇ ਕੱਢ ਕੇ, ਆਪਣੇ ਆਪ ਨੂੰ ਆਪਣੀ ਉਮਰ ਨਾਲੋਂ 10 ਸਾਲ ਛੋਟਾ ਬਣਾ ਲੈਂਦੇ ਹਨ। ਅਜਿਹਾ ਕਰਨ ਵਾਸਤੇ ਜਿੱਥੇ ਤੁਹਾਨੂੰ ਖਾਣ-ਪੀਣ ਦਾ ਖ਼ਿਆਲ ਰੱਖਣਾ ਪੈਂਦਾ ਹੈ, ਉੱਥੇ ਕਸਰਤ ਕਰਨਾ ਅਤੇ ਸਰੀਰ ਦੀ ਚਮੜੀ ਨੂੰ ਨਿਖਾਰਨਾ ਵੀ ਖ਼ੂਬਸੂਰਤ ਬਣੇ ਰਹਿਣ ਲਈ ਬਹੁਤ ਜ਼ਰੂਰੀ ਹੈ।

ਖ਼ੂਬਸੂਰਤ ਬਣੇ ਰਹਿਣ ਲਈ ਪਹਿਲੀ ਗੱਲ ਜੋ ਜ਼ਰੂਰੀ ਹੈ, ਉਹ ਹੈ ਖ਼ੁਰਾਕ। ਜਿੰਨੀ ਚੰਗੀ ਅਤੇ ਸੰਤੁਲਤ ਖ਼ੁਰਾਕ ਖਾਧੀ ਜਾਵੇ, ਸਰੀਰ ਓਨਾ ਹੀ ਚੁਸਤ-ਫ਼ੁਰਤ ਰਹੇਗਾ। ਖਾਧੀ ਜਾਣ ਵਾਲੀ ਖ਼ੁਰਾਕ ਵਿੱਚ ਸਰੀਰ ਨੂੰ ਮਿਲਣ ਵਾਲਾ ਹਰ ਤੱਤ ਸਹੀ ਮਾਤਰਾ 'ਚ ਹੋਣਾ ਚਾਹੀਦਾ ਹੈ। ਕਿਸੇ ਵੀ ਤੱਤ ਦੀ ਘਾਟ ਜਿੱਥੇ ਸਰੀਰ 'ਚ ਰੋਗ ਪੈਦਾ ਕਰਦੀ ਹੈ, ਉੱਥੇ ਇਹਨਾਂ ਦਾ ਵਾਧਾ ਵੀ ਬੀਮਾਰ ਜਾਂ ਬੇਢੰਗੇ ਸਰੀਰ ਦਾ ਕਾਰਨ ਬਣਦਾ ਹੈ।

ਸਰੀਰ ਦੀ ਚਮੜੀ ਨੂੰ ਤੰਦਰੁਸਤ ਅਤੇ ਚਮਕਦੀ ਰੱਖਣ ਵਾਸਤੇ ਤਲੀਆਂ ਚੀਜ਼ਾਂ ਖਾਣ ਅਤੇ ਮੋਟਾਪਾ ਪੈਦਾ ਕਰਨ ਵਾਲੇ ਖਾਣਿਆਂ ਤੋਂ ਪ੍ਰਹੇਜ਼ ਕਰਨਾ ਚਾਹੀਦਾ ਹੈ। ਫਲਾਂ, ਤਾਜ਼ੀਆਂ ਸਬਜ਼ੀਆਂ ਅਤੇ ਤਰਲ ਪਦਾਰਥਾਂ ਦੀ ਮਿਕਦਾਰ ਖ਼ੁਰਾਕ ਵਿੱਚ ਵਧਾ ਦੇਣੀ ਚਾਹੀਦੀ ਹੈ। ਚਮੜੀ ਨੂੰ ਤਰਾਵਟ ਵਾਲੀ ਰੱਖਣ ਲਈ ਤਾਜ਼ਾ ਪਾਣੀ ਦੀ ਬਹੁਤ ਵਰਤੋਂ ਕਰਨੀ ਚਾਹੀਦੀ ਹੈ। ਜਿੱਥੇ ਜ਼ਿਆਦਾ ਪਾਣੀ ਪੀਣਾ ਸਰੀਰ ਦੇ ਅੰਦਰਲੇ ਸਿਸਟਮ ਨੂੰ ਸਾਫ਼-ਸੁਥਰਾ ਰੱਖਦਾ ਹੈ, ਉੱਥੇ ਚਿਹਰੇ 'ਤੇ ਰੌਣਕ ਦਾ ਕਾਰਣ ਵੀ ਬਣਦਾ ਹੈ। ਜਿਵੇਂ ਪਾਣੀ ਤੋਂ ਪਿਆਸਾ ਵਿਅਕਤੀ ਨਿੰਮੋਝੂਣਾ ਹੋ ਜਾਂਦਾ ਹੈ, ਉਵੇਂ ਹੀ ਪਿਆਸੀ ਚਮੜੀ ਨਿਰਜਿੰਦ ਹੋ ਜਾਂਦੀ ਹੈ।

ਖਾਣ-ਪੀਣ ਤੋਂ ਇਲਾਵਾ ਕਸਰਤ ਕਰਨੀ ਵੀ ਤੰਦਰੁਸਤ ਸਰੀਰ ਲਈ ਬਹੁਤ ਜ਼ਰੂਰੀ ਹੈ। ਕਸਰਤ ਨਾਲ ਸਰੀਰ 'ਚ ਜਿੱਥੇ ਚੁਸਤੀ ਕਾਇਮ ਰਹਿੰਦੀ ਹੈ, ਉੱਥੇ ਕਸਰਤ ਸਰੀਰ ਦੀ ਸਹੀ ਬਣਤਰ ਬਣਾਏ ਰੱਖਣ 'ਚ ਵੀ ਸਹਾਈ ਹੁੰਦੀ ਹੈ।

ਸਰੀਰ ਉਪਰ ਲਟਕਦਾ ਮਾਸ ਜਿੱਥੇ ਦੇਖਣ ਵਾਲੇ ਦੀਆਂ ਅੱਖਾਂ ਨੂੰ ਖਟਕਦਾ ਹੈ, ਉੱਥੇ ਆਪਣੇ ਆਪ ਵਿੱਚ ਵੀ ਆਤਮ-ਵਿਸ਼ਵਾਸ 'ਚ ਕਮੀ ਪੈਦਾ ਕਰਦਾ ਹੈ। ਸੋ ਦਿਨ ਵਿੱਚ ਵੀਹ ਕੁ ਮਿੰਟ ਕਸਰਤ ਕਰਨ ਨਾਲ ਆਤਮ-ਵਿਸ਼ਵਾਸ ਵਿੱਚ ਵਾਧਾ ਕੀਤਾ ਜਾ ਸਕਦਾ ਹੈ।

ਸਭ ਤੋਂ ਮਹੱਤਵਪੂਰਨ ਜੋ ਗੱਲ ਹੈ ਉਹ ਹੈ 'ਰਿਲੈਕਸ' ਹੋਣਾ। ਤਣਾਓ ਅਧੀਨ ਰਹਿਣ ਵਾਲਾ ਇਨਸਾਨ ਕਦੀ ਵੀ ਖ਼ੂਬਸੂਰਤ ਦਿਖਾਈ ਨਹੀਂ ਦੇਵੇਗਾ। ਤਣਾਓ ਦੂਰ ਕਰਨ ਲਈ ਪੂਰੀ ਨੀਂਦ ਸੌਣਾ ਬਹੁਤ ਜ਼ਰੂਰੀ ਹੈ। ਸੋ ਕੁਝ ਇੱਕ ਸਾਵਧਾਨੀਆਂ ਵਰਤ ਕੇ ਇੱਕ ਨਿਯਮ ਅਨੁਸਾਰ ਜ਼ਿੰਦਗੀ ਜੀਊਣ ਨਾਲ ਤੁਸੀਂ ਆਪਣੇ ਆਪ ਨੂੰ ਜਿੱਥੇ ਤੰਦਰੁਸਤ ਰੱਖ ਸਕਦੇ ਹੋ ਤੇ ਉੱਥੇ ਆਪਣੀ ਸੁੰਦਰਤਾ 'ਚ ਵਾਧਾ ਕਰਕੇ ਆਪਣੀ ਅਸਲੀ ਉਮਰ ਨੂੰ ਧੋਖਾ ਵੀ ਦੇ ਸਕਦੇ ਹੋ।

AQA 1998

1. ਇਸ ਵਾਰਤਾ ਵਿੱਚ ਹੇਠ ਲਿਖੀਆਂ ਗੱਲਾਂ ਨੂੰ ਸੌਖੀ ਪੰਜਾਬੀ ਵਿੱਚ ਲਿਖੋ :

(ੳ) ਸਰੀਰ ਦੀ ਚਮੜੀ ਨੂੰ ਨਿਖਾਰਨਾ (ਲਾਈਨ 7) *(2)*

(ਅ) ਸੰਤੁਲਤ ਖ਼ੁਰਾਕ (ਲਾਈਨ 10) *(2)*

(ੲ) ਚਮੜੀ ਨਿਰਜਿੰਦ ਹੋ ਜਾਂਦੀ ਹੈ (ਲਾਈਨ 20) *(3)*

(ਸ) ਆਤਮ ਵਿਸ਼ਵਾਸ ਵਿੱਚ ਕਮੀ ਪੈਦਾ ਕਰਦਾ ਹੈ (ਲਾਈਨ 25) *(3)*

(ਹ) ਮਹੱਤਵਪੂਰਨ ਗੱਲ (ਲਾਈਨ 27) *(2)*

(12)

2. ਕੰਮਾਂ ਕਾਰਾਂ ਦਾ ਰੁਝੇਵਾਂ ਤੇ ਆਪਣੇ ਆਪ ਦੀ ਦੇਖਭਾਲ ਵਿੱਚ ਸੁਸਤੀ ਕਰਨ ਦਾ ਕੀ ਅਸਰ ਹੁੰਦਾ ਹੈ ? ਆਪਣੀ ਅਸਲੀ ਉਮਰ ਨੂੰ ਧੋਖਾ ਕਿਵੇਂ ਦਿੱਤਾ ਜਾ ਸਕਦਾ ਹੈ ? *(4)*

3. ਤੁਹਾਡੇ ਵਿਚਾਰ ਅਨੁਸਾਰ ਸਿਹਤ ਅਤੇ ਸੁੰਦਰਤਾ ਵਿੱਚ ਵਾਧਾ ਕਰਨ ਲਈ ਕਿਹੜੀਆਂ ਕਿਹੜੀਆਂ ਮੁੱਖ ਗੱਲਾਂ ਦਾ ਧਿਆਨ ਰੱਖਣਾ ਚਾਹੀਦਾ ਹੈ ? *(9)*

AQA 1998

4. ਪਹਿਲੇ ਦੋ ਪੈਰਿਆਂ ਦਾ ਅੰਗਰੇਜ਼ੀ ਵਿੱਚ ਉਲਥਾ ਕਰੋ।

Letter Writing

Media

1. ਆਪਣੇ ਮਿੱਤਰ/ਸਹੇਲੀ ਨੂੰ ਪੰਜਾਬੀ ਵਿੱਚ ਇੱਕ ਚਿੱਠੀ ਲਿਖੋ, ਜਿਸ ਵਿੱਚ ਹੇਠ ਲਿਖੀਆਂ ਗੱਲਾਂ ਬਾਰੇ ਜ਼ਰੂਰ ਲਿਖਿਆ ਹੋਵੇ।

   – ਇੰਗਲੈਂਡ ਵਿੱਚ ਟੈਲੀਵਿਯਨ ਚੈਨਲ ਜਿਨ੍ਹਾਂ ’ਤੇ ਪੰਜਾਬੀ ਜਾਂ ਹਿੰਦੀ ਵਿੱਚ ਪ੍ਰੋਗਰਾਮ ਆਉਂਦੇ ਹਨ। ਤੁਸੀਂ ਕਿਹੜਾ ਚੈਨਲ ਜ਼ਿਆਦਾ ਪਸੰਦ ਕਰਦੇ ਹੋ ਅਤੇ ਕਿਉਂ।
   – ਤੁਹਾਨੂੰ ਕਿਹੜਾ ਪ੍ਰੋਗਰਾਮ ਚੰਗਾ ਲੱਗਦਾ ਹੈ ਅਤੇ ਕਿਉਂ।
   – ਤੁਸੀਂ ਕਿਹੜੀ ਪੰਜਾਬੀ ਅਖ਼ਬਾਰ ਪੜ੍ਹਦੇ ਹੋ ਅਤੇ ਕਿਉਂ।
   – ਰੇਡੀਓ ’ਤੇ ਕਿਹੜਾ ਪ੍ਰੋਗਰਾਮ ਜ਼ਿਆਦਾ ਸੁਣਨਾ ਪਸੰਦ ਕਰਦੇ ਹੋ ਅਤੇ ਕਿਉਂ।
   – ਕੋਈ ਹੋਰ ਗੱਲ ਲਿਖੋ।

2. ਮੀਡੀਆ ਬਾਰੇ ਇੱਕ ਲੇਖ ਲਿਖੋ, ਜਿਸ ਵਿੱਚ ਹੇਠ ਲਿਖੀਆਂ ਗੱਲਾਂ ਬਾਰੇ ਜ਼ਰੂਰ ਲਿਖਿਆ ਹੋਵੇ।

   – ਪ੍ਰੈਸ ਅਤੇ ਟੈਲੀਵਿਯਨ ਦੀ ਆਮ ਲੋਕਾਂ ਦੀ ਜ਼ਿੰਦਗੀ ਲਈ ਲੋੜ।
   ? – ਪ੍ਰੈਸ ਅਤੇ ਟੈਲੀਵਿਯਨ ਦਾ ਰਾਸ਼ਟਰੀ ਅਤੇ ਅੰਤਰ-ਰਾਸ਼ਟਰੀ ਸਮੱਸਿਆਵਾਂ ’ਤੇ ਪ੍ਰਭਾਵ।
   – ਪੰਜਾਬ ਅਤੇ ਇੰਗਲੈਂਡ ਵਿੱਚ ਪੰਜਾਬੀ ਅਖ਼ਬਾਰਾਂ ਦਾ ਪ੍ਰਭਾਵ।
   – ਟੈਲੀਵਿਯਨ ਅਤੇ ਰੇਡੀਓ ’ਤੇ ਪੰਜਾਬੀ ਪ੍ਰੋਗਰਾਮਾਂ ਦਾ ਲੋਕਾਂ ’ਤੇ ਪ੍ਰਭਾਵ।
   – ਟੈਲੀਵਿਯਨ ਅਤੇ ਰੇਡੀਓ ਦੇ ਪ੍ਰੋਗਰਾਮਾਂ ਵਿੱਚ ਸੁਧਾਰ ਲਿਆਉਣ ਲਈ ਤੁਹਾਡੇ ਵਿਚਾਰ।

- what is the need of the press and media on normal people's lives?

Transport and Communication

1. ਆਪਣੇ ਇਲਾਕੇ ਦੇ ਪੁਲਿਸ ਅਫ਼ਸਰ ਨੂੰ ਇੱਕ ਈ-ਮੇਲ ਇੱਕ ਐਕਸੀਡੈਂਟ ਬਾਰੇ ਭੇਜੋ, ਜੋ ਤੁਸੀਂ ਦੇਖਿਆ ਹੈ। ਇਸ ਵਿੱਚ ਤੁਸੀਂ ਹੇਠ ਲਿਖੀਆਂ ਗੱਲਾਂ ਬਾਰੇ ਲਿਖ ਸਕਦੇ ਹੋ।

   —ਐਕਸੀਡੈਂਟ ਕਦੋਂ ਅਤੇ ਕਿੱਥੇ ਹੋਇਆ।
   —ਐਕਸੀਡੈਂਟ ਕਿਸ ਤਰ੍ਹਾਂ ਹੋਇਆ ਅਤੇ ਕਿਸ ਦਾ ਕਸੂਰ ਸੀ।
   —ਟਰੈਫ਼ਿਕ ਜਾਮ।
   —ਫੱਟੜਾਂ ਦੀ ਦੇਖਭਾਲ।
   —ਅੱਗੋਂ ਐਕਸੀਡੈਂਟ ਨਾ ਹੋਣ ਲਈ ਸੁਝਾ।

2. ਤੁਸੀਂ ਇੰਡੀਆ ਵਿੱਚ ਛੁੱਟੀਆਂ ਕੱਟ ਕੇ ਆਏ ਹੋ। ਆਪਣੇ ਸਕੂਲ ਦੇ ਰਸਾਲੇ ਲਈ ਇੰਡੀਆ ਦੇ ਆਵਾਜਾਈ ਦੇ ਸਾਧਨਾਂ ਬਾਰੇ ਇੱਕ ਆਰਟੀਕਲ ਲਿਖੋ, ਜਿਸ ਵਿੱਚ ਹੇਠ ਲਿਖੀਆਂ ਗੱਲਾਂ ਬਾਰੇ ਜ਼ਰੂਰ ਲਿਖਿਆ ਹੋਵੇ।

   —ਇੰਡੀਆ ਵਿੱਚ ਆਉਣ ਜਾਣ ਦੇ ਸਾਧਨ।
   —ਪਿੰਡਾਂ ਵਿੱਚ ਸੜਕਾਂ।
   —ਪਬਲਿਕ ਟਰਾਂਸਪੋਰਟ ਰਾਹੀਂ ਸਫ਼ਰ ਕਰਨ ਦੇ ਲਾਭ ਅਤੇ ਹਾਨੀਆਂ।
   —ਇੰਗਲੈਂਡ ਅਤੇ ਇੰਡੀਆ ਦੇ ਆਉਣ ਜਾਣ ਦੇ ਸਾਧਨਾਂ ਵਿੱਚ ਫ਼ਰਕ।
   —ਮੁਸਾਫ਼ਰਾਂ ਲਈ ਆਉਣ ਜਾਣ ਦੇ ਸਾਧਨਾਂ ਨੂੰ ਸੁਰੱਖਿਅਤ ਬਨਾਉਣ ਲਈ ਤੁਹਾਡੇ ਸੁਝਾ।

3. ਪੰਜਾਬੀ ਦੇ ਅਖ਼ਬਾਰ ਲਈ ਇੰਡੀਆ ਵਿੱਚ ਆਉਣ ਜਾਣ ਦੇ ਸਾਧਨਾਂ ਬਾਰੇ ਇੱਕ ਆਰਟੀਕਲ ਲਿਖੋ। ਇਹ ਫ਼ੈਸਲਾ ਤੁਸੀਂ ਆਪ ਕਰਨਾ ਹੈ ਕਿ ਇਸ ਆਰਟੀਕਲ ਵਿੱਚ ਤੁਸੀਂ ਕਿਸ ਕਿਸ ਗੱਲ ਬਾਰੇ ਲਿਖਣਾ ਹੈ।

Food, Drink, Health and Fitness

1. ਪਿਛਲੇ ਹਫ਼ਤੇ ਤੁਸੀਂ ਆਪਣੇ ਮਾਤਾ-ਪਿਤਾ ਜੀ ਨਾਲ ਇੱਕ ਰੈਸਟੋਰੈਂਟ 'ਤੇ ਖਾਣਾ ਖਾਣ ਲਈ ਗਏ ਸੀ। ਆਪਣੇ ਮਿੱਤਰ/ਸਹੇਲੀ ਨੂੰ ਪੰਜਾਬੀ ਵਿੱਚ ਇੱਕ ਚਿੱਠੀ ਲਿਖੋ, ਜਿਸ ਵਿੱਚ ਹੇਠ-ਲਿਖੀਆਂ ਗੱਲਾਂ ਬਾਰੇ ਜ਼ਰੂਰ ਲਿਖਿਆ ਹੋਵੇ।

   —ਤੁਸੀਂ ਖਾਣਾ ਖਾਣ ਲਈ ਕਿੱਥੇ ਗਏ ਸੀ ਅਤੇ ਇਹ ਰੈਸਟੋਰੈਂਟ ਤੁਸੀਂ ਕਿਉਂ ਪਸੰਦ ਕੀਤਾ।
   —ਖਾਣੇ ਬਾਰੇ ਤੁਹਾਡੇ ਵਿਚਾਰ।
   —ਰੈਸਟੋਰੈਂਟ ਦੀ ਸਰਵਿਸ ਬਾਰੇ ਤੁਹਾਡੇ ਵਿਚਾਰ।
   —ਅੱਜ-ਕੱਲ੍ਹ ਅੰਗਰੇਜ਼ ਲੋਕ ਪੰਜਾਬੀ ਖਾਣਾ ਬਹੁਤ ਪਸੰਦ ਕਰਦੇ ਹਨ। ਇਸ ਦੇ ਕੀ ਕਾਰਨ ਹਨ ?
   —ਕੋਈ ਹੋਰ ਗੱਲ ਲਿਖੋ।

2. ਆਪਣੇ ਚਾਚਾ ਜੀ ਨੂੰ ਜੋ ਪੰਜਾਬ ਰਹਿੰਦੇ ਹਨ, ਇਹ ਦੱਸਣ ਲਈ ਪੰਜਾਬੀ ਵਿੱਚ ਇੱਕ ਚਿੱਠੀ ਲਿਖੋ ਕਿ ਤੁਸੀਂ ਇੰਗਲੈਂਡ ਵਿੱਚ ਆਪਣੀ ਸਿਹਤ ਠੀਕ ਰੱਖਣ ਲਈ ਕੀ ਕਰਦੇ ਹੋ। ਚਿੱਠੀ ਵਿੱਚ ਹੇਠ ਲਿਖੀਆਂ ਗੱਲਾਂ ਬਾਰੇ ਜ਼ਰੂਰ ਲਿਖੋ।

   —ਕਿਸ ਤਰ੍ਹਾਂ ਦੀ ਖ਼ੁਰਾਕ ਖਾਂਦੇ ਹੋ ਅਤੇ ਕਿਉਂ।
   —ਨਸ਼ੀਲੀਆਂ ਚੀਜ਼ਾਂ ਦੀ ਵਰਤੋਂ ਨਾ ਕਰਨਾ।
   —ਹੈਲਥ ਕਲੱਬ ਵਿੱਚ ਸ਼ਾਮਲ ਹੋਣਾ।
   —ਕਸਰਤ ਕਰਨਾ।
   —ਰੋਜ਼ਾਨਾ ਜ਼ਿੰਦਗੀ ਅਤੇ ਹੈਲਥ ਕੇਅਰ।

3. ਤੁਹਾਡਾ ਛੋਟਾ ਭਰਾ/ਭੈਣ ਅੱਜ-ਕੱਲ੍ਹ ਪੰਜਾਬ ਛੁੱਟੀਆਂ 'ਤੇ ਹਨ। ਉਸ ਨੂੰ ਇੱਕ ਸਲਾਹ-ਮਸ਼ਵਰਾ ਪੱਤਰ ਲਿਖੋ ਕਿ ਵਾਤਾਵਰਨ ਦੀ ਬਦਲੀ ਕਾਰਨ ਆਪਣੀ ਸਿਹਤ ਦਾ ਵਿਸ਼ੇਸ਼ ਧਿਆਨ ਰੱਖੋ। ਚਿੱਠੀ ਵਿੱਚ ਤੁਸੀਂ ਹੇਠ ਲਿਖੀਆਂ ਗੱਲਾਂ ਬਾਰੇ ਲਿਖ ਸਕਦੇ ਹੋ।

   —ਅੰਗਰੇਜ਼ੀ ਅਤੇ ਪੰਜਾਬੀ ਖ਼ੁਰਾਕ ਬਾਰੇ।
   —ਚੰਗੀ ਖ਼ੁਰਾਕ ਖਾਣ ਬਾਰੇ ਸਲਾਹ।
   —ਨਸ਼ੀਲੀਆਂ ਚੀਜ਼ਾਂ ਦੀ ਨਾ ਵਰਤੋਂ ਬਾਰੇ।
   —ਕਸਰਤ ਕਰਨ ਲਈ ਹੈਲਥ ਕਲੱਬ।
   —ਨਸ਼ੀਲੀਆਂ ਚੀਜ਼ਾਂ ਬਾਰੇ ਕੋਈ ਹੋਰ ਗੱਲ।

4. ਆਪਣੇ ਸਕੂਲ ਦੇ ਰਸਾਲੇ ਲਈ ਇੱਕ ਆਰਟੀਕਲ ਲਿਖੋ, ਜਿਸ ਵਿੱਚ ਚੰਗੀ ਸਿਹਤ ਬਾਰੇ ਤੁਹਾਡੇ ਵਿਚਾਰ ਹੋਣ।

Chapter 2

Society

This chapter deals with the topic area of Society and the texts contain material about family, religion, free-time activities and social issues. For the practice of students there are 10 exercises of comprehension, 10 excercises of translation from Panjabi to English and 9 exercises of letter writing.

Family

1.

bring up.

> ਸ੍ਰੀ ਲੰਕਾ ਇੱਕ ਛੋਟਾ ਜਿਹਾ ਦੇਸ਼ ਹੈ। ਇਹ ਭਾਰਤ ਦੇ ਦੱਖਣ ਵੱਲ ਹੈ। ਲੰਕਾ ਬਾਰੇ ਇੱਕ ਬਹੁਤ ਪ੍ਰਸਿੱਧ ਕਹਾਣੀ ਹੈ, ਜਿਸ ਨੂੰ ਭਾਰਤ ਦਾ ਹਰ ਵਿਅਕਤੀ ਜਾਣਦਾ ਹੈ। ਲੰਕਾ ਵਿੱਚ ਪੁਰਾਣੇ ਸਮਿਆਂ ਵਿੱਚ ਰਾਵਣ ਨਾਮੀ ਇੱਕ ਰਾਜਾ ਰਾਜ ਕਰਦਾ ਸੀ। ਉਹ ਧੋਖੇ ਨਾਲ ਸ੍ਰੀ ਰਾਮ ਚੰਦਰ ਜੀ ਦੀ ਪਤਨੀ ਸੀਤਾ ਨੂੰ ਜ਼ਬਰਦਸਤੀ ਚੁੱਕ ਕੇ ਲੈ ਗਿਆ ਸੀ। ਸ੍ਰੀ ਰਾਮ ਚੰਦਰ ਜੀ ਆਪਣੀ ਪਤਨੀ ਸਮੇਤ ਇਸ ਸਮੇਂ ਆਪਣੇ ਪਿਤਾ ਜੀ ਦੇ ਹੁਕਮ ਦੀ ਪਾਲਣਾ ਕਰਦੇ ਹੋਏ 14 ਸਾਲ ਦਾ ਬਨਵਾਸ ਕੱਟ ਰਹੇ ਸਨ। ਉਨ੍ਹਾਂ ਦਾ ਭਰਾ ਲਕਸ਼ਮਨ ਵੀ ਉਨ੍ਹਾਂ ਦੇ ਨਾਲ ਹੀ ਸੀ। ਇਹ ਵੇਖ ਕੇ ਕਿ ਉਨ੍ਹਾਂ ਦੀ ਪਤਨੀ ਨੂੰ ਰਾਵਣ ਚੁੱਕ ਕੇ ਲੈ ਗਿਆ ਹੈ, ਸ੍ਰੀ ਰਾਮ ਚੰਦਰ ਜੀ ਅਤੇ ਉਨ੍ਹਾਂ ਦੇ ਭਰਾ ਲਕਸ਼ਮਨ ਨੂੰ ਬਹੁਤ ਦੁੱਖ ਹੋਇਆ। ਉਸ ਨੇ ਇੱਕ ਵੱਡੀ ਸੈਨਾ ਇਕੱਠੀ ਕੀਤੀ। ਇਸ ਵਿੱਚ ਉਨ੍ਹਾਂ ਦੀ ਹਨੂਮਾਨ ਨੇ ਸਹਾਇਤਾ ਕੀਤੀ। ਇਸ ਤੋਂ ਬਾਅਦ ਉਨ੍ਹਾਂ ਨੇ ਲੰਕਾ 'ਤੇ ਚੜ੍ਹਾਈ ਕੀਤੀ। ਰਾਵਣ ਲੜਾਈ ਵਿੱਚ ਮਾਰਿਆ ਗਿਆ ਅਤੇ ਇਸ ਤਰ੍ਹਾਂ ਸ੍ਰੀ ਰਾਮ ਚੰਦਰ ਜੀ ਨੇ ਸੀਤਾ ਨੂੰ ਛੁਡਾਇਆ।

w with prisoner.

1. ਸ੍ਰੀ ਲੰਕਾ ਕਿੱਥੇ ਹੈ ?

2. ਲੰਕਾ ਦੇ ਰਾਜੇ ਨੇ ਸ੍ਰੀ ਰਾਮ ਚੰਦਰ ਜੀ ਨਾਲ ਕੀ ਮਾੜਾ ਕੰਮ ਕੀਤਾ ?

3. ਸ੍ਰੀ ਰਾਮ ਚੰਦਰ ਜੀ ਨੇ ਲੰਕਾ 'ਤੇ ਕਿਉਂ ਹਮਲਾ ਕੀਤਾ ? ਇਸ ਹਮਲੇ ਦਾ ਕੀ ਸਿੱਟਾ ਨਿਕਲਿਆ ?

4. ਹੇਠ ਲਿਖੇ ਸ਼ਬਦਾਂ ਨੂੰ ਆਪਣੇ ਵਾਕਾਂ ਵਿੱਚ ਲਿਖੋ, ਜੋ ਉੱਪਰ ਦਿੱਤੀ ਵਾਰਤਾ ਵਿੱਚ ਨਾ ਹੋਵੇ।

    i) ਦੱਖਣ   iv) ਜ਼ਬਰਦਸਤੀ

    ii) ਪ੍ਰਸਿੱਧ   v) ਸੈਨਾ

    iii) ਧੋਖਾ   vi) ਚੜ੍ਹਾਈ ਕੀਤੀ

5. ਉੱਪਰ ਦਿੱਤੀ ਵਾਰਤਾ ਦਾ ਅੰਗਰੇਜ਼ੀ ਵਿੱਚ ਉਲਥਾ ਕਰੋ।

2.

ਅਮਰੀਕ ਦੇ ਚਾਰ ਭੈਣ ਭਰਾ ਸਨ ਤੇ ਇਹ ਸਭ ਤੋਂ ਛੋਟਾ ਸੀ। ਉਸ ਦਾ ਪਿਤਾ ਇਸ ਨੂੰ ਹਰ ਵੇਲੇ ਝਿੜਕਦਾ ਹੀ ਰਹਿੰਦਾ ਸੀ। ਉਹ ਅਮਰੀਕ ਨੂੰ ਪਸੰਦ ਨਹੀਂ ਸੀ ਕਰਦਾ, ਕਿਉਂਕਿ ਅਮਰੀਕ ਸਕੂਲ ਜਾ ਕੇ ਆਪਣੇ ਘਰ ਦੀ ਸਾਰੀ ਰਿਪੋਰਟ ਸਕੂਲ-ਟੀਚਰ ਨੂੰ ਦੇ ਦਿੰਦਾ ਸੀ। ਅਮਰੀਕ ਨੂੰ ਝੂਠ ਬੋਲਣਾ ਨਹੀਂ ਸੀ ਆਉਂਦਾ। ਉਸ ਦੇ ਸੱਚ ਬੋਲਣ ਦੀ ਆਦਤ ਨੇ ਉਸ ਨੂੰ ਪਿਤਾ ਪਿਆਰ ਤੋਂ ਵਾਂਝਾ ਕਰ ਦਿੱਤਾ।

ਅਮਰੀਕ ਸਕੂਲ ਕਦੀ ਵੀ ਲੋੜੀਂਦਾ ਨਾਸ਼ਤਾ ਨਹੀਂ ਸੀ ਕਰਕੇ ਆਇਆ। ਕਦੀ ਬਿਸਕੁਟ ਖਾ ਕੇ, ਕਦੇ ਰਾਤ ਦੀ ਬਚੀ ਹੋਈ ਰੋਟੀ ਖਾ ਕੇ ਤੇ ਕਦੀ ਖ਼ਾਲੀ ਚਾਹ ਦੀ ਪਿਆਲੀ ਪੀ ਕੇ ਆ ਜਾਂਦਾ ਸੀ। ਕਦੀ ਵੀ ਹਫ਼ਤੇ ਤੋਂ ਪਹਿਲਾਂ ਉਸ ਨੇ ਕੱਛੀ ਤੇ ਬਨੈਣ ਨਹੀਂ ਸੀ ਬਦਲੀ। ਪੀਟੀ ਕਰਾਉਣ ਵੇਲੇ ਜਦੋਂ ਉਸ ਦੀ ਟੀਚਰ ਕਪੜੇ ਉਤਾਰਦੀ ਤਾਂ ਅਮਰੀਕ ਨੂੰ ਬੜੀ ਸ਼ਰਮ ਆਉਂਦੀ।

ਉਸ ਦੀ ਟੀਚਰ ਦਾ ਨਾਂ ਮਿਸਿਜ਼ ਬਰਾਊਨ ਸੀ। ਉਹ ਇਸ ਨੂੰ ਬੜਾ ਪਿਆਰ ਕਰਦੀ ਸੀ। ਪਿਆਰ ਦੇ ਦੋ ਕਾਰਨ ਸੀ। ਇੱਕ ਤੇ ਇਹ ਸੀ ਕਿ ਉਹ ਆਪ ਬੜੀ ਧਾਰਮਿਕ ਖ਼ਿਆਲਾਂ ਵਾਲੀ ਸੀ, ਦੂਜੀ ਗੱਲ ਇਹ ਸੀ ਕਿ ਉਹ ਸਮਝਦੀ ਸੀ ਕਿ ਮਾਂ-ਪਿਉ ਦੀਆਂ ਅਣਗਹਿਲੀਆਂ ਦੀ ਸਜ਼ਾ ਅਮਰੀਕ ਨੂੰ ਨਹੀਂ ਮਿਲਣੀ ਚਾਹੀਦੀ। ਸੋ, ਮਿਸਿਜ਼ ਬਰਾਊਨ ਉਸ 'ਤੇ ਤਰਸ ਖਾਂਦੀ ਸੀ। ਹੌਲੀ ਹੌਲੀ ਤਰਸ, ਪਿਆਰ ਦਾ ਰੂਪ ਬਣ ਗਿਆ।

ਰੱਬ ਦੀ ਕਰਨੀ ਕੀ ਹੋਈ ਕਿ ਮਿਸਿਜ਼ ਬਰਾਊਨ ਨੂੰ ਕੈਂਸਰ ਹੋ ਗਿਆ। ਡਾਕਟਰਾਂ ਨੇ ਬਥੇਰੀ ਵਾਹ ਲਾਈ, ਪਰ ਉਸ ਨੂੰ ਬਚਾਅ ਨਾ ਸਕੇ। ਉਸ ਦੀ ਮੌਤ ਦੀ ਖ਼ਬਰ ਸੁਣ ਕੇ ਕੋਈ ਪੱਥਰ ਦਿਲ ਹੀ ਹੋਵੇਗਾ, ਜਿਹੜਾ ਰੋਇਆ ਨਾ ਹੋਵੇ। ਅਮਰੀਕ ਲਈ ਤਾਂ ਸਮਝੋ ਉਸ ਦੀ ਅਸਲੀ ਮਾਂ ਤੋਂ ਵੱਧ ਪਿਆਰੀ ਮਾਂ, ਇਸ ਜਹਾਨ ਤੋਂ ਕੂਚ ਕਰ ਗਈ ਸੀ।

J.M.B. 1981

1. ਅਮਰੀਕ ਅਤੇ ਉਸ ਦੇ ਪਿਤਾ ਵਿੱਚ ਕਿਸ ਤਰ੍ਹਾਂ ਦੇ ਸੰਬੰਧ ਸਨ ਅਤੇ ਕਿਉਂ ?
2. ਅਮਰੀਕ ਕਿਸ ਤਰ੍ਹਾਂ ਦਾ ਮੁੰਡਾ ਸੀ ?
3. ਦੱਸੋ ਅਮਰੀਕ ਕਿਸ ਤਰ੍ਹਾਂ ਦਾ ਨਾਸ਼ਤਾ ਕਰਕੇ ਸਕੂਲ ਆਉਂਦਾ ਸੀ ?
4. ਅਮਰੀਕ ਦੀ ਅਧਿਆਪਕਾ ਮਿਸਿਜ਼ ਬਰਾਊਨ ਉਸ ਨਾਲ ਕਿਉਂ ਪਿਆਰ ਕਰਦੀ ਸੀ ?
5. ਤੁਸੀਂ ਸਕੂਲ ਵਿੱਚ ਕਿਸ ਤਰ੍ਹਾਂ ਦਾ ਖਾਣਾ ਖਾਣਾ ਪਸੰਦ ਕਰੋਗੇ ਅਤੇ ਕਿਉਂ ?
6. ਲਾਈਨ 6 ਤੋਂ ਲਾਈਨ 15 ਤੱਕ ਦਾ ਅੰਗਰੇਜ਼ੀ ਵਿੱਚ ਉਲਥਾ ਕਰੋ।

3. ਹੇਠ ਲਿਖੀ ਵਾਰਤਾ ਨੂੰ ਧਿਆਨ ਨਾਲ ਪੜ੍ਹੋ ਅਤੇ ਥੱਲੇ ਲਿਖੇ ਪ੍ਰਸ਼ਨਾਂ ਦੇ ਉੱਤਰ ਦਿਉ।

ਇਸਤਰੀ ਅਤੇ ਪਰਵਾਰ

ਕੋਈ ਵੀ ਇਸਤਰੀ ਜਦੋਂ ਕੋਈ ਨੌਕਰੀ ਆਦਿ ਕਰਦੀ ਹੋਵੇ, ਤਾਂ ਮਰਦ ਲਈ ਘਰ ਦੇ ਨਿੱਕੇ ਮੋਟੇ ਕੰਮ ਵਿੱਚ ਉਸਦਾ ਹੱਥ ਵਟਾਉਣਾ ਇੱਕ ਫ਼ਰਜ਼ ਹੀ ਹੈ। ਪਰੰਤੂ ਜਦੋਂ ਇਸਤਰੀ ਗਰਭਵਤੀ ਜਾਂ ਬਿਮਾਰ ਹੋ ਜਾਏ ਤਾਂ ਘਰ ਦੇ ਸਾਰੇ ਕੰਮ ਕਾਜ ਵਿੱਚ ਉਸਦੀ ਸਹਾਇਤਾ ਕਰਨੀ ਹੋਰ ਵੀ ਜ਼ਰੂਰੀ ਹੈ। ਐਸਾ ਕਰਨ ਨਾਲ ਪਰਿਵਾਰਿਕ ਮਾਹੌਲ ਵਧੇਰੇ ਖ਼ੁਸ਼ਗਵਾਰ ਤੇ ਸੁਖੀ ਹੋਵੇਗਾ ਅਤੇ ਇਸਤਰੀ ਆਪਣਾ ਬਚਿਆ ਸਮਾਂ ਹੋਰ ਉਸਾਰੂ ਕੰਮਾਂ ਵੱਲ ਲਾ ਸਕੇਗੀ।

ਬੱਚੇ ਦੀ ਜ਼ਿੰਦਗੀ ਉਦੋਂ ਸ਼ੁਰੂ ਹੁੰਦੀ ਹੈ, ਜਦੋਂ ਉਹ ਮਾਂ ਦੇ ਪੇਟ ਵਿੱਚ ਸਾਹ ਲੈਣਾ ਸ਼ੁਰੂ ਕਰਦਾ ਹੈ, ਅਤੇ ਉਸਦਾ ਨਿੱਕਾ ਜਿਹਾ ਦਿਲ ਧੜਕਣ ਵਿੱਚ ਆਉਂਦਾ ਹੈ। ਬੱਚੇ ਦੇ ਸਰੀਰ ਅਤੇ ਦਿਮਾਗ਼ ਦੇ ਵਿਕਾਸ ਦੇ ਨਾਲ ਨਾਲ ਉਸਦੀਆਂ ਆਦਤਾਂ ਅਤੇ ਸੁਭਾਅ ਵੀ ਉਸੇ ਸਮੇਂ ਤੋਂ ਹੀ ਬਣਨੇ ਸ਼ੁਰੂ ਹੋ ਜਾਂਦੇ ਹਨ। ਮਾਂ ਜੋ ਖਾਂਦੀ ਹੈ, ਪੀਂਦੀ ਹੈ, ਸੋਚਦੀ ਹੈ ਤੇ ਜਿਸ ਤਰ੍ਹਾਂ ਵਿਚਰਦੀ ਹੈ, ਉਸ ਸਭ ਕੁਝ ਦਾ ਪ੍ਰਭਾਵ ਬੱਚੇ ਉੱਤੇ ਪੈ ਰਿਹਾ ਹੁੰਦਾ ਹੈ। ਮਿਸਾਲ ਵਜੋਂ, ਜੇ ਕਰ ਮਾਂ ਜਾਂ ਪਿਤਾ ਸਿਗਰਟ ਪੀਂਦੇ ਹੋਣ ਜਾਂ ਕਿਸੇ ਹੋਰ ਤਰ੍ਹਾਂ ਦਾ ਨਸ਼ਾ ਕਰਦੇ ਹੋਣ, ਮਾਂ ਮੰਦਾ ਸੋਚੇ, ਗ਼ੁੱਸੇ, ਸਾੜੇ, ਚੋਰੀ, ਝੂਠ, ਪਾਖੰਡ ਵਿੱਚ ਆਪਣੀ ਜ਼ਿੰਦਗੀ ਗੁਜ਼ਾਰੇ ਤਾਂ ਨਿਰਸੰਦੇਹ ਇਸ ਦਾ ਪ੍ਰਭਾਵ ਬੱਚੇ ਉਪਰ ਜ਼ਰੂਰ ਪਵੇਗਾ।

ਪਰ ਇਹ ਗੱਲ ਕੇਵਲ ਇਸਤਰੀ ਉਪਰ ਹੀ ਨਿਰਭਰ ਨਹੀਂ। ਇੱਕ ਸਿਹਤਮੰਦ, ਅਰੋਗ ਤੇ ਸੰਤੁਲਤ ਬਾਲਕ ਨੂੰ ਹੋਂਦ ਵਿੱਚ ਲਿਆਉਣ ਲਈ ਪਤੀ ਤੇ ਉਸ ਨਾਲ ਰਹਿੰਦੇ ਪਰਵਾਰ ਅਤੇ ਮਿੱਤਰਾਂ ਦਾ ਪ੍ਰਭਾਵ ਵੀ ਪੈਂਦਾ ਹੈ। ਭਾਵ ਕਿ ਜਿਹਾ ਵਾਤਾਵਰਣ ਉਸ ਸਮੇਂ ਇਸਤਰੀ ਦਾ ਹੋਵੇਗਾ, ਉਹੋ ਜਿਹਾ ਬਾਲਕ ਉਪਜੇਗਾ। ਸੋ, ਸ਼ਾਂਤ, ਮਿਠਾਸ ਭਰੇ, ਪਿਆਰ ਭਰਪੂਰ ਤੇ ਆਤਮਿਕ ਮਾਹੌਲ ਵਿੱਚੋਂ ਉਗਮਿਆ ਬਾਲਕ ਨਿਰਸੰਦੇਹ ਅਰੋਗ ਹੋਵੇਗਾ। ਗੁਰਬਾਣੀ ਤੇ ਸੰਗੀਤ ਦੀ ਫੁਹਾਰ ਉਸ ਨੂੰ ਆਤਮਿਕ, ਬੌਧਿਕ ਤੇ ਜਜ਼ਬਾਤੀ ਤੌਰ 'ਤੇ ਬਲਵਾਨ ਬਣਾਵੇਗੀ। ਇਸ ਤਰ੍ਹਾਂ ਬੱਚੇ ਦੀ ਉਤਪਤੀ ਤੇ ਵਿਕਾਸ ਦੇ ਸੰਦਰਭ ਵਿੱਚ ਸਭ ਤੋਂ ਵੱਧ ਕਰਤਵ ਇਸਤਰੀ ਨੇ ਨਿਭਾਉਣਾ ਹੈ, ਪਰ ਪਤੀ ਤੇ ਘਰ ਦੇ ਬਾਕੀ ਜੀਆਂ ਦਾ ਯੋਗਦਾਨ ਬਹੁਤ ਮਹੱਤਵ-ਪੂਰਨ ਹੈ। ਇਸ ਸੰਬੰਧੀ ਕੋਤਾਹੀ ਕਰਨ ਵਾਲੇ ਮਾਤਾ-ਪਿਤਾ ਆਦਿ ਬਾਲਕ ਨਾਲ ਧਰੋਹ ਕਰਨਗੇ। ਸੋ, ਬੱਚੇ ਦੇ ਜਨਮ ਤੋਂ ਪਹਿਲਾਂ ਹੀ ਇਸਤਰੀ ਤੇ ਮਰਦ ਦਾ ਕਰਤਵ ਆਰੰਭ ਹੁੰਦਾ ਹੈ ਅਤੇ ਚੰਗਾ ਪੁੱਤਰ, ਧੀ, ਪਤੀ, ਪਤਨੀ, ਮਾਤਾ, ਪਿਤਾ ਆਦਿ ਬਣਾਉਣ ਹਿੱਤ ਉਨ੍ਹਾਂ ਦਾ ਇਹ ਅਮਲ ਸਾਰਾ ਜੀਵਨ ਜਾਰੀ ਰਹਿੰਦਾ ਹੈ। ਜਿਹੜੀ ਇਸਤਰੀ ਜਾਂ ਮਰਦ ਇਸ ਪ੍ਰਤੀ ਆਪਣਾ ਫ਼ਰਜ਼ ਪੂਰਾ ਨਹੀਂ ਕਰਦੇ, ਉਹ ਮਨੁੱਖਤਾ ਨੂੰ ਉਲਾਰੂ ਪਾਸੇ ਵੱਲ ਲਿਜਾ ਰਹੇ ਹਨ। N.E.A.B. 1996

1. ਵਾਰਤਾ ਵਿੱਚੋਂ ਹੇਠ ਦਿੱਤੇ ਸ਼ਬਦਾਂ ਜਾਂ ਵਾਕੰਸ਼ਾਂ (phrases) ਨੂੰ ਸੌਖੀ ਪੰਜਾਬੀ ਵਿੱਚ ਲਿਖੋ :

(ੳ) ਘਰ ਦੇ............ਕੰਮ ਵਿੱਚ............ਹੱਥ ਵਟਾਉਣਾ	(ਲਾਈਨ 2)	*(2)*
(ਅ) ਖ਼ੁਸ਼ਗਵਾਰ ਮਾਹੌਲ	(ਲਾਈਨ 5)	*(3)*
(ੲ) ਨਿਰਸੰਦੇਹ	(ਲਾਈਨ 14)	*(2)*
(ਸ) ਅਰੋਗ ਬਾਲਕ	(ਲਾਈਨ 19-20)	*(2)*
(ਹ) ਮਹਤੱਵ-ਪੂਰਨ ਯੋਗਦਾਨ	(ਲਾਈਨ 23-24)	*(2)*
		(12)

2. ਪਰਵਾਰਿਕ ਮਾਹੌਲ ਨੂੰ ਸੁਖੀ ਰੱਖਣ ਲਈ ਕੀ ਸੁਝਾਅ ਦਿੱਤਾ ਗਿਆ ਹੈ ? *(4)*

3. ਬੱਚੇ ਦੇ ਜਨਮ ਅਤੇ ਵਿਕਾਸ ਨਾਲ ਸੰਬੰਧਤ ਕਿਹੜੀਆਂ ਗੱਲਾਂ ਹਨ, ਜਿਨ੍ਹਾਂ ਦਾ ਧਿਆਨ ਰੱਖਣਾ ਮਾਂ ਅਤੇ ਪਿਉ ਲਈ ਜ਼ਰੂਰੀ ਹੈ ? *(6)*

N.E.A.B. Specimen 1996

4. ਉਪਰੋਕਤ ਵਾਰਤਾ ਵਿੱਚੋਂ ਹੇਠ ਲਿਖਿਆਂ ਸ਼ਬਦਾਂ/ਵਾਕ-ਅੰਸ਼ਾਂ ਦੇ ਸਮਾਨ-ਅਰਥ ਸ਼ਬਦ ਜਾਂ ਵਾਕ-ਅੰਸ਼ ਲਿਖੋ।

i) ਡੀਊਟੀ	iv) ਚੰਗੀ ਸਿਹਤ ਵਾਲਾ	vii) ਤਾਕਤਵਰ
ii) ਘਰੇਲੂ	v) ਆਲਾ ਦੁਆਲਾ	vii) ਕੋਈ ਧਿਆਨ ਨਾ ਦੇਣਾ
iii) ਅਸਰ	vi) ਪੈਦਾ ਹੋਇਆ	

5. ਪਹਿਲੇ ਦੋ ਪੈਰਿਆਂ ਦਾ ਉਲਥਾ ਅੰਗਰੇਜ਼ੀ ਵਿੱਚ ਕਰੋ।

Religion

4. ਹੇਠ ਲਿਖੀ ਵਾਰਤਾ ਨੂੰ ਧਿਆਨ ਨਾਲ ਪੜ੍ਹੋ ਅਤੇ ਪ੍ਰਸ਼ਨਾਂ ਦੇ ਉੱਤਰ ਦਿਓ :

> ਸਾਰੇ ਸੰਸਾਰ ਦਾ ਪ੍ਰਸਿੱਧ ਸੁਨਹਿਰੀ ਮੰਦਰ ਅੰਮ੍ਰਿਤਸਰ ਸ਼ਹਿਰ ਦੇ ਗੱਭੇ ਸਥਿਤ ਹੈ। ਇਹ ਮੰਦਰ ਇੱਕ ਪਵਿੱਤਰ ਤਲਾਅ ਦੇ ਵਿਚਕਾਰ ਬਣਾਇਆ ਗਿਆ ਹੈ। ਇਸ ਮੰਦਰ ਦਾ ਬੁਨਿਆਦੀ ਪੱਥਰ ਇੱਕ ਮੁਸਲਮਾਨ ਸੰਤ, ਮੀਆਂ ਮੀਰ ਨੇ ਰੱਖਿਆ ਸੀ। ਅੰਮ੍ਰਿਤਸਰ ਸ਼ਹਿਰ ਦੀ ਨੀਂਹ ਸਿੱਖਾਂ ਦੇ ਚੌਥੇ ਗੁਰੂ ਰਾਮਦਾਸ ਜੀ ਨੇ ਰੱਖੀ ਸੀ। ਪਰ ਸੁਨਹਿਰੀ ਮੰਦਰ ਦੀ ਉਸਾਰੀ ਸਿੱਖਾਂ ਦੇ ਪੰਜਵੇਂ ਗੁਰੂ ਅਰਜਨ ਦੇਵ ਜੀ ਨੇ ਕੀਤੀ ਸੀ। ਮਹਾਰਾਜਾ ਰਣਜੀਤ ਸਿੰਘ ਨੇ ਜੋ ਕਿ ਪੰਜਾਬ ਦੇ ਹਾਕਮ ਸਨ, ਮੰਦਰ ਦੀ ਬਿਲਡਿੰਗ ਵਾਸਤੇ ਸੋਨਾ ਦਿੱਤਾ ਅਤੇ ਮੰਦਰ ਨੂੰ ਤਾਂਬੇ ਦੀਆਂ ਪਲੇਟਾਂ 'ਤੇ ਸੋਨੇ ਦੇ ਪੱਤੇ ਲਾ ਕੇ ਸਜਾਇਆ ਗਿਆ। ਬਿਲਡਿੰਗ ਦੇ ਉਪਰਲੇ ਹਿੱਸੇ ਨੂੰ ਲਗਭਗ 100 ਕਿਲੋਗ੍ਰਾਮ ਸੋਨੇ ਨਾਲ ਸਜਾਇਆ ਗਿਆ ਹੈ। ਇਸ ਸਮੇਂ ਤੋਂ ਹੀ ਬਾਹਰਲੀ ਦੁਨੀਆ ਵਿੱਚ ਇਹ ਮੰਦਰ ਸੁਨਹਿਰੀ ਮੰਦਰ ਦੇ ਨਾਂ ਨਾਲ ਪ੍ਰਸਿੱਧ ਹੈ। ਮੰਦਰ ਦਾ ਅਸਲੀ ਨਾਂ ਹਰਿਮੰਦਰ ਹੈ—ਹਰੀ ਦਾ ਮੰਦਰ।

1. ਹਰਿਮੰਦਰ ਸਾਹਿਬ ਬਾਰੇ ਚਾਰ ਗੱਲਾਂ ਲਿਖੋ।

2. ਸੰਤ ਮੀਆਂ ਮੀਰ ਦੀ ਸਿੱਖ ਧਰਮ ਵਿੱਚ ਕੀ ਵਿਸ਼ੇਸ਼ਤਾ ਹੈ ?

3. ਮਹਾਰਾਜਾ ਰਣਜੀਤ ਸਿੰਘ ਦੀ ਸਿੱਖ ਧਰਮ ਨੂੰ ਕੀ ਦੇਣ ਹੈ ?

4. ਹੇਠ ਲਿਖਿਆਂ ਸ਼ਬਦਾਂ ਨੂੰ ਆਪਣੇ ਵਾਕਾਂ ਵਿੱਚ ਵਰਤੋ :

   i) ਪਵਿੱਤਰ   iv) ਉਸਾਰੀ

   ii) ਸੁਨਹਿਰੀ   v) ਸੋਨਾ

   iii) ਨੀਂਹ ਪੱਥਰ   vi) ਤਲਾਅ

5. ਹੇਠ ਲਿਖੇ ਸ਼ਬਦਾਂ ਦੇ ਉਪਰੋਕਤ ਵਾਰਤਾ ਵਿੱਚੋਂ ਸਮਾਨ-ਅਰਥ ਸ਼ਬਦ ਲਿਖੋ :

   i) ਨੀਂਹ   iv) ਤਕੀਰਬਨ

   ii) ਵਿਚਕਾਰ   v) ਮਸ਼ਹੂਰ

   iii) ਸੋਨੇ ਰੰਗਾ

6. ਉੱਪਰ ਦਿੱਤੀ ਵਾਰਤਾ ਦਾ ਅੰਗਰੇਜ਼ੀ ਵਿੱਚ ਉਲਥਾ ਕਰੋ।

5. ਹੇਠ ਲਿਖੀ ਵਾਰਤਾ ਨੂੰ ਪੜ੍ਹੋ ਅਤੇ ਪ੍ਰਸ਼ਨਾਂ ਦੇ ਉੱਤਰ ਦਿਓ :

> ਨਿਰਮਲ ਹਰ ਐਤਵਾਰ ਗੁਰਦੁਆਰੇ ਜਾਂਦੀ ਹੈ। ਸਭ ਤੋਂ ਪਹਿਲਾਂ ਉਹ ਇਸ਼ਨਾਨ ਕਰਦੀ ਹੈ। ਫੇਰ ਆਪਣਾ ਨਾਸ਼ਤਾ ਖਾ ਕੇ ਆਪਣੀਆਂ ਕੁਝ ਸਹੇਲੀਆਂ ਨੂੰ ਨਾਲ ਲੈ ਕੇ ਗੁਰਦੁਆਰੇ ਜਾਂਦੀ ਹੈ। ਗੁਰਦੁਆਰੇ ਪਹੁੰਚ ਕੇ ਉਹ ਆਪਣੇ ਜੋੜੇ ਉਤਾਰ ਕੇ ਸੇਵਾਦਾਰ ਨੂੰ ਦਿੰਦੀ ਹੈ, ਜਿਹੜਾ ਕਿ ਜੋੜਿਆਂ ਨੂੰ ਇੱਕ ਛੋਟੇ ਕਮਰੇ ਵਿੱਚ ਸੰਭਾਲ ਕੇ ਰੱਖਦਾ ਹੈ। ਨਿਰਮਲ ਗੁਰੂ ਗ੍ਰੰਥ ਸਾਹਿਬ ਅੱਗੇ ਮੱਥਾ ਟੇਕ ਕੇ ਇਸਤਰੀਆਂ ਵਾਲੇ ਪਾਸੇ ਜਾ ਕੇ ਬੈਠ ਜਾਂਦੀ ਹੈ। ਬਾਰਾਂ ਕੁ ਵਜੇ ਇੱਕ ਦੋ ਘੰਟੇ ਕੀਰਤਨ ਹੋਣ ਤੋਂ ਬਾਅਦ ਭੋਗ ਪੈਂਦਾ ਹੈ ਅਤੇ ਸਭ ਨੂੰ ਪ੍ਰਸ਼ਾਦ ਮਿਲਦਾ ਹੈ।
>
> ਭੋਗ ਪੈਣ ਤੋਂ ਬਾਅਦ ਸਾਰੇ ਲੋਕੀਂ ਗੁਰਦੁਆਰੇ ਦੇ ਦੂਜੇ ਹਾਲ ਵਿੱਚ ਲੰਗਰ ਖਾਣ ਲਈ ਜਾਂਦੇ ਹਨ। ਸਾਰੇ ਇਸਤਰੀ, ਪੁਰਸ਼ ਅਤੇ ਬੱਚੇ ਇਕੱਠੇ ਬੈਠ ਕੇ ਲੰਗਰ ਖਾਂਦੇ ਹਨ। ਕਈ ਇਸਤਰੀਆਂ ਰਸੋਈ ਵਿੱਚ ਕਈ ਕਈ ਘੰਟੇ ਲਗਾਤਾਰ ਖਾਣਾ ਬਣਾਉਣ ਦੀ ਸੇਵਾ ਕਰਦੀਆਂ ਹਨ। ਨਿਰਮਲ ਅਤੇ ਉਸ ਦੀਆਂ ਸਹੇਲੀਆਂ ਸੰਗਤਾਂ ਨੂੰ ਖਾਣਾ ਵਰਤਾਉਂਦੀਆਂ ਹਨ। ਲੰਗਰ ਦਾ ਖਾਣਾ ਬੜਾ ਹੀ ਸੁਆਦ ਹੁੰਦਾ ਹੈ। ਗੁਰਦੁਆਰੇ ਹਰ ਕੋਈ ਜਾ ਸਕਦਾ ਹੈ ਅਤੇ ਕਿਸੇ ਨੂੰ ਵੀ ਜਾਣ ਦੀ ਮਨਾਹੀ ਨਹੀਂ। ਅੱਜ-ਕੱਲ੍ਹ ਤਾਂ ਕਈ ਗੁਰਦੁਆਰਿਆਂ ਦੇ ਪ੍ਰਬੰਧਕਾਂ ਨੇ ਆਮ ਜਨਤਾ ਦੀ ਭਲਾਈ ਲਈ ਕਈ ਹੋਰ ਕੰਮ ਵੀ ਕੀਤੇ ਹਨ; ਜਿਵੇਂ : ਬੱਚਿਆਂ ਨੂੰ ਪੰਜਾਬੀ ਪੜ੍ਹਾਉਣ ਦਾ ਕੰਮ, ਬੱਚਿਆਂ ਨੂੰ ਸੰਗੀਤ ਸਿਖਾਉਣ ਦਾ ਕੰਮ ਅਤੇ ਬਜ਼ੁਰਗਾਂ ਲਈ ਮਨੋਰੰਜਕ ਪ੍ਰੋਗਰਾਮ ਆਦਿ। ਪੰਜਾਬੀ ਵਿਆਹਾਂ ਦੀ ਰਸਮ ਵੀ ਜ਼ਿਆਦਾਤਰ ਗੁਰਦੁਆਰਿਆਂ ਵਿੱਚ ਹੀ ਹੁੰਦੀ ਹੈ। ਕਈ ਵਾਰ ਲੋਕੀਂ ਆਪਣਾ ਵਿਚਾਰ ਵਟਾਂਦਰਾ ਵੀ ਗੁਰਦੁਆਰਿਆਂ ਵਿੱਚ ਹੀ ਕਰਦੇ ਹਨ ਅਤੇ ਇੱਕ ਦੂਜੇ ਦੇ ਦੁਖ ਸੁਖ ਸੁਣਦੇ ਹਨ।

1. ਨਿਰਮਲ ਗੁਰਦੁਆਰੇ ਜਾਣ ਤੋਂ ਪਹਿਲਾਂ ਕੀ ਕੰਮ ਕਰਦੀ ਹੈ ?
2. ਨਿਰਮਲ ਗੁਰਦੁਆਰੇ ਪਹੁੰਚ ਕੇ ਕੀ ਕਰਦੀ ਹੈ ?
3. ਗੁਰਦੁਆਰੇ ਵਿੱਚ ਇਸਤਰੀਆਂ ਕੀ ਸੇਵਾ ਕਰਦੀਆਂ ਹਨ ?
4. ਇੰਗਲੈਂਡ ਵਿੱਚ ਗੁਰਦੁਆਰੇ ਆਮ ਲੋਕਾਂ ਲਈ ਕਿਉਂ ਲਾਭਦਾਇਕ ਸਿੱਧ ਹੋ ਰਹੇ ਹਨ ?
5. ਜੇ ਤੁਸੀਂ ਕਦੇ ਗੁਰਦੁਆਰੇ ਜਾਂ ਮੰਦਰ ਗਏ ਹੋ ਤਾਂ ਜੋ ਕੁਝ ਤੁਸੀਂ ਉਸ ਬਾਰੇ ਦੇਖਿਆ ਜਾਂ ਸੁਣਿਆ ਹੈ, ਆਪਣੇ ਸ਼ਬਦਾਂ ਵਿੱਚ ਲਿਖੋ।
6. ਹੇਠ ਲਿਖਿਆਂ ਸ਼ਬਦਾਂ ਨੂੰ ਆਪਣੇ ਵਾਕਾਂ ਵਿੱਚ ਵਰਤੋ :

i) ਸੇਵਾ	iii) ਸੇਵਾਦਾਰ	v) ਲੰਗਰ	vii) ਪ੍ਰਬੰਧਕ	ix) ਕੀਰਤਨ
ii) ਨਾਸ਼ਤਾ	iv) ਭੋਗ	vi) ਸੰਗਤ	viii) ਜਨਤਾ	x) ਸੰਗੀਤ

7. ਉੱਪਰ ਦਿੱਤੀ ਵਾਰਤਾ ਦਾ ਅੰਗਰੇਜ਼ੀ ਵਿੱਚ ਉਲਥਾ ਕਰੋ।

6. ਹੇਠ ਲਿਖਿਆ ਗੁਰੂ ਨਾਨਕ ਦੇਵ ਜੀ ਬਾਰੇ ਇੱਕ ਲੇਖ ਪੜ੍ਹੋ ਅਤੇ ਪ੍ਰਸ਼ਨਾਂ ਦਾ ਉੱਤਰ ਲਿਖੋ।

ਗੁਰੂ ਨਾਨਕ ਦੇਵ ਜੀ

ਗੁਰੂ ਨਾਨਕ ਦੇਵ ਜੀ ਸਿੱਖਾਂ ਦੇ ਪਹਿਲੇ ਗੁਰੂ ਹੋਏ ਹਨ। ਉਹਨਾਂ ਦਾ ਜਨਮ 1469 ਈਸਵੀ ਨੂੰ ਪਿੰਡ ਤਲਵੰਡੀ ਵਿੱਚ ਜਿਹੜਾ ਕਿ ਅੱਜ-ਕੱਲ੍ਹ ਪਾਕਿਸਤਾਨ ਵਿੱਚ ਹੈ, ਹੋਇਆ ਸੀ। ਇਸ ਪਿੰਡ ਨੂੰ ਅੱਜ-ਕੱਲ੍ਹ ਗੁਰੂ ਨਾਨਕ ਦੇਵ ਜੀ ਦੇ ਨਾਮ ਕਾਰਨ ਨਨਕਾਣਾ ਸਾਹਿਬ ਕਿਹਾ ਜਾਂਦਾ ਹੈ।

ਇਹਨਾਂ ਦੇ ਪਿਤਾ ਦਾ ਨਾਮ ਮਹਿਤਾ ਕਾਲੂ ਅਤੇ ਮਾਤਾ ਦਾ ਨਾਮ ਤ੍ਰਿਪਤਾ ਸੀ। ਆਪ ਦੀ ਇੱਕ ਭੈਣ ਸੀ, ਜਿਸ ਦਾ ਨਾਮ ਬੀਬੀ ਨਾਨਕੀ ਸੀ, ਉਹ ਗੁਰੂ ਨਾਨਕ ਤੋਂ ਕਈ ਸਾਲ ਵੱਡੀ ਸੀ। ਇਹਨਾਂ ਦੇ ਪਿਤਾ ਜੀ ਗੁਰੂ ਨਾਨਕ ਨੂੰ ਚੰਗੀ ਤੇ ਉੱਚੀ ਵਿਦਿਆ ਦੁਆ ਕੇ ਕਿਤੇ ਚੰਗੀ ਨੌਕਰੀ 'ਤੇ ਲੁਆਉਣਾ ਚਾਹੁੰਦੇ ਸਨ। ਪਰ ਗੁਰੂ ਜੀ ਬਚਪਨ ਤੋਂ ਹੀ ਪਰਮਾਤਮਾ ਦੀ ਭਗਤੀ ਵਿੱਚ ਲੀਨ ਰਹਿੰਦੇ ਅਤੇ ਆਪਣੇ ਮਾਪਿਆਂ ਦੇ ਹਟਾਉਣ 'ਤੇ ਵੀ ਅਕਸਰ ਸਮਾਧੀ ਲਾਈ ਰੱਖਦੇ। ਭਾਈ ਬਾਲਾ ਅਤੇ ਭਾਈ ਮਰਦਾਨਾ, ਜੋ ਆਪ ਜੀ ਦੇ ਬਚਪਨ ਤੋਂ ਸਾਥੀ ਸਨ, ਸਦਾ ਆਪ ਜੀ ਦੇ ਨਾਲ ਰਹਿੰਦੇ ਸਨ।

ਗੁਰੂ ਜੀ ਨੇ ਕੁਰਾਹੇ ਚੱਲਣ ਵਾਲੇ ਵਿਅਕਤੀਆਂ ਨੂੰ ਰਾਹੇ ਪਾਉਣ ਲਈ ਕਈ ਕੌਤਕ ਕੀਤੇ। ਇਹਨਾਂ ਵਿੱਚੋਂ ਮਲਕ ਭਾਗੋ ਦੀ ਪਾਰਟੀ ਵਿੱਚ ਖਾਣਾ, ਮਸੀਤ ਵਿੱਚ ਨਿਮਾਜ਼ ਅਤੇ ਹਰਿਦਵਾਰ ਵਿਖੇ ਉਲਟੇ ਪਾਸੇ ਪਾਣੀ ਸੁੱਟਣ ਦੀਆਂ ਸਾਖੀਆਂ ਖ਼ਾਸ ਕਰਕੇ ਪ੍ਰਸਿੱਧ ਹਨ।

ਗੁਰੂ ਨਾਨਕ ਦੇਵ ਜੀ ਨਾ ਕੇਵਲ ਭਾਰਤ ਦੇ ਵੱਖ ਵੱਖ ਇਲਾਕਿਆਂ ਵਿੱਚ ਪ੍ਰਚਾਰ ਕਰਨ ਲਈ ਗਏ, ਬਲਕਿ ਉਹਨਾਂ ਨੇ ਕਾਬਲ, ਕੰਧਾਰ ਅਤੇ ਬਹੁਤ ਸਾਰੇ ਅਰਬ ਦੇਸ਼ਾਂ ਦਾ ਵੀ ਪੈਦਲ ਸਫ਼ਰ ਆਪਣੀਆਂ ਉਦਾਸੀਆਂ ਰਾਹੀਂ ਕੀਤਾ। ਆਪ ਜੀ ਨੇ ਕਿਹਾ ਕਿ ਪਰਮਾਤਮਾ ਦੀ ਨਜ਼ਰ ਵਿੱਚ ਸਭ ਵਿਅਕਤੀ ਭਾਵੇਂ ਉਹ ਕਿਸੇ ਵੀ ਧਰਮ, ਦੇਸ਼, ਜਾਤ ਜਾਂ ਨਸਲ ਦੇ ਹੋਣ, ਬਰਾਬਰ ਹਨ। ਉਹਨਾਂ ਕਿਰਤ ਕਰਨ, ਵੰਡ ਛਕਣ ਅਤੇ ਨਾਮ ਜਪਣ ਦੀ ਸਿਖਿਆ ਦਿੱਤੀ। ਆਪ 1539 ਨੂੰ ਜੋਤੀ ਜੋਤਿ ਸਮਾ ਗਏ।

1. ਗੁਰੂ ਨਾਨਕ ਦੇਵ ਜੀ ਦੇ ਮਾਤਾ-ਪਿਤਾ ਜੀ ਬਾਰੇ ਲਿਖੋ ?
2. ਗੁਰੂ ਨਾਨਕ ਦੇਵ ਜੀ ਦੀ ਭੈਣ ਦਾ ਕੀ ਨਾਂ ਸੀ ?
3. ਉਹਨਾਂ ਦੇ ਪਿਤਾ ਜੀ ਗੁਰੂ ਨਾਨਕ ਦੇਵ ਜੀ ਨੂੰ ਕੀ ਬਣਾਉਣਾ ਚਾਹੁੰਦੇ ਸਨ ?
4. ਗੁਰੂ ਨਾਨਕ ਦੇਵ ਜੀ ਆਪਣੇ ਪਿਤਾ ਦੀ ਇੱਛਿਆ ਨੂੰ ਕਿਉਂ ਪੂਰਾ ਨਾ ਕਰ ਸਕੇ ?
5. ਗੁਰੂ ਨਾਨਕ ਦੇਵ ਜੀ ਦੇ ਬਚਪਨ ਬਾਰੇ ਲਿਖੋ ?
6. ਗੁਰੂ ਨਾਨਕ ਦੇਵ ਜੀ ਲੋਕਾਂ ਨੂੰ ਸਿੱਧੇ ਰਸਤੇ ਪਾਉਣ ਲਈ ਕਿੱਥੇ ਕਿੱਥੇ ਗਏ ?
7. ਉਹਨਾਂ ਨੇ ਲੋਕਾਂ ਨੂੰ ਕੀ ਸਿਖਿਆ ਦਿੱਤੀ ?
8. ਪਹਿਲੇ ਦੋ ਪੈਰਿਆਂ ਦਾ ਅੰਗਰੇਜ਼ੀ ਵਿੱਚ ਉਲਥਾ ਕਰੋ।
9. ਹੇਠ ਲਿਖੇ ਸ਼ਬਦਾਂ ਅਤੇ ਵਾਕੰਸ਼ਾਂ ਨੂੰ ਸੌਖੀ ਪੰਜਾਬੀ ਵਿੱਚ ਲਿਖੋ :

(ੳ) ਭਗਤੀ ਵਿੱਚ ਲੀਨ ਰਹਿਣਾ	(ਹ) ਕਿਰਤ ਕਰਨਾ
(ਅ) ਸਮਾਧੀ ਲਾਈ	(ਕ) ਵੰਡ ਛਕਣਾ
(ੲ) ਕੁਰਾਹੇ ਚੱਲਣਾ	(ਖ) ਨਾਮ ਜਪਣਾ
(ਸ) ਉਦਾਸੀਆਂ	(ਗ) ਜੋਤੀ ਜੋਤਿ ਸਮਾ ਗਏ

7. ਹੇਠ ਦਿੱਤਾ ਅਰਬਿੰਦਰ ਦਾ ਵਿਸਾਖੀ ਬਾਰੇ ਲਿਖਿਆ ਲੇਖ ਪੜ੍ਹੋ ਅਤੇ ਪ੍ਰਸ਼ਨਾਂ ਦਾ ਉੱਤਰ ਲਿਖੋ।

ਵਿਸਾਖੀ

ਵਿਸਾਖੀ ਸਿੱਖਾਂ ਦਾ ਇੱਕ ਮਹੱਤਵਪੂਰਨ ਤਿਉਹਾਰ ਹੈ। ਇਹ ਤਿਉਹਾਰ ਹਰ ਸਾਲ 13 ਅਪਰੈਲ ਨੂੰ ਆਉਂਦਾ ਹੈ। ਗੁਰੂ ਗੋਬਿੰਦ ਸਿੰਘ ਜੀ ਨੇ 13 ਅਪਰੈਲ, 1699 ਨੂੰ ਖ਼ਾਲਸਾ ਪੰਥ ਸਾਜਿਆ ਸੀ। ਸਿੱਖ ਦੂਜੇ ਤਿਉਹਾਰਾਂ ਵਾਂਗ ਵਿਸਾਖੀ ਨੂੰ ਵੀ ਗੁਰਦੁਆਰਿਆਂ ਵਿੱਚ ਅਖੰਡ ਪਾਠ ਰੱਖਵਾ ਕੇ ਮਨਾਉਂਦੇ ਹਨ। ਇਸ ਦਿਨ ਲੋਕੀਂ ਭਾਰੀ ਗਿਣਤੀ ਵਿੱਚ ਗੁਰਦੁਆਰੇ ਜਾਂਦੇ ਹਨ ਅਤੇ ਪਾਠ ਸੁਣਦੇ ਹਨ, ਲੰਗਰ ਛਕਦੇ ਹਨ ਅਤੇ ਨਗਰ ਕੀਰਤਨ ਵਿੱਚ ਹਿੱਸਾ ਲੈਂਦੇ ਹਨ। ਇਸ ਦਿਨ ਪੁਰਾਣਾ ਨਿਸ਼ਾਨ ਸਾਹਿਬ ਉਤਾਰਿਆ ਜਾਂਦਾ ਹੈ ਅਤੇ ਨਵਾਂ ਲਹਿਰਾਇਆ ਜਾਂਦਾ ਹੈ। ਸਿੱਖ ਵਿਸਾਖੀ ਵਾਲੇ ਦਿਨ ਅੰਮ੍ਰਿਤ ਛਕਣ ਨੂੰ ਵਧੇਰੇ ਚੰਗਾ ਸਮਝਦੇ ਹਨ, ਕਿਉਂਕਿ ਇਹ ਰਸਮ ਗੁਰੂ ਗੋਬਿੰਦ ਸਿੰਘ ਜੀ ਨੇ 1699 ਈ: ਵਿੱਚ ਵਿਸਾਖੀ ਵਾਲੇ ਦਿਨ ਹੀ ਸ਼ੁਰੂ ਕੀਤੀ ਸੀ।

ਪੰਜਾਬ ਵਿੱਚ ਇਹ ਦਿਨ ਫ਼ਸਲਾਂ ਦੀ ਵਾਢੀ ਦੇ ਮੌਸਮ ਦਾ ਆਰੰਭ ਕਰਕੇ ਵੀ ਜਾਣਿਆ ਜਾਂਦਾ ਹੈ। ਇਹ ਉਹ ਸਮਾਂ ਹੈ, ਜਦੋਂ ਫ਼ਸਲ ਘਰ ਆਉਂਦੀ ਹੈ ਅਤੇ ਸਾਰੇ ਕਿਸਾਨ ਖ਼ੁਸ਼ੀਆਂ ਮਨਾਉਂਦੇ ਹਨ। ਉਹ ਖ਼ੁਸ਼ੀ ਵਿੱਚ ਨੱਚਦੇ ਹਨ, ਭੰਗੜਾ ਪਾਉਂਦੇ ਹਨ ਅਤੇ ਗਾਣੇ ਗਾਉਂਦੇ ਹਨ। ਇਸਤਰੀਆਂ ਖ਼ੁਸ਼ੀ ਵਿੱਚ ਗਿੱਧਾ ਪਾਉਂਦੀਆਂ ਹਨ।

ਅੰਮ੍ਰਿਤਸਰ ਦੀ ਵਿਸਾਖੀ ਦੇਖਣ ਯੋਗ ਹੈ ਅਤੇ ਲੋਕੀਂ ਦੂਰ ਦੂਰ ਤੋਂ ਅੰਮ੍ਰਿਤਸਰ ਵਿਸਾਖੀ ਦੇਖਣ ਲਈ ਜਾਂਦੇ ਹਨ। ਲੋਕੀਂ ਸੋਹਣੇ ਕਪੜੇ ਪਾਉਂਦੇ ਹਨ। ਮਿਠਿਆਈਆਂ ਵੇਚਣ ਵਾਲੇ ਇਸ ਮੌਕੇ 'ਤੇ ਵਧੇਰੇ ਗਾਹਕਾਂ ਨੂੰ ਖਿੱਚਣ ਲਈ ਆਪਣੀਆਂ ਦੁਕਾਨਾਂ ਨੂੰ ਸਜਾਉਂਦੇ ਹਨ।

ਅੱਜ-ਕੱਲ੍ਹ ਇੰਗਲੈਂਡ ਵਿੱਚ ਵੀ ਵਿਸਾਖੀ ਬੜੀ ਧੂਮਧਾਮ ਨਾਲ ਮਨਾਈ ਜਾਂਦੀ ਹੈ। ਗੁਰਦੁਆਰਿਆਂ ਵਿੱਚ ਅਖੰਡ ਪਾਠ ਕੀਤੇ ਜਾਂਦੇ ਹਨ ਅਤੇ ਨਗਰ ਕੀਰਤਨ ਕੱਢੇ ਜਾਂਦੇ ਹਨ। ਵਿਸਾਖੀ ਵਾਲੇ ਦਿਨ ਸਿੱਖ ਗੁਰਦੁਆਰੇ ਜਾ ਕੇ ਮੱਥਾ ਟੇਕਣਾ, ਕੀਰਤਨ ਸੁਣਨਾ ਅਤੇ ਪੰਗਤ ਵਿੱਚ ਬੈਠ ਕੇ ਖਾਣਾ ਖਾਣਾ ਆਪਣਾ ਫ਼ਰਜ਼ ਸਮਝਦੇ ਹਨ। ਸਾਲ 1999 ਦੀ ਵਿਸਾਖੀ ਤਾਂ ਹੋਰ ਵੀ ਸਪੈਸ਼ਲ ਸੀ, ਕਿਉਂਕਿ ਇਸ ਸਾਲ 13 ਅਪਰੈਲ, 1999 ਈ: ਨੂੰ ਖ਼ਾਲਸਾ ਪੰਥ ਦਾ ਤਿੰਨ ਸੌ ਸਾਲਾ ਦਿਵਸ ਸੀ। ਇਸ ਸਾਲ ਆਨੰਦਪੁਰ ਸਾਹਿਬ ਦੀ ਵਿਸਾਖੀ ਦੇਖਣ ਯੋਗ ਸੀ। ਲੱਖਾਂ ਦੀ ਗਿਣਤੀ ਵਿੱਚ ਲੋਕੀਂ ਆਨੰਦਪੁਰ ਸਾਹਿਬ ਵਿਸਾਖੀ ਦੇ ਮੌਕੇ ਪਹੁੰਚੇ ਸਨ, ਕਿਉਂਕਿ ਇੱਥੇ ਹੀ ਖ਼ਾਲਸਾ ਪੰਥ ਦੀ ਸਾਜਣਾ ਹੋਈ ਸੀ।

1. ਵਿਸਾਖੀ ਦਾ ਤਿਉਹਾਰ ਸਿੱਖਾਂ ਲਈ ਕਿਉਂ ਬਹੁਤ ਮਹੱਤਤਾ ਰੱਖਦਾ ਹੈ ?
2. ਆਮ ਤੌਰ 'ਤੇ ਵਿਸਾਖੀ ਕਿਸ ਤਰ੍ਹਾਂ ਮਨਾਈ ਜਾਂਦੀ ਹੈ ?
3. 1999 ਦੀ ਵਿਸਾਖੀ ਬਾਕੀ ਸਾਲਾਂ ਦੀ ਵਿਸਾਖੀ ਨਾਲੋਂ ਕਿਉਂ ਜ਼ਿਆਦਾ ਧੂਮਧਾਮ ਨਾਲ ਮਨਾਈ ਗਈ ?
4. ਅਨੰਦਪੁਰ ਸਾਹਿਬ ਸਿੱਖਾਂ ਲਈ ਕਿਉਂ ਇੱਕ ਪਵਿੱਤਰ ਅਸਥਾਨ ਹੈ?
5. ਹੇਠ ਲਿਖੇ ਸ਼ਬਦਾਂ ਨੂੰ ਆਪਣੇ ਵਾਕਾਂ ਵਿੱਚ ਵਰਤੋ :
   i) ਮਹੱਤਵਪੂਰਨ ii) ਸਾਜਿਆ iii) ਅਰੰਭ iv) ਦੇਖਣਯੋਗ v) ਧੂਮਧਾਮ vi) ਸਾਜਣਾ
6. ਉੱਪਰ ਦਿੱਤੇ ਲੇਖ ਦਾ ਅੰਗਰੇਜ਼ੀ ਵਿੱਚ ਉਲਥਾ ਕਰੋ।

Free-time activities

8. ਹੇਠ ਲਿਖੀ 'ਪੰਜਾਬੀ ਖੇਡਾਂ' ਬਾਰੇ ਦਿੱਤੀ ਵਾਰਤਾ ਨੂੰ ਪੜ੍ਹ ਕੇ ਪ੍ਰਸ਼ਨਾਂ ਦੇ ਉੱਤਰ ਲਿਖੋ।

ਪੰਜਾਬੀ ਖੇਡਾਂ

ਪੰਜਾਬ ਜਿੱਥੇ ਅੰਨ ਉਪਜਾਉਣ ਵਿੱਚ ਭਾਰਤ ਦਾ ਮੋਢੀ ਹੈ, ਉੱਥੇ ਖੇਡਾਂ ਵਿੱਚ ਵੀ ਪਿੱਛੇ ਨਹੀਂ। ਪੰਜਾਬ ਨੇ ਭਾਰਤ ਨੂੰ ਹੀ ਨਹੀਂ, ਸਗੋਂ ਦੁਨੀਆ ਨੂੰ ਵੀ ਦਾਰਾ ਸਿੰਘ ਵਰਗੇ ਪਹਿਲਵਾਨ, ਮਿਲਖਾ ਸਿੰਘ ਵਰਗੇ ਦੌੜਾਕ, ਬਿਸ਼ਨ ਸਿੰਘ ਬੇਦੀ ਵਰਗੇ ਕ੍ਰਿਕਟਰ ਅਤੇ ਬਲਬੀਰ ਸਿੰਘ ਵਰਗੇ ਹਾਕੀ ਦੇ ਖਿਡਾਰੀ ਦਿੱਤੇ ਹਨ। ਪੰਜਾਬ ਵਿੱਚ ਖੇਡਾਂ ਰੁੱਤਾਂ ਦੇ ਮੁਤਾਬਿਕ ਬਦਲਦੀਆਂ ਰਹਿੰਦੀਆਂ ਹਨ।

ਪੰਜਾਬ ਵਿੱਚ ਅਨੇਕ ਪ੍ਰਕਾਰ ਦੀਆਂ ਖੇਡਾਂ ਖੇਡੀਆਂ ਜਾਂਦੀਆਂ ਹਨ, ਜਿਵੇਂ ਕਿ ਕਬੱਡੀ, ਗੁੱਲੀ ਡੰਡਾ, ਪਹਿਲਵਾਨੀ ਘੋਲ, ਕੋਰੜਾ ਛਪਾਕੀ, ਪਿੱਠੂ ਗਰਮ, ਲੁਕਣਮੀਚੀ, ਖਿਦੋ ਖੂੰਡੀ, ਪਤੰਗ ਚੜ੍ਹਾਉਣੇ, ਵੀਣੀ ਫੜਨੀ, ਅੱਡਾ ਖੱਡਾ, ਬੈਲ ਗੱਡੀਆਂ ਦੀਆਂ ਦੌੜਾਂ, ਘੋੜ ਦੌੜ, ਬਾਜ਼ੀਆਂ ਪਾਉਣੀਆਂ, ਛਾਲਾਂ ਮਾਰਨੀਆਂ, ਬੈਠਕਾਂ ਕੱਢਣੀਆਂ, ਮੁੰਗਲੀਆਂ ਫੇਰਨੀਆਂ, ਭਾਰ ਚੁੱਕਣਾ, ਰੱਸਾ ਖਿੱਚਣਾ, ਗੋਲਾ ਸੁੱਟਣਾ, ਪੀਲੋ, ਪੀਂਘ ਝੂਟਣੀ, ਚੰਡੋਲ ਝੂਟਣੇ, ਕਿਕਲੀ ਪਾਉਣਾ, ਗਤਕਾ ਖੇਡਣਾ, ਤਾਸ਼ ਖੇਡਣੀ, ਕੁੱਕੜਾਂ ਨੂੰ ਲੜਾਉਣਾ ਅਤੇ ਆਸਣ ਲਾਉਣੇ, ਆਦਿ। ਅੱਜ-ਕੱਲ੍ਹ ਸਕੂਲਾਂ ਅਤੇ ਕਾਲਜਾਂ ਵਿੱਚ ਕ੍ਰਿਕਟ, ਫ਼ੁਟਬਾਲ, ਹਾਕੀ, ਵਾਲੀਬਾਲ, ਕਬੱਡੀ, ਟੈਨਿਸ ਅਤੇ ਬੈਡਮਿੰਟਨ ਅਤੇ ਕਈ ਹੋਰ ਖੇਡਾਂ ਆਮ ਖੇਡੀਆਂ ਜਾਂਦੀਆਂ ਹਨ। ਕਈ ਅਮੀਰ ਆਦਮੀ ਸ਼ਿਕਾਰ ਖੇਡਦੇ ਹਨ।

ਕਈ ਪੰਜਾਬੀ ਖੇਡਾਂ ਐਸੀਆਂ ਹਨ, ਜਿਹਨਾਂ ਨੂੰ ਖੇਡਣ ਲਈ ਕਿਸੇ ਵਿਸ਼ੇਸ਼ ਸਾਮਾਨ ਦੀ ਲੋੜ ਨਹੀਂ। ਇਹਨਾਂ ਖੇਡਾਂ 'ਤੇ ਕੋਈ ਖ਼ਰਚ ਨਹੀਂ ਆਉਂਦਾ ਅਤੇ ਖੇਡਣ ਲਈ ਖੁੱਲ੍ਹੀ ਥਾਂ ਅਤੇ ਖਿਡਾਰੀ ਚਾਹੀਦੇ ਹਨ। ਪੰਜਾਬੀ ਖੇਡਾਂ ਵਿੱਚੋਂ ਸਭ ਤੋਂ ਜ਼ਿਆਦਾ ਪ੍ਰਸਿੱਧ ਕਬੱਡੀ ਅਤੇ ਘੋਲ ਹਨ। ਕਬੱਡੀ ਦੀਆਂ ਕਈ ਕਿਸਮਾਂ ਹਨ, ਜਿਵੇਂ ਕਿ—ਢਾਹ ਕਬੱਡੀ, ਘੋੜਾ ਕਬੱਡੀ, ਗੂੰਗੀ ਕਬੱਡੀ ਅਤੇ ਨੈਸ਼ਨਲ ਕਬੱਡੀ। ਨੈਸ਼ਨਲ ਕਬੱਡੀ ਜ਼ਿਆਦਾਤਰ ਸਕੂਲਾਂ ਅਤੇ ਕਾਲਜਾਂ ਵਿੱਚ ਹੀ ਖੇਡੀ ਜਾਂਦੀ ਹੈ। ਇਸ ਨੂੰ ਅੱਜ-ਕੱਲ੍ਹ ਲੜਕੀਆਂ ਵੀ ਖੇਡਦੀਆਂ ਹਨ। ਗੂੰਗੀ ਕਬੱਡੀ ਅਤੇ ਘੋੜਾ ਕਬੱਡੀ ਅੱਜ-ਕੱਲ੍ਹ ਅਲੋਪ ਹੋ ਰਹੀਆਂ ਹਨ।

ਘੋਲ ਅਤੇ ਰੱਸਾ-ਕਸ਼ੀ ਪੰਜਾਬੀਆਂ ਦੀਆਂ ਹਰਮਨ ਪਿਆਰੀਆਂ ਖੇਡਾਂ ਹਨ। ਇਹ ਦੋਨੋਂ ਖੇਡਾਂ ਕਿਸੇ ਮਾੜੇ-ਧੀੜੇ ਬੰਦੇ ਦਾ ਕੰਮ ਨਹੀਂ। ਇਹਨਾਂ ਖੇਡਾਂ ਲਈ ਬਹੁਤ ਤਾਕਤ ਦੀ ਲੋੜ ਹੈ। ਪੁਰਾਣੇ ਸਮਿਆਂ ਵਿੱਚ ਇਸ ਤਰ੍ਹਾਂ ਦੀਆਂ ਖੇਡਾਂ ਖੇਡਣ ਵਾਲੇ ਖਿਡਾਰੀ ਦੁੱਧ, ਘਿਉ ਅਤੇ ਬਦਾਮ ਆਦਿ ਜ਼ਿਆਦਾ ਖਾਂਦੇ ਸਨ, ਜਿਸ ਕਰਕੇ ਉਹਨਾਂ ਦੇ ਸਰੀਰ ਬਹੁਤ ਤਕੜੇ ਹੁੰਦੇ ਸਨ। ਪਰ ਅੱਜ-ਕੱਲ੍ਹ ਇਹੋ ਜਿਹੀਆਂ ਖ਼ੁਰਾਕਾਂ ਕਿੱਥੇ ਮਿਲਦੀਆਂ ਹਨ। ਖੇਤੀਬਾੜੀ ਦੇ ਵੀ ਪਿੰਡਾਂ ਵਿੱਚ ਕਈ ਤਰ੍ਹਾਂ ਦੇ ਮੁਕਾਬਲੇ ਹੁੰਦੇ ਹਨ।

ਪੰਜਾਬ ਭਾਰਤ ਦਾ ਪਹਿਲਾ ਰਾਜ ਹੈ, ਜਿਸ ਨੇ ਸਕੂਲਾਂ ਵਿੱਚ ਖੇਡਾਂ ਨੂੰ ਇੱਕ ਲਾਜ਼ਮੀ ਮਜ਼ਮੂਨ ਬਣਾ ਦਿੱਤਾ ਹੈ। ਸਕੂਲਾਂ ਅਤੇ ਕਾਲਜਾਂ ਵਿੱਚ ਖੇਡਾਂ ਦੀ ਸਿਖਲਾਈ ਦਾ ਖ਼ਾਸ ਪ੍ਰਬੰਧ ਕੀਤਾ ਗਿਆ ਹੈ। ਪੰਜਾਬ ਸਰਕਾਰ ਉੱਘੇ ਖਿਡਾਰੀਆਂ ਨੂੰ ਵਜ਼ੀਫ਼ੇ ਦੇ ਕੇ ਉਹਨਾਂ ਦਾ ਉਤਸ਼ਾਹ ਵਧਾਉਂਦੀ ਹੈ। ਜਦੋਂ ਵੀ ਕੋਈ ਟੀਮ ਕੌਮੀ ਅਤੇ ਅੰਤਰ-ਰਾਸ਼ਟਰੀ ਮੁਕਾਬਲਾ ਜਿੱਤ ਕੇ ਆਉਂਦੀ ਹੈ ਤਾਂ ਸਰਕਾਰ ਉਹਨਾਂ ਦਾ ਸਨਮਾਨ ਕਰਦੀ ਹੈ ਅਤੇ ਖਿਡਾਰੀਆਂ ਨੂੰ ਇਨਾਮ ਦਿੱਤੇ ਜਾਂਦੇ ਹਨ।

1. ਇਸ ਵਾਰਤਾ ਵਿੱਚ ਕਿਹਨਾਂ ਚਾਰ ਖਿਡਾਰੀਆਂ ਬਾਰੇ ਦੱਸਿਆ ਗਿਆ ਹੈ ਅਤੇ ਉਹ ਕਿਉਂ ਪ੍ਰਸਿੱਧ ਹਨ ?

2. ਉੱਪਰ ਦਿੱਤੀ ਹਰ ਖੇਡ ਬਾਰੇ ਚਾਰ ਚਾਰ ਵਾਕ ਪੰਜਾਬੀ ਵਿੱਚ ਲਿਖੋ।

3. ਕਿਹੜੀ ਖੇਡ 'ਤੇ ਬਹੁਤਾ ਖ਼ਰਚ ਨਹੀਂ ਆਉਂਦਾ ਅਤੇ ਕਿਉਂ ?

4. ਤੁਸੀਂ ਕਿਹੜੀ ਖੇਡ ਖੇਡਣਾ ਪਸੰਦ ਕਰਦੇ ਹੋ ਅਤੇ ਕਿਉਂ ?

5. ਪੁਰਾਣੇ ਸਮਿਆਂ ਵਿੱਚ ਖਿਡਾਰੀ ਕਿਉਂ ਜ਼ਿਆਦਾ ਤਕੜੇ ਹੁੰਦੇ ਸਨ ?

6. ਪੰਜਾਬ ਸਰਕਾਰ ਨੇ ਵਿਦਿਆਰਥੀਆਂ ਵਿੱਚ ਖੇਡਾਂ ਬਾਰੇ ਦਿਲਚਸਪੀ ਵਧਾਉਣ ਲਈ ਕੀ ਯਤਨ ਕੀਤੇ ਹਨ ?

7. ਉਪਰੋਕਤ ਵਾਰਤਾ ਵਿੱਚੋਂ ਹੇਠ ਲਿਖਿਆਂ ਸ਼ਬਦਾਂ ਜਾਂ ਵਾਕੰਸ਼ਾਂ ਦੇ ਸਮਾਨ-ਅਰਥ ਸ਼ਬਦ ਜਾਂ ਵਾਕੰਸ਼ ਲਿਖੋ ਅਤੇ ਫੇਰ ਉਹਨਾਂ ਸ਼ਬਦਾਂ ਅਤੇ ਵਾਕੰਸ਼ਾਂ ਨੂੰ ਆਪਣੇ ਵਾਕਾਂ ਵਿੱਚ ਵਰਤੋ।

    i) ਖ਼ੁਰਾਕ ਪੈਦਾ ਕਰਨੀ   iv) ਖ਼ਾਸ   vii) ਜ਼ਰੂਰੀ

    ii) ਸ਼ੁਰੂ ਕਰਨ ਵਾਲਾ   v) ਖ਼ਤਮ ਹੋ ਗਈਆਂ ਹਨ   viii) ਮਸ਼ਹੂਰ

    iii) ਤੇਜ਼ ਦੌੜਨ ਵਾਲਾ   vi) ਕਮਜ਼ੋਰ   ix) ਹੌਸਲਾ

8. ਉੱਪਰ ਦਿੱਤੀ ਵਾਰਤਾ ਦਾ ਅੰਗਰੇਜ਼ੀ ਵਿੱਚ ਉਲਥਾ ਕਰੋ।

9. ਹੇਠ ਲਿਖੀ ਵਾਰਤਾ ਨੂੰ ਪੜ੍ਹ ਕੇ ਹੇਠ ਲਿਖੇ ਪ੍ਰਸ਼ਨਾਂ ਦੇ ਉੱਤਰ ਦਿਓ :

> "ਤੂੰ ਕਿੱਥੇ ਚੱਲੀ ਏਂ ਰਾਣੀ ?" ਪਰਤਾਪ ਸਿੰਘ ਨੇ ਪੁੱਛਿਆ, ਜਦੋਂ ਉਹ ਟਰੈਕਸੂਟ ਪਾ ਕੇ ਉਸ ਦੇ ਕੋਲੋਂ ਲੰਘੀ।
>
> "ਸਪੋਰਟਸ ਸੈਂਟਰ, ਨੈਟਬਾਲ ਖੇਡਣ ਲਈ ਡੈਡੀ ਜੀ।" "ਅੱਛਾ, ਤੂੰ ਚਲੇ ਬੇਸ਼ੱਕ ਜਾ, ਪਰ ਵਾਪਸ ਜਲਦੀ ਆ ਜਾਈਂ ਅਤੇ ਦੇਖੀਂ ਸੜਕਾਂ ਧਿਆਨ ਨਾਲ ਕਰੌਸ ਕਰੀਂ।"
>
> ਧਿਆਨ ਸਿੰਘ ਨਾਲ ਗੱਲ ਕਰਦੇ ਹੋਏ ਪਰਤਾਪ ਸਿੰਘ ਨੇ ਕਿਹਾ, "ਮੇਰਾ ਖ਼ਿਆਲ ਹੈ ਕਿ ਕੌਂਸਲ ਨੇ ਸ਼ਹਿਰ ਦੇ ਗੱਭੇ ਸਪੋਰਟਸ ਸੈਂਟਰ ਬਣਾ ਕੇ ਬੜੀ ਭਾਰੀ ਗ਼ਲਤੀ ਕੀਤੀ ਹੈ, ਜਿੱਥੇ ਹਰ ਵੇਲੇ ਟਰੈਫ਼ਿਕ ਦੀ ਐਨੀ ਭੀੜ ਰਹਿੰਦੀ ਹੈ।"

1. ਰਾਣੀ ਦੇ ਪਿਤਾ ਨੇ ਉਸ ਨੂੰ ਕਿਉਂ ਪੁੱਛਿਆ ਕਿ ਉਹ ਕਿੱਥੇ ਚੱਲੀ ਹੈ ?
2. ਰਾਣੀ ਕਿੱਥੇ ਜਾ ਰਹੀ ਸੀ ?
3. ਰਾਣੀ ਦੇ ਪਿਤਾ ਨੇ ਉਸ ਨੂੰ ਕੀ ਅਤੇ ਕਿਉਂ ਚੇਤਾਵਨੀ ਦਿੱਤੀ ?
4. ਪਰਤਾਪ ਸਿੰਘ ਨੇ ਇਹ ਕਿਉਂ ਕਿਹਾ ਕਿ ਕੌਂਸਲ ਨੇ ਸਪੋਰਟਸ ਸੈਂਟਰ ਸ਼ਹਿਰ ਦੇ ਗੱਭੇ ਬਣਾ ਕੇ ਗ਼ਲਤੀ ਕੀਤੀ ਹੈ ?
5. ਤੁਹਾਡੇ ਖ਼ਿਆਲ ਅਨੁਸਾਰ ਕੌਂਸਲ ਨੇ ਸ਼ਹਿਰ ਦੇ ਗੱਭੇ ਸਪੋਰਟਸ ਸੈਂਟਰ ਬਣਾਉਣ ਬਾਰੇ ਕਿਉਂ ਸੋਚਿਆ ਹੋਵੇਗਾ ?
6. ਹੇਠ ਲਿਖਿਆਂ ਸ਼ਬਦਾਂ ਨੂੰ ਆਪਣੇ ਵਾਕਾਂ ਵਿੱਚ ਵਰਤੋ :

i) ਨੈਟਬਾਲ	v) ਜਲਦੀ
ii) ਖੇਡਣ	vi) ਗ਼ਲਤੀ
iii) ਵਾਪਸ	vii) ਟਰੈਫ਼ਿਕ
iv) ਸੜਕ	viii) ਭੀੜ

7. ਉੱਪਰ ਦਿੱਤੀ ਵਾਰਤਾ ਦਾ ਅੰਗਰੇਜ਼ੀ ਵਿੱਚ ਉਲਥਾ ਕਰੋ।

Social issues

10. ਹੇਠ ਲਿਖੀ ਵਾਰਤਾ ਨੂੰ ਪੜ੍ਹ ਕੇ ਪ੍ਰਸ਼ਨਾਂ ਦੇ ਉੱਤਰ ਦਿਓ।

ਬਰਤਾਨੀਆ ਦੀ ਨਾਗਰਿਕਤਾ ਹਾਸਲ ਕਰਨ ਲਈ ਵਫ਼ਾਦਾਰੀ ਦਾ ਸਬੂਤ ਦੇਣਾ ਪਵੇਗਾ

ਲੰਡਨ—ਪਰਵਾਸੀਆਂ ਨੂੰ ਬਰਤਾਨੀਆ 'ਚ ਟਿਕਣ ਵਾਸਤੇ ਆਪਣੀ ਵਫ਼ਾਦਾਰੀ ਦੀ ਪ੍ਰੀਖਿਆ ਦੇਣੀ ਪਵੇਗੀ।

ਉਪਰੋਕਤ ਜਾਣਕਾਰੀ ਹੋਮ ਸੈਕਟਰੀ ਡੇਵਿਡ ਬਲੰਕਟ ਵੱਲੋਂ ਇਮੀਗਰੇਸ਼ਨ ਕਾਨੂੰਨ ਸੰਬੰਧੀ ਕੀਤੀ ਜਾ ਰਹੀ ਅਹਿਮ ਤਬਦੀਲੀ ਦੌਰਾਨ ਦਿੱਤੀ ਗਈ ਹੈ। ਡੇਵਿਡ ਬਲੰਕਟ ਮੁਤਾਬਿਕ ਇਸ ਮੁਲਕ ਦੀ ਨਾਗਰਿਕਤਾ ਲੈਣ ਤੋਂ ਪਹਿਲਾਂ ਪਰਵਾਸੀਆਂ ਨੂੰ ਸਿੱਧ ਕਰਨਾ ਪਵੇਗਾ ਕਿ ਉਹ ਇੱਥੋਂ ਦੇ ਸਮਾਜ ਵਿੱਚ ਚੰਗੀ ਤਰ੍ਹਾਂ ਘੁਲ ਮਿਲ ਸਕਦੇ ਹਨ ਅਤੇ ਆਪਣੀ ਔਲਾਦ ਨੂੰ ਬਰਤਾਨਵੀ ਹੋਣ ਦਾ ਅਹਿਸਾਸ ਦੇ ਸਕਦੇ ਹਨ। ਪਰਵਾਸੀਆਂ ਦੀ ਮੁੱਖ ਸਮਾਜ ਨਾਲੋਂ ਵੱਖਰੇ ਰਹਿਣ ਦੀ ਨੀਤੀ ਦਾ ਖੰਡਣ ਕਰਦਿਆਂ ਡੇਵਿਡ ਨੇ ਕਿਹਾ ਕਿ ਇਸ ਤਰ੍ਹਾਂ ਬਸਤੀਵਾਦ ਵਧਦਾ ਹੈ ਅਤੇ ਕੌਮੀ ਭਾਵਨਾ ਦੀ ਘਾਟ ਰਹਿ ਜਾਂਦੀ ਹੈ। ਬਰਤਾਨੀਆ 'ਚ ਰਹਿੰਦਿਆਂ ਬਰਤਾਨਵੀ ਸੱਭਿਆਚਾਰ ਤੋਂ ਅੱਖਾਂ ਬੰਦ ਕਰਨ ਕਾਰਨ ਕਈ ਸਮੱਸਿਆਵਾਂ ਖੜ੍ਹੀਆਂ ਹੁੰਦੀਆਂ ਹਨ, ਜਿਹਨਾਂ ਦੇ ਨਤੀਜੇ ਬਾਅਦ ਵਿੱਚ ਗੰਭੀਰ ਨਿਕਲਦੇ ਹਨ। ਗਰਮੀਆਂ 'ਚ ਓਲਡਹਮ ਅਤੇ ਬਰੈਡਫੋਰਡ ਆਦਿ ਵਿਖੇ ਹੋਏ ਨਸਲੀ ਦੰਗਿਆਂ ਦੀ ਮਿਸਾਲ ਦਿੰਦਿਆਂ ਡੇਵਿਡ ਨੇ ਕਿਹਾ ਕਿ ਇਹੋ ਜਿਹੀਆਂ ਦੁਰਘਟਨਾਵਾਂ ਆਪਸੀ ਨਸਲੀ ਪਾੜੇ ਕਾਰਨ ਹੀ ਹੁੰਦੀਆਂ ਹਨ ਅਤੇ ਚਿੰਤਾ ਦਾ ਵਿਸ਼ਾ ਹਨ। ਡੇਵਿਡ ਵੱਲੋਂ ਪਹਿਲਾਂ ਕੀਤੇ ਗਏ ਇੱਕ ਐਲਾਨ ਵਿੱਚ ਪਰਵਾਸੀਆਂ ਲਈ ਅੰਗਰੇਜ਼ੀ ਪੜ੍ਹਨੀ ਵੀ ਲਾਜ਼ਮੀ ਦੱਸੀ ਗਈ ਸੀ।

1. ਇਹ ਵਾਰਤਾ ਕਿਸ ਬਾਰੇ ਹੈ ?
2. ਇਸ ਆਰਟੀਕਲ ਦੇ ਮੁਤਾਬਿਕ ਪਰਵਾਸੀਆਂ ਨੂੰ ਬ੍ਰਿਟਿਸ਼ ਨਾਗਰਿਕਤਾ ਲੈਣ ਲਈ ਕੀ ਕਰਨਾ ਪਵੇਗਾ ?
3. ਕਿਉਂ ? ਤਿੰਨ ਕਾਰਨ ਲਿਖੋ।
4. ਇਸ ਤੋਂ ਪਹਿਲਾਂ ਇਸ ਕਾਨੂੰਨ ਸੰਬੰਧੀ ਹੋਰ ਕੀ ਸ਼ਰਤ ਲਾਈ ਗਈ ਸੀ ?
5. ਉਪਰੋਕਤ ਵਾਰਤਾ ਵਿੱਚੋਂ ਹੇਠ ਲਿਖਿਆਂ ਸ਼ਬਦਾਂ ਜਾਂ ਵਾਕੰਸ਼ਾਂ ਦੇ ਸਮਾਨ-ਅਰਥ ਸ਼ਬਦ ਜਾਂ ਵਾਕੰਸ਼ ਲਿਖੋ :

i) ਬਦੇਸ਼ੀ	v) ਬੱਚੇ	ix) ਲੜਾਈਆਂ
ii) ਇਮਤਿਹਾਨ	vi) ਇੰਗਲੈਂਡ ਵਿੱਚ ਰਹਿਣ ਵਾਲੇ	x) ਭੈੜੇ ਹਾਦਸੇ
iii) ਬਦਲੀ	vii) ਧਿਆਨ ਨਾ ਦੇਣਾ	xi) ਨਸਲੀ ਫ਼ਰਕ
iv) ਸਾਬਤ ਕਰਨ	viii) ਮੁਸ਼ਕਲਾਂ	

6. ਉੱਪਰ ਦਿੱਤੀ ਵਾਰਤਾ ਦਾ ਅੰਗਰੇਜ਼ੀ ਵਿੱਚ ਉਲਥਾ ਕਰੋ।

Letter Writing

Family

1. ਆਪਣੇ ਚਾਚਾ ਜੀ ਨੂੰ, ਜੋ ਪੰਜਾਬ ਵਿੱਚ ਰਹਿੰਦੇ ਹਨ, ਇੱਕ ਪੰਜਾਬੀ ਵਿੱਚ ਚਿੱਠੀ ਲਿਖੋ ਕਿ ਅੱਜ-ਕੱਲ੍ਹ ਇੰਗਲੈਂਡ ਵਿੱਚ ਪੰਜਾਬੀ ਪਰਿਵਾਰਾਂ ਵਿੱਚ ਤਲਾਕਾਂ ਦੀ ਗਿਣਤੀ ਦਿਨੋ ਦਿਨ ਵਧ ਰਹੀ ਹੈ। ਚਿੱਠੀ ਵਿੱਚ ਤੁਸੀਂ ਹੇਠ ਲਿਖੀਆਂ ਗੱਲਾਂ ਬਾਰੇ ਲਿਖ ਸਕਦੇ ਹੋ।

    —ਪੰਜਾਬੀ ਸੁਸਾਇਟੀ 'ਤੇ ਅੰਗਰੇਜ਼ੀ ਸੱਭਿਅਤਾ ਦਾ ਅਸਰ।
    —ਆਰਥਿਕ ਪੱਖੋਂ ਨਿਰਭਰ ਨਾ ਹੋਣਾ।
    —ਸਹਿਨਸ਼ੀਲਤਾ ਦੀ ਘਾਟ।
    —ਤਲਾਕਾਂ ਨੂੰ ਰੋਕਣ ਲਈ ਤੁਹਾਡੇ ਸੁਝਾਅ।
    —ਕੋਈ ਘਰੇਲੂ ਗੱਲ ਲਿਖੋ।

2. ਆਪਣੇ ਮਾਮਾ ਜੀ ਨੂੰ, ਜੋ ਪੰਜਾਬ ਵਿੱਚ ਰਹਿੰਦੇ ਹਨ, ਇੱਕ ਚਿੱਠੀ ਲਿਖੋ, ਜਿਸ ਵਿੱਚ ਹੇਠ ਲਿਖੀਆਂ ਗੱਲਾਂ ਬਾਰੇ ਜ਼ਰੂਰ ਲਿਖਿਆ ਹੋਵੇ।

    —ਇੰਗਲੈਂਡ ਦੇ ਇਕੱਲੇ ਪਰਿਵਾਰਕ ਪ੍ਰਣਾਲੀ ਦਾ ਭਾਰਤੀ ਸਾਂਝੇ ਪਰਿਵਾਰ ਦੀ ਪ੍ਰਣਾਲੀ 'ਤੇ ਅਸਰ।
    —ਵਿਆਹ ਤੋਂ ਪਹਿਲਾਂ ਪਿਆਰ ਵਾਲੇ ਅਤੇ ਵਿਉਂਤਬੰਦ ਵਿਆਹਾਂ ਦੀ ਪ੍ਰਣਾਲੀ ਵਿੱਚ ਫ਼ਰਕ।
    —ਦਾਜ ਦੀ ਪ੍ਰਥਾ ਦਾ ਆਮ ਸਮਾਜ 'ਤੇ ਅਸਰ।
    —ਦਾਜ ਦੀ ਰਸਮ ਬਾਰੇ ਤੁਹਾਡੇ ਵਿਚਾਰ।
    —ਆਪਣੀ ਪੜ੍ਹਾਈ ਬਾਰੇ ਕੋਈ ਗੱਲ ਲਿਖੋ।

3. ਆਪਣੇ ਨਾਨਾ ਨਾਨੀ ਜੀ ਨੂੰ, ਜੋ ਪੰਜਾਬ ਵਿੱਚ ਰਹਿੰਦੇ ਹਨ, ਇੱਕ ਚਿੱਠੀ ਲਿਖੋ, ਜਿਸ ਵਿੱਚ ਹੇਠ ਲਿਖੀਆਂ ਗੱਲਾਂ ਬਾਰੇ ਜ਼ਰੂਰ ਲਿਖਿਆ ਹੋਵੇ।

    —ਇੰਗਲੈਂਡ ਵਿੱਚ ਇਕੱਲੇ ਮਾਤਾ-ਪਿਤਾ (Single parent family) ਦੀ ਪ੍ਰਣਾਲੀ ਵਿੱਚ ਵਧ ਰਿਹਾ ਰਿਵਾਜ।
    —ਇੰਗਲੈਂਡ ਵਿੱਚ ਮਜ਼ਦੂਰ ਅਤੇ ਕਾਮੇ ਮਾਪਿਆਂ ਦੀਆਂ ਸਮੱਸਿਆਵਾਂ।
    —ਤੁਹਾਡੇ ਇਹਨਾਂ ਮਾਪਿਆਂ ਦੀਆਂ ਸਮੱਸਿਆਵਾਂ ਨੂੰ ਨਜਿੱਠਣ ਲਈ ਸੁਝਾਅ।
    —ਤੁਹਾਡੇ ਇਕੱਲੇ ਅਤੇ ਸਾਂਝੇ ਪਰਿਵਾਰ ਬਾਰੇ ਵਿਚਾਰ।
    —ਤੁਹਾਡੇ ਆਪਣੇ ਪਰਿਵਾਰ ਬਾਰੇ ਵਿਚਾਰ।

Religion

1. ਤੁਹਾਡੇ ਚਾਚਾ ਜੀ, ਜੋ ਪੰਜਾਬ ਵਿੱਚ ਰਹਿੰਦੇ ਹਨ, ਤੁਹਾਡੇ ਸ਼ਹਿਰ ਵਿੱਚ ਧਾਰਮਿਕ ਅਸਥਾਨਾਂ ਬਾਰੇ ਜਾਣਨਾ ਚਾਹੁੰਦੇ ਹਨ। ਉਹਨਾਂ ਨੂੰ ਪੰਜਾਬੀ ਵਿੱਚ ਇੱਕ ਚਿੱਠੀ ਲਿਖੋ, ਜਿਸ ਵਿੱਚ ਹੇਠ ਲਿਖੀਆਂ ਗੱਲਾਂ ਬਾਰੇ ਜ਼ਰੂਰ ਲਿਖਿਆ ਹੋਵੇ।

   – ਤੁਹਾਡੇ ਸ਼ਹਿਰ ਵਿੱਚ ਕਿਹੜੇ ਕਿਹੜੇ ਧਾਰਮਿਕ ਅਸਥਾਨ ਹਨ ਅਤੇ ਇਹਨਾਂ ਨੂੰ ਕੌਣ ਚਲਾਉਂਦਾ ਹੈ।
   – ਧਾਰਮਿਕ ਅਸਥਾਨਾਂ ਵਿੱਚ ਪ੍ਰੋਗਰਾਮਾਂ ਬਾਰੇ ਤੁਹਾਡੇ ਵਿਚਾਰ।
   – ਇਹ ਧਾਰਮਿਕ ਅਸਥਾਨ ਲੋਕਾਂ ਲਈ ਕਿਸ ਤਰ੍ਹਾਂ ਲਾਭਦਾਇਕ ਹਨ।
   – ਤੁਹਾਡੇ ਖ਼ਿਆਲ ਵਿੱਚ ਧਾਰਮਿਕ ਅਸਥਾਨਾਂ ਵਿੱਚ ਕਿਸ ਤਰ੍ਹਾਂ ਦੇ ਪ੍ਰੋਗਰਾਮ ਹੋਣੇ ਚਾਹੀਦੇ ਹਨ ਅਤੇ ਕਿਉਂ।
   – ਧਾਰਮਿਕ ਅਸਥਾਨਾਂ ਬਾਰੇ ਕੋਈ ਹੋਰ ਗੱਲ।

2. ਆਪਣੇ ਦਾਦਾ ਦਾਦੀ ਜੀ ਨੂੰ, ਜੋ ਪੰਜਾਬ ਵਿੱਚ ਰਹਿੰਦੇ ਹਨ, ਇੱਕ ਚਿੱਠੀ ਲਿਖੋ, ਜਿਸ ਵਿੱਚ ਹੇਠ ਲਿਖੀਆਂ ਗੱਲਾਂ ਬਾਰੇ ਜ਼ਰੂਰ ਲਿਖਿਆ ਹੋਵੇ।

   – ਇੰਗਲੈਂਡ ਵਿੱਚ ਵੱਖ ਵੱਖ ਧਰਮਾਂ ਦੇ ਲੋਕਾਂ ਦੇ ਪੂਜਾ-ਪਾਠ ਕਰਨ ਦੇ ਤਰੀਕੇ।
   – ਕੱਟੜ-ਪੰਥੀ ਲੋਕਾਂ ਬਾਰੇ ਤੁਹਾਡੇ ਵਿਚਾਰ।
   – ਵੱਖ ਵੱਖ ਧਰਮਾਂ ਦੇ ਲੋਕਾਂ ਵਿੱਚ ਝਗੜਿਆਂ ਦੇ ਕਾਰਨ ਅਤੇ ਉਹਨਾਂ ਦੇ ਸੁਝਾਅ।
   – ਇੰਗਲੈਂਡ ਵਿੱਚ ਵੱਖ ਵੱਖ ਧਰਮਾਂ ਦੇ ਲੋਕਾਂ ਵਿੱਚ ਸ਼ਹਿਨਸ਼ੀਲਤਾ ਅਤੇ ਸਦਭਾਵਨਾ ਪੈਦਾ ਕਰਨ ਵਿੱਚ ਧਾਰਮਿਕ ਅਸਥਾਨਾਂ ਦੀ ਦੇਣ।
   – ਵੱਖ ਵੱਖ ਧਰਮਾਂ ਬਾਰੇ ਕੋਈ ਹੋਰ ਗੱਲ।

Free-time Activities

1. ਪੰਜਾਬ ਵਿੱਚ ਰਹਿੰਦੇ ਆਪਣੇ ਮਾਮਾ ਜੀ ਨੂੰ ਪੰਜਾਬੀ ਵਿੱਚ ਇੱਕ ਪੱਤਰ ਲਿਖੋ, ਜਿਸ ਵਿੱਚ ਇੰਗਲੈਂਡ ਦੇ ਕਿਸੇ ਸ਼ਹਿਰ ਵਿੱਚ ਹੋਏ ਏਸ਼ੀਅਨ ਟੂਰਨਾਮੈਂਟ ਦਾ ਵਰਣਨ ਹੋਵੇ। ਚਿੱਠੀ ਵਿੱਚ ਤੁਸੀਂ ਹੇਠ ਲਿਖੀਆਂ ਗੱਲਾਂ ਬਾਰੇ ਲਿਖ ਸਕਦੇ ਹੋ।

    —ਟੂਰਨਾਮੈਂਟ ਕਿੱਥੇ ਅਤੇ ਕਦੋਂ ਹੋਇਆ।
    —ਟੂਰਨਾਮੈਂਟ ਵਿੱਚ ਖੇਡੀਆਂ ਗਈਆਂ ਖੇਡਾਂ।
    —ਲੋਕਾਂ ਦੇ ਮਨੋਰੰਜਨ ਲਈ ਪ੍ਰੋਗਰਾਮ।
    —ਤੁਹਾਡੇ ਇਸ ਟੂਰਨਾਮੈਂਟ ਬਾਰੇ ਵਿਚਾਰ।
    —ਕੋਈ ਹੋਰ ਗੱਲ।

2. ਆਪਣੇ ਚਾਚਾ ਜੀ ਨੂੰ, ਜੋ ਪੰਜਾਬ ਵਿੱਚ ਰਹਿੰਦੇ ਹਨ, ਇੱਕ ਚਿੱਠੀ ਲਿਖੋ, ਜਿਸ ਵਿੱਚ ਹੇਠ ਲਿਖੀਆਂ ਚੀਜ਼ਾਂ ਬਾਰੇ ਜ਼ਰੂਰ ਲਿਖਿਆ ਹੋਵੇ।

    —ਇੰਗਲੈਂਡ ਵਿੱਚ ਆਮ ਤੌਰ 'ਤੇ ਲੋਕ ਆਪਣਾ ਵਿਹਲਾ ਸਮਾਂ ਕਿਸ ਤਰ੍ਹਾਂ ਗੁਜ਼ਾਰਦੇ ਹਨ ?
    —ਤੁਸੀਂ ਆਪਣਾ ਵਿਹਲਾ ਸਮਾਂ ਕਿਸ ਤਰ੍ਹਾਂ ਗੁਜ਼ਾਰਦੇ ਹੋ।
    —ਇੰਗਲੈਂਡ ਦੀਆਂ ਪ੍ਰਸਿੱਧ ਖੇਡਾਂ ਬਾਰੇ।
    —ਇੰਗਲੈਂਡ ਵਿੱਚ ਪੰਜਾਬੀ ਖੇਡਾਂ ਬਾਰੇ।
    —ਇੰਗਲੈਂਡ ਵਿੱਚ ਪੰਜਾਬੀ ਡਾਂਸ ਭੰਗੜਾ ਅਤੇ ਗਿੱਧਾ।

Social Issues

1. ਆਪਣੇ ਮਾਮਾ ਅਤੇ ਮਾਮੀ ਜੀ ਨੂੰ, ਜੋ ਪੰਜਾਬ ਵਿੱਚ ਰਹਿੰਦੇ ਹਨ, ਇੱਕ ਚਿੱਠੀ ਲਿਖੋ, ਜਿਸ ਵਿੱਚ ਹੇਠ ਲਿਖੀਆਂ ਗੱਲਾਂ ਬਾਰੇ ਜ਼ਰੂਰ ਲਿਖਿਆ ਹੋਵੇ।

   — ਸਮਾਜਿਕ ਸਮੱਸਿਆਵਾਂ।
   — ਬੇਰੁਜ਼ਗਾਰੀ।
   — ਬਰਾਬਰਤਾ ਅਤੇ ਇਨਸਾਫ਼।
   — ਨਸਲਵਾਦ।
   — ਕੋਈ ਹੋਰ ਘਰੇਲੂ ਗੱਲ ਲਿਖੋ।

2. ਆਪਣੇ ਚਾਚਾ ਜੀ ਨੂੰ ਇੱਕ ਚਿੱਠੀ ਲਿਖੋ, ਜਿਸ ਵਿੱਚ ਹੇਠ ਲਿਖੀਆਂ ਗੱਲਾਂ ਬਾਰੇ ਜ਼ਰੂਰ ਲਿਖਿਆ ਹੋਵੇ।
   — ਇੰਗਲੈਂਡ ਵਿੱਚ ਵਧ ਰਹੀਆਂ ਚੋਰੀਆਂ।
   — ਲਾਅ ਅਤੇ ਆਰਡਰ।
   — ਵੱਢੀਆਂ।
   — ਮੰਗਣਾ।
   — ਅਧਿਕਾਰ ਅਤੇ ਜ਼ੁੰਮੇਵਾਰੀਆਂ।

Chapter 3

Environment and Citizenship

This chapter deals with the topic area of 'Environment and Citizenship' and the texts contain material about enviornment issues, urban and rural life, science and society, crime and punishment. For the practice of students there are 7 exercises of comprehension, 7 exercises of translation from Panjabi to English and 8 exercises of letter writing.

Environment and Citizenship

1. ਜਸਦੀਪ ਦਾ ਪ੍ਰਦੂਸ਼ਨ ਬਾਰੇ ਲਿਖਿਆ ਲੇਖ ਪੜ੍ਹੋ ਅਤੇ ਥੱਲੇ ਦਿੱਤੇ ਪ੍ਰਸ਼ਨਾਂ ਦੇ ਉੱਤਰ ਲਿਖੋ।

> ਦੁਨੀਆ ਵਿੱਚ ਪ੍ਰਦੂਸ਼ਨ ਦਿਨੋ ਦਿਨ ਵਧ ਰਿਹਾ ਹੈ। ਪ੍ਰਦੂਸ਼ਨ ਦੇ ਵਧਣ ਨਾਲ ਦੁਨੀਆ ਦੇ ਵਾਤਾਵਰਣ ਵਿੱਚ ਖ਼ਤਰਨਾਕ ਗੈਸਾਂ ਦਾ ਲੋੜ ਨਾਲੋਂ ਜ਼ਿਆਦਾ ਵਾਧਾ ਹੋ ਰਿਹਾ ਹੈ। ਇਹਨਾਂ ਗੈਸਾਂ ਦਾ ਲੋਕਾਂ ਦੀ ਸਿਹਤ 'ਤੇ ਭੈੜਾ ਅਸਰ ਪੈ ਰਿਹਾ ਹੈ। ਜੇ ਪ੍ਰਦੂਸ਼ਨ ਇਸੇ ਤਰ੍ਹਾਂ ਵਧਦਾ ਰਿਹਾ ਅਤੇ ਇਸ ਨੂੰ ਰੋਕਣ ਲਈ ਕੋਈ ਕਦਮ ਨਾ ਚੁੱਕਿਆ ਗਿਆ ਤਾਂ ਲੋਕਾਂ ਨੂੰ ਵੱਧ ਬੀਮਾਰੀਆਂ ਲੱਗਣ ਦਾ ਖ਼ਤਰਾ ਹੈ। ਪ੍ਰਦੂਸ਼ਨ ਵਧਣ ਦੇ ਕਈ ਕਾਰਨ ਹਨ। ਦੁਨੀਆਂ ਵਿੱਚ ਸਨਅਤੀ ਵਿਕਾਸ ਬਹੁਤ ਤੇਜ਼ੀ ਨਾਲ ਹੋ ਰਿਹਾ ਹੈ ਅਤੇ ਫ਼ੈਕਟਰੀਆਂ ਦੀ ਗਿਣਤੀ ਦਿਨੋ ਦਿਨ ਵਧ ਰਹੀ ਹੈ। ਕਈ ਐਸੀਆਂ ਫ਼ੈਕਟਰੀਆਂ ਹਨ ਜੋ ਲੋੜ ਤੋਂ ਵੱਧ ਧੂੰਆਂ ਅਤੇ ਹਾਨੀਕਾਰਕ ਗੈਸਾਂ ਛੱਡਦੀਆਂ ਹਨ। ਵਿਕਸਤ ਦੇਸ਼ਾਂ ਦੇ ਮੁਕਾਬਲੇ ਵਿੱਚ, ਘੱਟ ਵਿਕਸਤ ਦੇਸ਼ਾਂ ਵਿੱਚ ਪ੍ਰਦੂਸ਼ਨ ਵੱਧ ਹੁੰਦਾ ਹੈ।
>
> ਅੱਜ-ਕੱਲ੍ਹ ਲਗਭਗ ਹਰ ਦੇਸ਼ ਵਿੱਚ ਕਾਰਾਂ ਅਤੇ ਬਾਕੀ ਆਣ ਜਾਣ ਅਤੇ ਢੋਆ ਢੁਆਈ ਦੇ ਸਾਧਨਾਂ ਵਿੱਚ ਵੀ ਬਹੁਤ ਵਾਧਾ ਹੋ ਰਿਹਾ ਹੈ। ਕਈ ਦੇਸ਼ਾਂ ਵਿੱਚ ਕਾਰਾਂ, ਬੱਸਾਂ, ਟਰੱਕਾਂ ਆਦਿ ਦੀ ਹਾਲਤ ਬਹੁਤ ਮਾੜੀ ਹੈ ਅਤੇ ਇਹ ਬਹੁਤ ਧੂੰਆਂ ਛੱਡਦੇ ਹਨ ਜਿਸ ਕਾਰਨ ਵਾਤਾਵਰਣ ਗੰਦਾ ਰਹਿੰਦਾ ਹੈ ਅਤੇ ਬੀਮਾਰੀਆਂ ਦਿਨੋ ਦਿਨ ਵਧ ਰਹੀਆਂ ਹਨ।
>
> ਲੋਕੀਂ ਫ਼ੈਕਟਰੀਆਂ ਦਾ ਕੂੜਾ ਕਰਕਟ ਅਤੇ ਗੰਦੀਆਂ ਅਤੇ ਪੁਰਾਣੀਆਂ ਵਰਤੀਆਂ ਹੋਈਆਂ ਚੀਜ਼ਾਂ ਸਮੁੰਦਰ ਵਿੱਚ ਸੁੱਟ ਦਿੰਦੇ ਹਨ ਜਿਸ ਦਾ ਸਮੁੰਦਰ ਵਿੱਚ ਰਹਿੰਦੇ ਜਾਨਵਰਾਂ 'ਤੇ ਬੁਰਾ ਅਸਰ ਪੈਂਦਾ ਹੈ। ਇਸ ਨਾਲ ਕਈ ਵਾਰ ਜਾਨਵਰ ਤੜਪ ਤੜਪ ਕੇ ਮਰ ਜਾਂਦੇ ਹਨ।
>
> ਪਰਮਾਤਮਾ ਵਲੋਂ ਧਰਤੀ ਅਤੇ ਸਾਨੂੰ ਸੂਰਜ ਦੀ ਸਖ਼ਤ ਗਰਮੀ ਤੋਂ ਬਚਾਉਣ ਲਈ ਵਾਯੂਮੰਡਲ ਦੁਆਲੇ ਝਿੱਲੀ (O'Zone layer) ਦਿੱਤੀ ਗਈ ਹੈ। ਇਸ ਝਿੱਲੀ ਵਿੱਚ ਹੁਣ ਮੋਰੀਆਂ ਹੋ ਰਹੀਆਂ ਹਨ। ਇਸ ਦਾ ਕਾਰਨ ਵੀ ਵਾਯੂਮੰਡਲ ਵਿੱਚ ਫ਼ੈਕਟਰੀਆਂ ਦਾ ਜ਼ਹਿਰੀਲਾ ਧੂੰਆਂ ਅਤੇ ਸੀ.ਐਫ.ਪੀ. ਗੈਸਾਂ ਦਾ ਵਧ ਜਾਣਾ ਹੈ। ਇਸ ਕਰਕੇ ਵਾਯੂਮੰਡਲ ਪਹਿਲਾਂ ਨਾਲੋਂ ਦਿਨੋ ਦਿਨ ਵੱਧ ਗਰਮ ਹੋ ਰਿਹਾ ਹੈ। ਇਸ ਵਧ ਰਹੀ ਗਰਮੀ ਨਾਲ ਬਰਫ਼ ਜ਼ਿਆਦਾ ਮਾਤਰਾ ਵਿੱਚ ਪਿਘਲ ਰਹੀ ਹੈ ਜਿਸ ਨਾਲ ਸਮੁੰਦਰ ਵਿੱਚ ਪਾਣੀ ਦੀ ਪੱਧਰ ਉੱਚੀ ਹੋਈ ਜਾ ਰਹੀ ਹੈ। ਇਸ ਦੇ ਕਾਰਨ ਜ਼ਿਆਦਾ ਜ਼ਮੀਨ ਪਾਣੀ ਹੇਠ ਆ ਰਹੀ ਹੈ ਅਤੇ ਬਹੁਤ ਸਾਰੇ ਸਮੁੰਦਰ ਦੇ ਕੰਢੇ 'ਤੇ ਵੱਸੇ ਸ਼ਹਿਰਾਂ ਨੂੰ ਖ਼ਤਰਾ ਪੈਦਾ ਹੁੰਦਾ ਜਾ ਰਿਹਾ ਹੈ।
>
> ਮੇਰੇ ਖ਼ਿਆਲ ਵਿੱਚ ਹਰ ਦੇਸ਼ ਦੀ ਸਰਕਾਰ ਨੂੰ ਵਾਤਾਵਰਣ ਵਿੱਚ ਪ੍ਰਦੂਸ਼ਨ ਦੀ ਮਾਤਰਾ ਨੂੰ ਘਟਾਉਣ ਲਈ ਸਖ਼ਤ ਕਾਰਵਾਈ ਕਰਨੀ ਚਾਹੀਦੀ ਹੈ। ਜਿਹੜੀਆਂ ਫ਼ੈਕਟਰੀਆਂ ਜ਼ਿਆਦਾ ਧੂੰਆਂ ਛੱਡਦੀਆਂ ਹਨ, ਉਹਨਾਂ ਦੇ ਮਾਲਕਾਂ ਨੂੰ ਸਖ਼ਤ ਸਜ਼ਾ ਦੇਣੀ ਚਾਹੀਦੀ ਹੈ। ਕਾਰਾਂ ਅਤੇ ਬਾਕੀ ਆਉਣ ਜਾਣ ਦੇ ਵਾਹਨਾਂ ਦੀ ਚੰਗੀ ਤਰ੍ਹਾਂ ਚੈਕਿੰਗ ਹੋਣੀ ਚਾਹੀਦੀ ਹੈ। ਕੂੜਾ ਕਰਕਟ ਅਤੇ ਗੰਦੀਆਂ ਚੀਜ਼ਾਂ ਦੇ ਨਸ਼ਟ ਕਰਨ ਦਾ ਪ੍ਰਬੰਧ ਹੋਣਾ ਚਾਹੀਦਾ ਹੈ ਅਤੇ ਲੋਕਾਂ ਨੂੰ ਪ੍ਰਦੂਸ਼ਨ ਤੋਂ ਛੁਟਕਾਰਾ ਪਾਉਣ ਦੇ ਤਰੀਕਿਆਂ ਬਾਰੇ ਟ੍ਰੇਨਿੰਗ ਦੇਣੀ ਚਾਹੀਦੀ ਹੈ।

1. ਪ੍ਰਦੂਸ਼ਨ ਦਾ ਲੋਕਾਂ ਦੀ ਸਿਹਤ 'ਤੇ ਕੀ ਅਸਰ ਪੈਂਦਾ ਹੈ ?

2. ਦਿਨੋ ਦਿਨ ਪ੍ਰਦੂਸ਼ਨ ਵਧਣ ਦੇ ਕੀ ਕਾਰਨ ਹਨ ?

3. ਸਮੁੰਦਰ ਵਿੱਚ ਰਹਿਣ ਵਾਲੇ ਜਾਨਵਰਾਂ ਤੇ ਪ੍ਰਦੂਸ਼ਨ ਕਿਸ ਤਰ੍ਹਾਂ ਅਸਰ ਕਰਦਾ ਹੈ ?

4. ਸਮੁੰਦਰ ਵਿੱਚ ਪਾਣੀ ਦੀ ਪੱਧਰ ਕਿਉਂ ਉੱਚੀ ਹੁੰਦੀ ਜਾ ਰਹੀ ਹੈ ਅਤੇ ਇਸ ਨਾਲ ਕੀ ਨੁਕਸਾਨ ਹੋਣ ਦਾ ਡਰ ਹੈ ?

5. ਜਸਦੀਪ ਦੇ ਖ਼ਿਆਲ ਵਿਚ ਪ੍ਰਦੂਸ਼ਨ ਕਿਸ ਤਰ੍ਹਾਂ ਹਟਾਇਆ ਜਾ ਸਕਦਾ ਹੈ ?

6. ਹੇਠ ਲਿਖੇ ਸ਼ਬਦਾਂ ਨੂੰ ਆਪਣੇ ਵਾਕਾਂ ਵਿੱਚ ਵਰਤੋ।

   i) ਵਾਤਾਵਰਣ   v) ਵਾਯੂ ਮੰਡਲ

   ii) ਖ਼ਤਰਨਾਕ   vi) ਜ਼ਹਿਰੀਲੀ

   iii) ਸਨਅਤ   vii) ਪੱਧਰ

   iv) ਵਿਕਸਤ   viii) ਪਿਘਲ

7. ਹੇਠ ਲਿਖੇ ਸ਼ਬਦਾਂ ਦੇ ਸਮਾਨ-ਅਰਥ ਸ਼ਬਦ ਲਿਖੋ।

   i) ਡਰ   iii) ਤਕਰੀਬਨ

   ii) ਉੱਨਤ   iv) ਗੰਦ

8. ਉੱਪਰ ਦਿੱਤੇ ਲੇਖ ਦਾ ਅੰਗਰੇਜੀ ਵਿੱਚ ਉਲਥਾ ਕਰੋ।

2. ਹੇਠ ਲਿਖੀ ਵਾਰਤਾ ਨੂੰ ਧਿਆਨ ਨਾਲ ਪੜ੍ਹੋ ਅਤੇ ਥੱਲੇ ਲਿਖੇ ਪ੍ਰਸ਼ਨਾਂ ਦੇ ਉੱਤਰ ਦਿਓ।

ਗਰੀਨ ਹਾਊਸ ਪ੍ਰਭਾਵ

ਅੱਜ ਵਾਤਾਵਰਨ ਸੰਬੰਧੀ ਸਭ ਤੋਂ ਵੱਧ ਚਰਚਾ ਦਾ ਵਿਸ਼ਾ ਹੈ ਗਰੀਨ ਹਾਊਸ ਪ੍ਰਭਾਵ। ਮਾਹਿਰਾਂ ਦਾ ਵਿਚਾਰ ਹੈ ਕਿ ਗਰੀਨ ਹਾਊਸ ਗੈਸਾਂ ਦੀ ਮਾਤਰਾ ਵਿੱਚ ਵਾਧੇ ਕਾਰਨ ਧਰਤੀ ਦਾ ਤਾਪਮਾਨ ਵਧ ਰਿਹਾ ਹੈ। ਗਰੀਨ ਹਾਊਸ ਗੈਸਾਂ ਵਿੱਚੋਂ ਕਾਰਬਨ-ਡਾਇਆਕਸਾਈਡ (CO_2), ਨਾਈਟਰਸ ਆਕਸਾਈਡ ਅਤੇ ਓਜ਼ੋਨ ਪ੍ਰਮੁੱਖ ਹਨ। ਪੈਟ੍ਰੋਲ, ਡੀਜ਼ਲ ਅਤੇ ਕੋਇਲੇ ਆਦਿ ਨੂੰ ਜਲਾਉਣ ਕਾਰਨ ਸਾਡੇ ਵਾਯੂਮੰਡਲ ਵਿੱਚ ਗਰੀਨ ਹਾਊਸ ਗੈਸਾਂ ਦੀ ਮਾਤਰਾ ਲਗਾਤਾਰ ਵਧ ਰਹੀ ਹੈ। ਇਹ ਗੈਸਾਂ ਰਾਤ ਦੇ ਸਮੇਂ ਧਰਤੀ ਤੋਂ ਸੂਰਜੀ ਤਪਸ਼ ਨੂੰ ਆਪਣੇ ਵਿੱਚ ਸਮੋ ਲੈਂਦੀਆਂ ਹਨ। ਨਤੀਜੇ ਵਜੋਂ ਵਾਯੂਮੰਡਲ ਦੇ ਤਾਪਮਾਨ ਵਿੱਚ ਵਾਧਾ ਹੋਣ ਲੱਗਦਾ ਹੈ।

ਸੜਕਾਂ ’ਤੇ ਚੱਲਣ ਵਾਲੇ ਵਾਹਨਾਂ ਦੇ ਧੂੰਏ ਵਿੱਚ ਗਰੀਨ ਹਾਊਸ ਗੈਸਾਂ ਵਿੱਚੋਂ ‘ਸੀ.ਓ.–2’ ਸਭ ਤੋਂ ਵਧੇਰੇ ਮਾਤਰਾ ਵਿੱਚ ਮੌਜੂਦ ਹੁੰਦੀ ਹੈ। ‘ਸੀ.ਓ.-2’ ਇੱਕ ਅਜਿਹੀ ਗੈਸ ਹੈ ਜੋ ਸਾਡੇ ਵਾਯੂਮੰਡਲ ਵਿੱਚ ਲਗਭਗ ਸੌ ਸਾਲ ਤਕ ਬਿਨਾਂ ਕਿਸੇ ਤਬਦੀਲੀ ਦੇ ਸਥਾਈ ਰੂਪ ਵਿੱਚ ਵਿਚਰ ਸਕਦੀ ਹੈ। ਧਰਤੀ ਦੇ ਵਾਯੂਮੰਡਲ ਵਿੱਚ ‘ਸੀ.ਓ.-2’ ਦੀ ਮਾਤਰਾ ਨੂੰ ਲੋੜੀਂਦੇ ਪੱਧਰ ਤਕ ਬਣਾਈ ਰੱਖਣ ਜਾਂ ਉਸਦੀ ਮਾਤਰਾ ਨੂੰ ਘੱਟ ਕਰਨ ਲਈ ਸਾਰੀ ਲੋਕਾਈ ਲਈ ਸਾਵਧਾਨੀ ਦੀ ਲੋੜ ਹੈ। ਅੱਜ ਦੁਨੀਆਂ ਦੇ ਦੇਸ਼ਾਂ ਦੇ ਕਰੋੜਾਂ ਹੀ ਵਾਹਨਾਂ ਵਿੱਚੋਂ ਨਿਕਲਦਾ ਧੂੰਆਂ, ‘ਸੀ.ਓ.-2’ ਦੇ ਅੰਬਾਰਾਂ ਦੇ ਅੰਬਾਰ ਸਾਡੇ ਵਾਤਾਵਰਨ ਵਿੱਚ ਭੇਜ ਰਿਹਾ ਹੈ।

ਵਿਗਿਆਨੀਆਂ ਅਨੁਸਾਰ ਵਾਤਾਵਰਨ ਦੀ ਸਵੱਛਤਾ ਨੂੰ ਕਾਇਮ ਰੱਖਣ ਲਈ ‘ਸੀ.ਓ.-2’ ਦੀ ਮਾਤਰਾ ਵਿੱਚ ਘਾਟਾ ਕਰਨ ਤੋਂ ਬਿਨਾਂ ਕੋਈ ਚਾਰਾ ਨਹੀਂ ਹੈ। ਮੁੱਖ ਡਰ ਤਾਂ ਇਹ ਹੈ ਕਿ ਧਰਤੀ ਦਾ ਵਧ ਰਿਹਾ ਤਾਪਮਾਨ ਇਸਦੇ ਦੋਵੇਂ ਧਰੁਵਾਂ ਵਿਖੇ ਮੌਜੂਦ ਬਰਫ਼ੀਲੇ ਖੇਤਰਾਂ ਨੂੰ ਪਿਘਲਾ ਦੇਵੇਗਾ ਅਤੇ ਇਸਦੇ ਸਿੱਟੇ ਵਜੋਂ ਸਮੁੰਦਰਾਂ ਦੇ ਪਾਣੀ ਦਾ ਲੈਵਲ ਉੱਚਾ ਹੋ ਕੇ ਜ਼ਮੀਨੀ ਖੇਤਰਾਂ ਨੂੰ ਡਬੋ ਲਵੇਗਾ ਅਤੇ ਮਨੁੱਖੀ ਵਰਤੋਂ ਲਈ ਧਰਤੀ ਵਿੱਚ ਘਾਟਾ ਪੈਦਾ ਹੋ ਜਾਵੇਗਾ।

ਅੱਜ ਵਿਗਿਆਨੀ ਇਹ ਜਾਣਨ ਵਿੱਚ ਜੁੱਟੇ ਹੋਏ ਹਨ ਕਿ ਧਰਤੀ ਦੇ ਵਾਯੂਮੰਡਲ ਦਾ ਤਾਪਮਾਨ ਕਿੰਨਾ ਕੁ ਵਧ ਰਿਹਾ ਹੈ ? ਇਹ ਵਾਧਾ ਵਾਯੂਮੰਡਲ ਵਿੱਚ ਮੌਜੂਦ ਵਿਭਿੰਨ ਪਦਾਰਥਾਂ ਦੀ ਹੋਂਦ ਉੱਤੇ ਕਿਵੇਂ ਅਸਰ ਕਰਦਾ ਹੈ ? ਇਨ੍ਹਾਂ ਸਵਾਲਾਂ ਦਾ ਜਵਾਬ ਕੁਝ ਵੀ ਹੋਵੇ, ਪਰ ਇਹ ਤਾਂ ਸਪਸ਼ਟ ਹੈ ਕਿ ਆਵਾਜਾਈ ਵਾਹਨਾਂ ਤੋਂ ਛੱਡੇ ਜਾਂਦੇ ਫ਼ਾਲਤੂ ਗੈਸੀ ਨਿਕਾਸ ਦੇ ਧੂੰਏ ਆਦਿ ਦੇ ਜ਼ਹਿਰੀਲੇ ਪ੍ਰਭਾਵਾਂ ਕਾਰਨ ਮਨੁੱਖੀ ਜੀਵਨ ਦਾ ਵਿਨਾਸ਼ ਲਗਾਤਾਰ ਹੋ ਰਿਹਾ ਹੈ। ਅੱਜ ਲੋੜ ਹੈ ਇਨ੍ਹਾਂ ਜ਼ਹਿਰਲੀਆਂ ਗੈਸਾਂ ਨੂੰ ਨੱਥ ਪਾਉਣ ਦੀ, ਮਨੁੱਖਾਂ ਨੂੰ ਸਵੱਛ ਤੇ ਸੁੰਦਰ ਭਵਿੱਖ ਵੱਲ ਲੈ ਜਾਣ ਦੀ, ਜਿਸ ਲਈ ਸਾਨੂੰ ਆਪਣੇ ਆਵਾਜਾਈ ਦੇ ਕਾਰਜਾਂ ਲਈ ਲੋੜੀਂਦੇ ਸ਼ਕਤੀ ਸਾਧਨਾਂ ਦੀ ਵਰਤੋਂ ਵਿੱਚ ਵੱਡੀ ਤਬਦੀਲੀ ਕਰਨੀ ਪਵੇਗੀ।

AQA 1999

1. ਇਸ ਵਾਰਤਾ ਵਿੱਚ ਹੇਠ ਲਿਖੇ ਵਾਕਾਂਸ਼ਾਂ ਨੂੰ ਸੌਖੀ ਪੰਜਾਬੀ ਵਿੱਚ ਲਿਖੋ:

(ੳ)	ਚਰਚਾ ਦਾ ਵਿਸ਼ਾ	ਲਾਈਨ (1)	*(2)*
(ਅ)	ਸਥਾਈ ਰੂਪ ਵਿੱਚ ਵਿਚਰ ਸਕਦੀ ਹੈ	ਲਾਈਨ (10)	*(3)*
(ੲ)	ਸਾਵਧਾਨੀ ਦੀ ਲੋੜ ਹੈ	ਲਾਈਨ (12)	*(2)*
(ਸ)	ਸਵੱਛਤਾ ਨੂੰ ਕਾਇਮ ਰੱਖਣ ਲਈ	ਲਾਈਨ (15)	*(2)*
(ਹ)	ਵਿਨਾਸ਼ ਲਗਾਤਾਰ ਹੋ ਰਿਹਾ ਹੈ।	ਲਾਈਨ (24)	*(3)*
			(12)

2. ਸਾਡੇ ਵਾਯੂਮੰਡਲ ਵਿੱਚ ਗਰੀਨ ਹਾਊਸ ਗੈਸਾਂ ਦੀ ਮਾਤਰਾ ਵਧਣ ਦੇ ਕੀ ਕਾਰਨ ਹਨ? ਇਹ ਗੈਸਾਂ ਰਾਤ ਦੇ ਸਮੇਂ ਧਰਤੀ 'ਤੇ ਕਿਸ ਪ੍ਰਕਾਰ ਦਾ ਅਸਰ ਕਰਦੀਆਂ ਹਨ? *(4)*

3. ਗਰੀਨ ਹਾਊਸ ਪ੍ਰਭਾਵ ਦਾ ਸਾਡੇ ਵਾਤਾਵਰਨ 'ਤੇ ਕਿਸ ਪ੍ਰਕਾਰ ਦਾ ਅਸਰ ਹੋ ਸਕਦਾ ਹੈ ਅਤੇ ਵਿਗਿਆਨੀ ਇਸ ਬਾਰੇ ਕੀ ਸਲਾਹ ਦੇ ਰਹੇ ਹਨ? *(9)*

AQA 1999

4. ਹੇਠ ਲਿਖੇ ਸ਼ਬਦਾਂ/ਵਾਕ-ਅੰਸ਼ਾਂ ਦੇ ਸਮਾਨ-ਅਰਥ ਸ਼ਬਦ/ਵਾਕ-ਅੰਸ਼ ਲਿਖੋ।

i) ਟੈਂਪਰੇਚਰ	vi) ਸਾਇੰਸਦਾਨ
ii) ਆਉਣ ਜਾਣ ਦੇ ਸਾਧਨ	vii) ਲੱਗੇ ਹੋਏ ਹਨ
iii) ਪੱਕੀ ਤਰ੍ਹਾਂ	viii) ਅਸਰ
iv) ਲੋਕਾਂ ਲਈ	ix) ਰੋਕਣਾ
v) ਖ਼ਿਆਲ ਰੱਖਣ ਦੀ ਲੋੜ ਹੈ	x) ਕੰਮਾਂ ਲਈ

5. ਇਸ ਵਾਰਤਾ ਦਾ ਅੰਗਰੇਜ਼ੀ ਵਿੱਚ ਉਲਥਾ ਕਰੋ।

3. ਹੇਠ ਲਿਖੀ ਵਾਰਤਾ ਨੂੰ ਧਿਆਨ ਨਾਲ ਪੜ੍ਹੋ ਅਤੇ ਪ੍ਰਸ਼ਨਾਂ ਦੇ ਉੱਤਰ ਲਿਖੋ।

ਤਾਜ ਮਹੱਲ ਨੂੰ ਬਚਾਉਣ ਲਈ ਆਲੇ-ਦੁਆਲੇ ਦੀਆਂ 292 ਫ਼ੈਕਟਰੀਆਂ ਬੰਦ ਕਰਨ ਦਾ ਹੁਕਮ

ਭਾਰਤੀ ਸੁਪਰੀਮ ਕੋਰਟ ਵੱਲੋਂ ਦੁਨੀਆਂ ਦੇ ਅਜੂਬੇ ਅਤੇ ਖ਼ੂਬਸੂਰਤ ਇਤਿਹਾਸਕ ਇਮਾਰਤ ਤਾਜ ਮਹੱਲ ਨੂੰ ਪ੍ਰਦੂਸ਼ਨ ਤੋਂ ਬਚਾਉਣ ਲਈ ਇਸ ਦੇ ਨੇੜੇ ਤੇੜੇ ਦੀਆਂ 292 ਕੋਇਲੇ ਨਾਲ ਚੱਲਣ ਵਾਲੀਆਂ ਫ਼ੈਕਟਰੀਆਂ ਬੰਦ ਕਰਨ ਦਾ ਹੁਕਮ ਸੁਣਾ ਦਿੱਤਾ ਗਿਆ ਹੈ।

ਮੁਗ਼ਲ ਬਾਦਸ਼ਾਹ ਸ਼ਾਹਜਹਾਂ ਕਲਾ ਦਾ ਪ੍ਰੇਮੀ ਸੀ। ਉਸਦੇ ਵਿਸ਼ੇਸ਼ ਸ਼ੌਕ ਸਨ—ਲਤੀਫ਼ੇਬਾਜ਼ੀ ਜਾਂ ਹਾਸ-ਰਸ, ਚਿੱਤਰਕਾਰੀ, ਸੁੰਦਰ ਲਿਖਤਾਂ ਅਤੇ ਸੁੰਦਰ ਇਮਾਰਤਾਂ। ਸ਼ਾਹਜਹਾਂ ਦੇ ਰਾਜ ਦੇ ਸਮੇਂ ਉਸਾਰੀਆਂ ਗਈਆਂ ਮਸਜਿਦਾਂ, ਮਕਬਰੇ, ਮਹਿਲ, ਕਿਲ੍ਹੇ ਆਦਿ ਉਸਦੇ ਭਵਨ-ਨਿਰਮਾਣ ਕਲਾ ਦੇ ਜੀਉਂਦੇ ਚਿੰਨ੍ਹ ਹਨ। ਇਹਨਾਂ ਤੋਂ ਉਸਦੀਆਂ ਸੱਭਿਆਚਾਰਕ ਕਦਰਾਂ ਬਾਰੇ ਵੀ ਪਤਾ ਚੱਲਦਾ ਹੈ। ਲਤੀਫ਼ੇ ਦੀ ਕਲਾ ਦੀ ਸਰਪ੍ਰਸਤੀ ਨੇ ਸ਼ਾਹਜਹਾਂ ਨੂੰ ਸਾਬਕ ਹਾਕਮਾਂ ਨਾਲੋਂ ਪ੍ਰਸਿੱਧ ਅਤੇ ਵਿਲੱਖਣ ਬਣਾ ਦਿੱਤਾ ਸੀ। ਪਰ ਇਸ ਮੁਗ਼ਲ ਬਾਦਸ਼ਾਹ ਨੂੰ ਉਸਾਰੀ ਨਾਲ ਸਭ ਤੋਂ ਵੱਧ ਦਿਲਚਸਪੀ ਸੀ।

'ਤਾਜ ਮਹੱਲ' ਮੁਗ਼ਲ ਬਾਦਸ਼ਾਹ ਸ਼ਾਹਜਹਾਂ ਵੱਲੋਂ ਉਸਾਰੀ ਗਈ ਮੁਹੱਬਤ ਦੀ ਯਾਦਗਾਰ ਹੈ। ਇਸ ਨੂੰ ਬਣਾਉਣ ਲਈ ਵੀਹ ਹਜ਼ਾਰ ਆਦਮੀ ਲਗਾਤਾਰ ਵੀਹ ਸਾਲ ਕੰਮ ਕਰਦੇ ਰਹੇ ਸੀ। ਸ਼ਾਹਜਹਾਂ ਨੇ ਇਹ ਮਕਬਰਾ ਆਪਣੀ ਮਿਰਤਕ ਪਤਨੀ ਮੁਮਤਾਜ ਮਹਿਲ ਦੀ ਯਾਦ ਵਿੱਚ 1654 ਵਿੱਚ ਬਣਵਾਇਆ ਸੀ। ਪਿਛਲੇ ਦੋ ਦਹਾਕਿਆਂ ਤੋਂ ਆਗਰੇ ਵਿੱਚ ਅਤੇ ਇਸ ਦੇ ਆਸੇ ਪਾਸੇ ਵਧਦੀ ਜਨਸੰਖਿਆ ਕਾਰਨ ਵਾਤਾਵਰਨ ਦੂਸ਼ਿਤ ਹੋ ਰਿਹਾ ਹੈ। ਫ਼ੈਕਟਰੀਆਂ ਵਿੱਚੋਂ ਉਠਦਾ ਧੂੰਆਂ ਤਾਜ ਮਹੱਲ ਦੇ ਸੰਗਮਰਮਰੀ ਜਿਸਮ ਨੂੰ ਧੁਆਂਖ ਰਿਹਾ ਹੈ। ਇਸ ਦੀ ਉਸਾਰੀ ਵਿੱਚ ਵਰਤੀਆਂ ਗਈਆਂ ਸੰਗਮਰਮਰ ਦੀਆਂ ਸਲੇਟਾਂ ਪੀਲੀਆਂ ਹੋ ਰਹੀਆਂ ਹਨ।

ਭਾਵੇਂ ਕਾਨੂੰਨੀ ਤੌਰ 'ਤੇ ਇਸਦੇ ਆਸੇ ਪਾਸੇ ਫ਼ੈਕਟਰੀਆਂ ਉਸਾਰਨ ਦੀ ਮਨਾਹੀ ਹੈ ਪਰ ਪੁਲਿਸ ਦੀ ਮਿਲੀ ਭੁਗਤ ਕਾਰਨ ਲੋਕ ਚੋਰੀ ਛੁਪੇ ਆਪਣਾ ਧੰਦਾ ਚਲਾ ਰਹੇ ਹਨ। ਇਸਦੇ ਨੇੜੇ ਪੈਂਦੇ ਸ਼ਹਿਰ ਮਥਰਾ ਅਤੇ ਹੋਰ ਰਾਜਸਥਾਨੀ ਇਲਾਕਿਆਂ ਤੋਂ ਉੱਡਣ ਵਾਲੀਆਂ ਹਨੇਰੀਆਂ ਵੀ ਤਾਜ ਮਹੱਲ ਦੇ ਹੁਸਨ 'ਤੇ ਬੁਰਾ ਅਸਰ ਪਾ ਰਹੀਆਂ ਹਨ। ਵਿਗਿਆਨਕਾਂ ਅਨੁਸਾਰ ਤਾਜ ਮਹੱਲ ਨੂੰ 'ਸੰਗਮਰਮਰ ਦਾ ਕੈਂਸਰ' ਹੋ ਗਿਆ ਹੈ। ਕੋਰਟ ਦੇ ਹੁਕਮ ਅਨੁਸਾਰ ਇਮਾਰਤ ਦੇ ਚਾਰੇ ਪਾਸੇ ਮੀਲਾਂ ਤਕ ਹਰੇ ਭਰੇ ਮੈਦਾਨ ਰੱਖੇ ਜਾਣਗੇ। ਇਸ ਸਾਲ ਦੇ ਅੰਤ ਤਕ ਸਾਰੀਆਂ ਫ਼ੈਕਟਰੀਆਂ ਨੂੰ ਬਾਹਰ ਧੱਕ ਦਿੱਤਾ ਜਾਵੇਗਾ। ਫ਼ੈਕਟਰੀ ਮਾਲਕਾਂ ਨੂੰ ਦੂਹਰੀ ਵਾਰ ਕੰਮ ਸੈੱਟ ਕਰਨ ਲਈ ਮਦਦ ਦਿੱਤੀ ਜਾਵੇਗੀ ਅਤੇ ਵਰਕਰਾਂ ਨੂੰ ਘੱਟੋ ਘੱਟ ਇੱਕ ਸਾਲ ਦੀ ਤਨਖ਼ਾਹ ਦਿੱਤੀ ਜਾਵੇਗੀ। ਤਾਜ ਮਹੱਲ ਦੁਨੀਆਂ ਦਾ ਆਦਮੀ ਦੇ ਹੱਥੋਂ ਬਣਿਆ ਇੱਕ ਅਜੂਬਾ ਗਿਣਿਆ ਜਾਂਦਾ ਹੈ ਜਿਸ ਨੂੰ ਦੇਖਣ ਲਈ ਲਗਭਗ ਵੀਹ ਲੱਖ ਸੈਲਾਨੀ ਹਰ ਸਾਲ ਦੁਨੀਆਂ ਭਰ ਤੋਂ ਆਉਂਦੇ ਹਨ।

AQA 1998

1. ਤੀਜੇ ਪੈਰੇ ਲਾਈਨ ਨੰਬਰ 10 ਤੋਂ 16 ਤਕ ('ਤਾਜ ਮਹੱਲ' ਮੁਗ਼ਲ ਬਾਦਸ਼ਾਹ ਸ਼ਾਹਜਹਾਂ..........ਪੀਲੀਆਂ ਹੋ ਰਹੀਆਂ ਹਨ।) ਦਾ ਅੰਗਰੇਜ਼ੀ ਵਿੱਚ ਉਲਥਾ ਕਰੋ। *(15)*

2. ਸੁਪਰੀਮ ਕੋਰਟ ਨੇ ਕੀ ਹੁਕਮ ਜਾਰੀ ਕੀਤਾ ਹੈ ਅਤੇ ਇਹ ਕਿਉਂ ਕਰਨਾ ਪਿਆ ? *(3)*

3. ਮੁਗ਼ਲ ਬਾਦਸ਼ਾਹ ਸ਼ਾਹਜਹਾਂ ਦੇ ਕਿਹੜੇ ਕਿਹੜੇ ਵਿਸ਼ੇਸ਼ ਸ਼ੌਕ ਸਨ। ਉਸਨੂੰ ਸਭ ਤੋਂ ਵੱਧ ਦਿਲਚਸਪੀ ਕਿਸ ਵਿੱਚ ਸੀ ਤੇ ਇਸਦੀ ਪੂਰਤੀ ਲਈ ਉਸ ਨੇ ਕੀ ਕੀ ਕੀਤਾ ? *(4)*

4. ਤਾਜ ਮਹੱਲ ਨੂੰ 'ਸੰਗਮਰਮਰ ਦਾ ਕੈਂਸਰ' ਹੋਣ ਦੇ ਕੀ ਕਾਰਨ ਹਨ ? *(3)*

AQA 1998

5. ਹੇਠ ਲਿਖੇ ਸ਼ਬਦਾਂ ਨੂੰ ਆਪਣੇ ਵਾਕਾਂ ਵਿੱਚ ਵਰਤੋ।

i) ਅਜੂਬਾ	vi) ਲਤੀਫ਼ੇਬਾਜ਼ੀ
ii) ਖ਼ੂਬਸੂਰਤ	vii) ਸਰਪ੍ਰਸਤੀ
iii) ਪ੍ਰੇਮੀ	viii) ਜਨਸੰਖਿਆ
iv) ਹਾਸ ਰਸ	ix) ਧੁਆਂਖ
v) ਚਿੱਤਰਕਾਰੀ	x) ਉਸਾਰਨਾ

4. ਰਣਜੀਤ ਦਾ ਆਪਣੇ ਸ਼ਹਿਰ ਬਾਰੇ ਲਿਖਿਆ ਇੱਕ ਆਰਟੀਕਲ ਪੜ੍ਹ ਕੇ ਪ੍ਰਸ਼ਨਾਂ ਦੇ ਉੱਤਰ ਲਿਖੋ।

ਮੇਰਾ ਸ਼ਹਿਰ

ਮੈਂ ਬਰਮਿੰਘਮ ਸ਼ਹਿਰ ਵਿੱਚ ਰਹਿੰਦੀ ਹਾਂ। ਇਹ ਸ਼ਹਿਰ ਮਿਡਲੈਂਡ ਦੇ ਇਲਾਕੇ ਵਿੱਚ ਹੈ। ਇਹ ਬਹੁਤ ਵੱਡਾ ਸ਼ਹਿਰ ਹੈ ਅਤੇ ਲੰਡਨ ਤੋਂ ਬਾਅਦ ਇਹ ਸਾਰੇ ਦੇਸ਼ ਵਿੱਚ ਦੂਜੇ ਨੰਬਰ 'ਤੇ ਆਉਂਦਾ ਹੈ।

ਇਹ ਸ਼ਹਿਰ ਐਮ 6, ਐਮ 40 ਅਤੇ ਐਮ 42 ਦੇ ਲਾਗੇ ਹੈ ਅਤੇ ਇਸ ਦੇ ਆਲੇ-ਦੁਆਲੇ ਕਾਵੈਂਟਰੀ, ਲਮਿੰਗਟਨ ਸਪਾ, ਸੋਲੀਹਲ, ਵਾਲਸਲ, ਡਡਲੀ, ਵੁਲਵਰਹੈਮਪਟਨ ਆਦਿ ਸ਼ਹਿਰ ਪੈਂਦੇ ਹਨ। ਸ਼ਹਿਰ ਦੇ ਲਗਭਗ ਗੱਭੇ ਇੱਕ ਬਹੁਤ ਵੱਡਾ ਰੇਲਵੇ ਸਟੇਸ਼ਨ ਹੈ, ਜਿੱਥੋਂ ਇੰਗਲੈਂਡ ਦੇ ਕਈ ਪਾਸਿਆਂ ਨੂੰ ਗੱਡੀਆਂ ਜਾਂਦੀਆਂ ਹਨ।

ਬਰਮਿੰਘਮ ਵਿੱਚ ਇੱਕ ਅੰਤਰ-ਰਾਸ਼ਟਰੀ ਏਅਰਪੋਰਟ ਹੈ, ਜਿੱਥੋਂ ਕਈ ਦੂਜੇ ਦੇਸ਼ਾਂ ਨੂੰ ਹਵਾਈ ਜਹਾਜ਼ ਜਾਂਦੇ ਹਨ। ਇੱਥੇ ਇੱਕ ਬਹੁਤ ਵੱਡਾ ਨੈਸ਼ਨਲ ਐਗਜ਼ੀਬੀਸ਼ਨ ਸੈਂਟਰ ਹੈ, ਜੋ 1976 ਵਿੱਚ ਖੁਲ੍ਹਿਆ ਸੀ। ਐਗਜ਼ੀਬੀਸ਼ਨ ਸੈਂਟਰ ਵਿੱਚ ਬਹੁਤ ਕੰਪਨੀਆਂ ਆਪਣੀਆਂ ਆਪਣੀਆਂ ਚੀਜ਼ਾਂ ਦੀ ਨੁਮਾਇਸ਼ ਲਾਉਂਦੀਆਂ ਹਨ।

ਇਹ ਸ਼ਹਿਰ ਵਿੱਦਿਆ ਦਾ ਇੱਕ ਵੱਡਾ ਕੇਂਦਰ ਹੈ। ਇੱਥੇ ਬਹੁਤ ਸਾਰੇ ਸਕੂਲ ਅਤੇ ਤਿੰਨ ਯੂਨੀਵਰਸਿਟੀਆਂ ਹਨ। ਇੱਥੇ ਬਾਹਰਲੇ ਦੇਸ਼ਾਂ ਤੋਂ ਬਹੁਤ ਸਾਰੇ ਵਿਦਿਆਰਥੀ ਵਿੱਦਿਆ ਪ੍ਰਾਪਤ ਕਰਨ ਲਈ ਆਉਂਦੇ ਹਨ।

ਮੈਨੂੰ ਆਪਣਾ ਸ਼ਹਿਰ ਬਹੁਤ ਪਸੰਦ ਹੈ ਕਿਉਂਕਿ ਇੱਥੇ ਬਹੁਤ ਬਾਹਰਲੇ ਦੇਸ਼ਾਂ ਤੋਂ ਲੋਕ ਆ ਕੇ ਵੱਸੇ ਹੋਏ ਹਨ, ਜਿਹਨਾਂ ਵਿੱਚੋਂ ਬਹੁਤੇ ਪੰਜਾਬੀ ਹਨ। ਵੱਖ ਵੱਖ ਧਰਮਾਂ ਦੇ ਲੋਕ ਆਪਸ ਵਿੱਚ ਮਿਲ-ਜੁਲ ਕੇ ਰਹਿੰਦੇ ਹਨ।

1. ਬਰਮਿੰਘਮ ਸ਼ਹਿਰ ਕਿਸ ਕਿਸ ਤਰ੍ਹਾਂ ਪਹੁੰਚਿਆ ਜਾ ਸਕਦਾ ਹੈ ?
2. ਬਰਮਿੰਘਮ ਕਿਹਨਾਂ ਗੱਲਾਂ ਕਾਰਨ ਜ਼ਿਆਦਾ ਪ੍ਰਸਿੱਧ ਹੈ ?
3. ਹੇਠ ਲਿਖੇ ਸ਼ਬਦਾਂ ਨੂੰ ਆਪਣੇ ਵਾਕਾਂ ਵਿੱਚ ਵਰਤੋ :

   i) ਇਲਾਕਾ   iv) ਵਿੱਦਿਆ

   ii) ਲਗਭਗ   v) ਕੇਂਦਰ

   iii) ਨੁਮਾਇਸ਼
4. ਉੱਪਰ ਦਿੱਤੀ ਵਾਰਤਾ ਦਾ ਅੰਗਰੇਜ਼ੀ ਵਿੱਚ ਉਲਥਾ ਕਰੋ।

5. ਹਰਪ੍ਰੀਤ ਦੇ ਆਪਣੇ ਇਲਾਕੇ ਬਾਰੇ ਵਿਚਾਰ ਪੜ੍ਹੋ ਅਤੇ ਪ੍ਰਸ਼ਨਾਂ ਦੇ ਉੱਤਰ ਲਿਖੋ।

ਮੇਰਾ ਇਲਾਕਾ

ਜਿਸ ਇਲਾਕੇ ਵਿੱਚ ਮੈਂ ਰਹਿੰਦਾ ਹਾਂ, ਉਸ ਨੂੰ ਹੈਂਡਜ਼ਵਰਥ ਕਹਿੰਦੇ ਹਨ। ਇਹ ਇਲਾਕਾ ਬਰਮਿੰਘਮ ਸ਼ਹਿਰ ਦਾ ਇੱਕ ਹਿੱਸਾ ਹੈ। ਇਸ ਇਲਾਕੇ ਵਿੱਚ ਕਈ ਧਰਮਾਂ ਦੇ ਲੋਕ ਰਹਿੰਦੇ ਹਨ। ਏਸ਼ੀਅਨ ਅਤੇ ਵੈਸਟ ਇੰਡੀਅਨ ਲੋਕਾਂ ਦੀ ਗਿਣਤੀ ਇਸ ਇਲਾਕੇ ਵਿੱਚ ਕਾਫ਼ੀ ਜ਼ਿਆਦਾ ਹੈ ਪਰ ਸਾਰੇ ਧਰਮਾਂ ਦੇ ਲੋਕ ਇੱਥੇ ਆਪਸ ਵਿੱਚ ਪਿਆਰ ਨਾਲ ਰਹਿੰਦੇ ਹਨ।

ਇਸ ਇਲਾਕੇ ਵਿੱਚ ਕਈ ਸਕੂਲ ਹਨ, ਜਿਹਨਾਂ ਵਿੱਚੋਂ ਦੋ ਗਰਾਮਰ ਸਕੂਲ ਹਨ। ਇੱਥੇ ਸਾਰੀਆਂ ਕਿਸਮਾਂ ਦੀਆਂ ਦੁਕਾਨਾਂ ਹਨ, ਜਿੱਥੋਂ ਹਰ ਤਰ੍ਹਾਂ ਦੀਆਂ ਚੀਜ਼ਾਂ ਮਿਲ ਜਾਂਦੀਆਂ ਹਨ। ਇੱਥੇ ਇੱਕ ਵੱਡੀ ਪਾਰਕ, ਜਿਸ ਦਾ ਨਾਂ ਹੈਂਡਜ਼ਵਰਥ ਪਾਰਕ ਹੈ। ਇੱਥੇ ਇੱਕ ਲੈਯਰ ਸੈਂਟਰ, ਦੋ ਸਵਿੰਮਿੰਗ ਪੂਲ ਅਤੇ ਕਈ ਗੁਰਦੁਆਰੇ ਹਨ। ਇੱਥੇ ਮੰਦਰ ਅਤੇ ਚਰਚ ਵੀ ਹਨ।

ਇੱਥੇ ਇੱਕ ਵੱਡਾ ਕਾਲਜ ਹੈ, ਜਿੱਥੇ ਬਹੁਤ ਸਾਰੇ ਵਿਦਿਆਰਥੀ ਪੜ੍ਹਦੇ ਹਨ। ਲੋਕਾਂ ਦੇ ਖਾਣ-ਪੀਣ ਲਈ ਇੱਥੇ ਕਈ ਛੋਟੇ ਛੋਟੇ ਰੈਸਟੋਰੈਂਟ ਹਨ। ਮੈਨੂੰ ਆਪਣਾ ਇਲਾਕਾ ਬਹੁਤ ਪਸੰਦ ਹੈ ਕਿਉਂਕਿ ਇੱਥੋਂ ਦੇ ਲੋਕ ਬਹੁਤ ਮਿਲਣਸਾਰ ਹਨ ਅਤੇ ਇੱਕ ਦੂਜੇ ਦੀ ਬਹੁਤ ਇੱਜ਼ਤ ਕਰਦੇ ਹਨ।

---

1. ਹੈਂਡਜ਼ਵਰਥ ਇਲਾਕੇ ਦੀਆਂ ਕੀ ਵਿਸ਼ੇਸ਼ਤਾਈਆਂ ਹਨ ?

2. ਹਰਪ੍ਰੀਤ ਨੂੰ ਆਪਣਾ ਇਲਾਕਾ ਕਿਉਂ ਪਸੰਦ ਹੈ ?

3. ਉੱਪਰ ਦਿੱਤੀ ਵਾਰਤਾ ਦਾ ਅੰਗਰੇਜ਼ੀ ਵਿੱਚ ਉਲਥਾ ਕਰੋ।

6. ਤੁਸੀਂ ਪੰਜਾਬ ਬਾਰੇ ਇੱਕ ਲੇਖ ਪੜ੍ਹਦੇ ਹੋ।

ਪੰਜਾਬ

ਪੰਜਾਬ ਭਾਰਤ ਦਾ ਇੱਕ ਉੱਤਰੀ ਪ੍ਰਾਂਤ ਹੈ। ਪੰਜਾਬ ਦੇ ਅਰਥ ਹਨ ਪੰਜ ਪਾਣੀ। ਪੰਜਾਬ ਦੀ ਵੰਡ ਤੋਂ ਪਹਿਲਾਂ ਇਸ ਵਿੱਚ ਪੰਜ ਦਰਿਆ ਸਤਲੁਜ, ਬਿਆਸ, ਰਾਵੀ, ਚਨਾਬ ਅਤੇ ਜਿਹਲਮ ਸਨ। ਇਸ ਲਈ ਇਸ ਥਾਂ ਦਾ ਨਾਂ ਪੰਜਾਬ ਪੈ ਗਿਆ। 1947 ਵਿੱਚ ਭਾਰਤ ਸੁਤੰਤਰ ਹੋਇਆ ਸੀ ਅਤੇ ਪੰਜਾਬ ਦਾ ਵੱਡਾ ਭਾਗ ਪਾਕਿਸਤਾਨ ਵਿਚ ਚਲਾ ਗਿਆ। ਅੱਜ-ਕੱਲ੍ਹ ਪੰਜਾਬ ਵਿੱਚ ਸਿਰਫ਼ ਤਿੰਨ ਦਰਿਆ ਸਤਲੁਜ, ਬਿਆਸ ਅਤੇ ਰਾਵੀ ਰਹਿ ਗਏ ਹਨ।

1966 ਵਿੱਚ ਪੰਜਾਬ ਦੀ ਹੋਰ ਵੀ ਵੰਡ ਹੋਈ। ਬੋਲੀ ਦੇ ਆਧਾਰ 'ਤੇ ਪੰਜਾਬ ਨੂੰ ਦੋ ਹਿੱਸਿਆਂ (ਪੰਜਾਬ ਅਤੇ ਹਰਿਆਣਾ) ਵਿੱਚ ਵੰਡਿਆ ਗਿਆ। ਪੰਜਾਬ ਦਾ ਥੋੜ੍ਹਾ ਜਿਹਾ ਹਿੱਸਾ ਹਿਮਾਚਲ ਪ੍ਰਦੇਸ਼ ਵਿੱਚ ਵੀ ਰਲਾਇਆ ਗਿਆ। ਅੱਜ-ਕੱਲ੍ਹ ਦਾ ਪੰਜਾਬ 1947 ਤੋਂ ਪਹਿਲਾਂ ਵਾਲੇ ਪੰਜਾਬ ਤੋਂ ਕਿਤੇ ਛੋਟਾ ਹੈ।

ਪੰਜਾਬ ਦੇ ਲੋਕੀਂ ਜ਼ਿਆਦਾਤਰ ਖੇਤੀ ਬਾੜੀ ਕਰਦੇ ਹਨ। ਉਹ ਕਣਕ, ਛੋਲੇ, ਬਾਜਰਾ, ਜਵਾਰ, ਮੱਕੀ, ਗੰਨਾ, ਕਪਾਹ ਅਤੇ ਹੋਰ ਕਈ ਫ਼ਸਲਾਂ ਬੀਜਦੇ ਹਨ। ਪੰਜਾਬ ਵਿੱਚ ਜੁਲਾਈ ਅਤੇ ਅਗਸਤ ਵਿੱਚ ਬਹੁਤ ਮੀਂਹ ਪੈਂਦਾ ਹੈ। ਸਰਦੀਆਂ ਵਿੱਚ ਵੀ ਕਾਫ਼ੀ ਮੀਂਹ ਪੈ ਜਾਂਦਾ ਹੈ। ਸਰਦੀਆਂ ਨੂੰ ਬਹੁਤ ਸਰਦੀ ਅਤੇ ਗਰਮੀਆਂ ਨੂੰ ਬਹੁਤ ਗਰਮੀ ਪੈਂਦੀ ਹੈ।

ਪੰਜਾਬ ਦੀ ਧਰਤੀ ਬਹੁਤ ਉਪਜਾਊ ਹੈ। ਇੱਥੋਂ ਦੇ ਲੋਕੀਂ ਖੇਤੀ ਬਾੜੀ ਦੇ ਨਵੇਂ ਅਤੇ ਉੱਨਤ ਢੰਗ ਵਰਤਦੇ ਹਨ। ਵਾਹੀ ਲਈ ਟਰੈਕਟਰ ਅਤੇ ਫ਼ਸਲਾਂ ਸਿੰਜਣ ਲਈ ਟਿਊਬਵੈਲ ਆਮ ਦਿਖਾਈ ਦਿੰਦੇ ਹਨ। ਟਿਊਬਵੈਲ ਚਲਾਉਣ ਲਈ ਬਿਜਲੀ ਵਰਤੀ ਜਾਂਦੀ ਹੈ। ਸਿੰਚਾਈ ਲਈ ਕਈ ਨਹਿਰਾਂ ਵੀ ਕੱਢੀਆਂ ਗਈਆਂ ਹਨ। ਇਹੀ ਕਾਰਨ ਹੈ ਕਿ ਪੰਜਾਬ ਵਿੱਚ ਹਰਾ ਇਨਕਲਾਬ ਆਇਆ ਹੈ।

ਪੰਜਾਬ ਦੀ ਰਾਜਧਾਨੀ ਚੰਡੀਗੜ੍ਹ ਹੈ ਜਿਹੜਾ ਆਪਣੀ ਸੁੰਦਰਤਾ ਲਈ ਜਗਤ ਪ੍ਰਸਿੱਧ ਹੈ। ਅੰਮ੍ਰਿਤਸਰ ਅਤੇ ਅਨੰਦਪੁਰ ਸਾਹਿਬ ਸਿੱਖਾਂ ਦੇ ਪਵਿੱਤਰ ਅਸਥਾਨ ਹਨ। ਅੰਮ੍ਰਿਤਸਰ ਸੁਨਹਿਰੀ ਮੰਦਰ (ਹਰਿਮੰਦਰ ਸਾਹਿਬ) ਕਾਰਣ ਲੋਕੀਂ ਦੂਰ ਦੂਰ ਤੋਂ ਆਉਂਦੇ ਹਨ। ਲੁਧਿਆਣਾ ਦਸਤਕਾਰੀ ਕਾਰਣ ਪ੍ਰਸਿੱਧ ਹੈ।

ਇੱਥੋਂ ਦੇ ਲੋਕੀਂ ਤਿਉਹਾਰਾਂ ਨੂੰ ਬੜੀ ਧੂਮ-ਧਾਮ ਨਾਲ ਮਨਾਉਂਦੇ ਹਨ। ਲੋਹੜੀ, ਬਸੰਤ ਪੰਚਮੀ, ਵਿਸਾਖੀ, ਰੱਖੜੀ, ਗੁਰਪੁਰਬ, ਦੁਸਹਿਰਾ ਅਤੇ ਦੀਵਾਲੀ ਖ਼ਾਸ ਤਿਉਹਾਰ ਹਨ। ਭੰਗੜਾ ਅਤੇ ਗਿੱਧਾ ਪ੍ਰਸਿੱਧ ਨਾਚ ਹਨ।

1. ਪੰਜਾਬ ਦਾ ਨਾਂ ਪੰਜਾਬ ਕਿਉਂ ਰੱਖਿਆ ਗਿਆ ਸੀ ?
2. 1947 ਦੀ ਵੰਡ ਦਾ ਪੰਜਾਬ 'ਤੇ ਕੀ ਅਸਰ ਹੋਇਆ ?
3. ਪੰਜਾਬ ਦੀ 1966 ਵਿੱਚ ਦੁਬਾਰਾ ਕਿਉਂ ਵੰਡ ਹੋਈ ?
4. ਪੰਜਾਬ ਦੇ ਮੌਸਮ ਬਾਰੇ ਲਿਖੋ।
5. ਪੰਜਾਬੀ ਲੋਕਾਂ ਦਾ ਮੁੱਖ ਕਿੱਤਾ ਕੀ ਹੈ ਅਤੇ ਉਹ ਇਸ ਕਿੱਤੇ ਵਿੱਚ ਕਿੱਥੋਂ ਤਕ ਸਫਲ ਹਨ ?

6. ਪੰਜਾਬ ਦੇ ਪ੍ਰਸਿੱਧ ਸ਼ਹਿਰ ਕਿਹੜੇ ਕਿਹੜੇ ਹਨ ਅਤੇ ਇਹ ਕਿਉਂ ਪ੍ਰਸਿੱਧ ਹਨ ?

7. ਹੇਠ ਲਿਖੇ ਸ਼ਬਦਾਂ ਨੂੰ ਆਪਣੇ ਵਾਕਾਂ ਵਿੱਚ ਵਰਤੋ :

   i) ਅਧਾਰ   v) ਪਵਿੱਤਰ

   ii) ਉਪਜਾਊ   vi) ਸੁਨਹਿਰੀ

   iii) ਸਿੰਜਣ   vii) ਦਸਤਕਾਰੀ

   iv) ਜਗਤ ਪ੍ਰਸਿੱਧ

8. ਉੱਪਰ ਦਿੱਤੀ ਵਾਰਤਾ ਦਾ ਅੰਗਰੇਜ਼ੀ ਵਿੱਚ ਉਲਥਾ ਕਰੋ।

69

7. ਪੰਜਾਬ ਦੀ ਰਾਜਧਾਨੀ ਚੰਡੀਗੜ੍ਹ ਬਾਰੇ ਇੱਕ ਲੇਖ ਪੜ੍ਹੋ ਅਤੇ ਪ੍ਰਸ਼ਨਾਂ ਦਾ ਉੱਤਰ ਦਿਉ।

ਚੰਡੀਗੜ੍ਹ

ਚੰਡੀਗੜ੍ਹ ਪੰਜਾਬ ਅਤੇ ਹਰਿਆਣਾ ਦੀ ਸਾਂਝੀ ਰਾਜਧਾਨੀ ਹੈ। ਇਹ ਦੁਨੀਆਂ ਦੇ ਸੁੰਦਰ ਸ਼ਹਿਰਾਂ ਵਿੱਚੋਂ ਇੱਕ ਸ਼ਹਿਰ ਹੈ। 1947 ਤੋਂ ਪਹਿਲਾਂ ਪੰਜਾਬ ਦੀ ਰਾਜਧਾਨੀ ਲਾਹੌਰ ਸੀ ਪਰ ਪੰਜਾਬ ਦੀ ਵੰਡ ਕਾਰਣ ਲਾਹੌਰ ਪਾਕਿਸਤਾਨ ਵਿੱਚ ਰਹਿ ਗਿਆ। ਇਸ ਲਈ ਭਾਰਤੀ ਪੰਜਾਬ ਦੀ ਰਾਜਧਾਨੀ ਵਾਸਤੇ ਕਿਸੇ ਦੂਸਰੇ ਸ਼ਹਿਰ ਨੂੰ ਲੱਭਣਾ ਸੀ। ਜਦੋਂ ਕੋਈ ਵੀ ਸ਼ਹਿਰ ਪਸੰਦ ਨਾ ਆਇਆ ਤਾਂ ਇੱਕ ਨਵਾਂ ਸ਼ਹਿਰ ਉਸਾਰਨ ਦਾ ਫ਼ੈਸਲਾ ਕੀਤਾ ਗਿਆ। ਇਸ ਸ਼ਹਿਰ ਦਾ ਨਾਂ ਚੰਡੀਗੜ੍ਹ ਰੱਖਿਆ ਗਿਆ।

ਸ਼ੁਰੂ ਵਿੱਚ ਚੰਡੀਗੜ੍ਹ ਇੱਕ ਛੋਟਾ ਜਿਹਾ ਪਿੰਡ ਸੀ। ਇਸ ਸ਼ਹਿਰ ਨੂੰ ਉਸਾਰਨ ਦਾ ਨਕਸ਼ਾ ਫ਼ਰਾਂਸ ਦੇ ਪ੍ਰਸਿੱਧ ਆਰਕੀਟੈਕਟ ਕਾਰਬੂਸੀਆ ਨੇ ਬਣਾਇਆ ਸੀ। ਸਾਰੇ ਸ਼ਹਿਰ ਨੂੰ ਸੈਕਟਰਾਂ ਵਿੱਚ ਵੰਡਿਆ ਗਿਆ ਅਤੇ ਹਰ ਸੈਕਟਰ ਵਿੱਚ ਹਰੇਕ ਸਹੂਲਤ ਦਾ ਪ੍ਰਬੰਧ ਕੀਤਾ ਗਿਆ ਹੈ। ਸੜਕਾਂ ਖੁੱਲ੍ਹੀਆਂ ਤੇ ਸਾਫ਼ ਸੁਥਰੀਆਂ ਹਨ। ਬਹੁਤ ਸਾਰੇ ਪਾਰਕ ਅਤੇ ਖੇਡਣ ਦੇ ਮੈਦਾਨ ਹਨ।

ਚੰਡੀਗੜ੍ਹ ਵਿਦਿਆ ਦਾ ਇੱਕ ਵੱਡਾ ਕੇਂਦਰ ਹੈ। ਇੱਥੇ ਕਈ ਕਾਲਜ ਅਤੇ ਇੱਕ ਯੂਨੀਵਰਸਿਟੀ ਵੀ ਹੈ। ਇੱਥੇ ਵਿਦਿਆਰਥੀ ਸਿਰਫ਼ ਭਾਰਤ ਤੋਂ ਹੀ ਨਹੀਂ, ਬਲਕਿ ਦੂਜੇ ਦੇਸ਼ਾਂ ਤੋਂ ਵੀ ਆਉਂਦੇ ਹਨ। ਕਈ ਹਸਪਤਾਲ ਵੀ ਹਨ ਪਰ ਪੀ. ਜੀ. ਆਈ. ਤਾਂ ਸਾਰੇ ਏਸ਼ੀਆ ਵਿੱਚ ਪ੍ਰਸਿੱਧ ਹੈ। ਇੱਥੇ ਕਈ ਸੁੰਦਰ ਇਮਾਰਤਾਂ ਵੀ ਹਨ ਜਿਵੇਂ ਸੈਕਟ੍ਰੀਏਟ, ਹਾਈ ਕੋਰਟ, ਪੀ.ਜੀ.ਆਈ., ਵਿਧਾਨ ਸਭਾ, ਆਦਿ। ਸੈਕਟਰ 17 ਅਤੇ 22 ਦੇ ਬਜ਼ਾਰਾਂ ਦੀ ਰੌਣਕ ਇੱਕ ਅਨੋਖੀ ਰੌਣਕ ਹੁੰਦੀ ਹੈ। ਚੀਜ਼ਾਂ ਖ਼ਰੀਦਣ ਲਈ ਇਹਨਾਂ ਸੈਕਟਰਾਂ ਦੀਆਂ ਦੁਕਾਨਾਂ ਪ੍ਰਸਿੱਧ ਹਨ।

ਇਸ ਸ਼ਹਿਰ ਨੂੰ ਭਾਰਤ ਦੇ ਦੂਜੇ ਮੁੱਖ ਸ਼ਹਿਰਾਂ ਨਾਲ ਜੋੜਨ ਲਈ ਇੱਕ ਬਹੁਤ ਵੱਡਾ ਬੱਸ ਅੱਡਾ, ਇੱਕ ਰੇਲਵੇ ਸਟੇਸ਼ਨ ਅਤੇ ਇੱਕ ਹਵਾਈ ਅੱਡਾ ਵੀ ਬਣਾਇਆ ਗਿਆ ਹੈ। ਇਹ ਸ਼ਹਿਰ ਨਵੇਂ ਫ਼ੈਸ਼ਨ ਦਾ ਵੀ ਕੇਂਦਰ ਹੈ। ਇਸ ਸ਼ਹਿਰ ਦੀ ਸੁੰਦਰਤਾ ਦੇ ਕਾਰਨ ਲੋਕੀਂ ਨਾ ਕੇਵਲ ਭਾਰਤ ਤੋਂ ਹੀ, ਬਲਕਿ ਦੁਨੀਆਂ ਦੇ ਹੋਰ ਵੀ ਕਈ ਦੇਸ਼ਾਂ ਤੋਂ ਇਸ ਨੂੰ ਦੇਖਣ ਵਾਸਤੇ ਆਉਂਦੇ ਹਨ। ਰੋਜ਼ ਗਾਰਡਨ, ਰਾਕ ਗਾਰਡਨ ਅਤੇ ਸੁਖਨਾ ਝੀਲ ਵਧੇਰੇ ਪ੍ਰਸਿੱਧ ਦੇਖਣ ਵਾਲੀਆਂ ਥਾਵਾਂ ਹਨ।

1. ਚੰਡੀਗੜ੍ਹ ਸ਼ਹਿਰ ਪੰਜਾਬ ਦੀ ਰਾਜਧਾਨੀ ਕਿਉਂ ਬਣਾਇਆ ਗਿਆ ?
2. ਚੰਡੀਗੜ੍ਹ ਦੀ ਸ਼ਹਿਰ ਉਸਾਰੀ ਬਾਰੇ ਕੀ ਦੱਸਿਆ ਗਿਆ ਹੈ ?
3. ਬਾਹਰਲੇ ਦੇਸ਼ਾਂ ਤੋਂ ਵਿਦਿਆਰਥੀ ਚੰਡੀਗੜ੍ਹ ਪੜ੍ਹਨ ਲਈ ਕਿਉਂ ਆਉਂਦੇ ਹਨ ?
4. ਸੈਕਟਰ 17 ਅਤੇ 22 ਕਿਉਂ ਪ੍ਰਸਿੱਧ ਹਨ ?
5. ਚੰਡੀਗੜ੍ਹ ਦੀਆਂ ਮੁੱਖ ਅਕਰਸ਼ਿਤ ਥਾਵਾਂ ਬਾਰੇ ਲਿਖੋ।
6. ਉਪਰੋਕਤ ਵਾਰਤਾ ਵਿੱਚੋਂ ਹੇਠ ਲਿਖਿਆਂ ਸ਼ਬਦਾਂ ਜਾਂ ਵਾਕ ਅੰਸ਼ਾਂ ਦੇ ਸਮਾਨ-ਅਰਥ ਸ਼ਬਦ ਜਾਂ ਵਾਕ ਅੰਸ਼ ਲਿਖੋ।
   i) ਬਣਾਉਣਾ ii) ਸੈਂਟਰ iii) ਖ਼ਾਸ iv) ਸੁਹੱਪਣ v) ਫ਼ਾਇਦਾ vi) ਅਜੀਬ
7. ਉੱਪਰ ਦਿੱਤੀ ਵਾਰਤਾ ਦਾ ਅੰਗਰੇਜ਼ੀ ਵਿੱਚ ਉਲਥਾ ਕਰੋ।

Letter Writing

Environmental issues

1. ਆਪਣੇ ਚਾਚਾ ਜੀ ਨੂੰ ਇੱਕ ਚਿੱਠੀ ਲਿਖੋ। ਚਿੱਠੀ ਵਿੱਚ ਹੇਠ ਲਿਖੀਆਂ ਗੱਲਾਂ ਬਾਰੇ ਜ਼ਰੂਰ ਲਿਖੋ।

   —ਇੰਗਲੈਂਡ ਅਤੇ ਭਾਰਤ ਵਿੱਚ ਵਧ ਰਹੇ ਪ੍ਰਦੂਸ਼ਨ ਦੇ ਕਾਰਨ।

   —ਪ੍ਰਦੂਸ਼ਨ ਦਾ ਲੋਕਾਂ ਦੀ ਸਿਹਤ 'ਤੇ ਅਸਰ।

   —ਵਾਤਾਵਰਨ ਨੂੰ ਪ੍ਰਦੂਸ਼ਨ ਰਹਿਤ ਬਣਾਉਣ ਲਈ ਤੁਹਾਡੇ ਸੁਝਾਅ।

   —ਆਪਣੇ ਪਰਿਵਾਰ ਬਾਰੇ ਕੋਈ ਗੱਲ।

2. ਪੰਜਾਬੀ ਦੇ ਅਖ਼ਬਾਰ ਲਈ ਪੰਜਾਬ ਵਿੱਚ ਪ੍ਰਦੂਸ਼ਨ ਬਾਰੇ ਇੱਕ ਆਰਟੀਕਲ ਲਿਖੋ। ਇਹ ਤੁਸੀਂ ਆਪ ਫ਼ੈਸਲਾ ਕਰਨਾ ਹੈ ਕਿ ਇਸ ਆਰਟੀਕਲ ਵਿੱਚ ਕਿਸ ਕਿਸ ਚੀਜ਼ ਬਾਰੇ ਲਿਖਣਾ ਹੈ।

Urban and Rural Life

1. ਤੁਸੀਂ ਪੰਜਾਬ ਵਿੱਚ ਛੁੱਟੀਆਂ ਕੱਟ ਕੇ ਆਏ ਹੋ। ਆਪਣੇ ਤਾਇਆ ਜੀ ਨੂੰ ਇੱਕ ਚਿੱਠੀ ਲਿਖੋ ਜੋ ਲੀਡਜ਼ ਵਿੱਚ ਰਹਿੰਦੇ ਹਨ। ਚਿੱਠੀ ਵਿੱਚ ਤੁਸੀਂ ਹੇਠ ਲਿਖੀਆਂ ਗੱਲਾਂ ਬਾਰੇ ਲਿਖ ਸਕਦੇ ਹੋ।

   – ਪੰਜਾਬ ਵਿੱਚ ਪੇਂਡੂ ਅਤੇ ਸ਼ਹਿਰੀ ਜ਼ਿੰਦਗੀ ਵਿੱਚ ਫ਼ਰਕ।
   – ਪੰਜਾਬ ਅਤੇ ਇੰਗਲੈਂਡ ਵਿੱਚ ਇੰਪਲਾਇਮੈਂਟ ਦੀ ਹਾਲਤ।
   – ਇੰਗਲੈਂਡ ਅਤੇ ਪੰਜਾਬ ਦੇ ਵਾਤਾਵਰਨ ਵਿੱਚ ਫ਼ਰਕ।
   – ਇੰਗਲੈਂਡ ਅਤੇ ਪੰਜਾਬ ਵਿੱਚ ਮਨੋਰੰਜਨ ਦੇ ਸਾਧਨ।
   – ਛੁੱਟੀਆਂ ਬਾਰੇ ਕੋਈ ਹੋਰ ਗੱਲ।

2. ਤੁਸੀਂ ਪੰਜਾਬੀ ਵਿੱਚ ਇੱਕ ਮਨੋਰੰਜਕ ਪ੍ਰੋਗਰਾਮ ਦੇਖਿਆ ਹੈ। ਇਸ ਪ੍ਰੋਗਰਾਮ ਬਾਰੇ ਪੰਜਾਬੀ ਦੇ ਅਖ਼ਬਾਰ ਲਈ ਇੱਕ ਰਿਪੋਰਟ ਲਿਖੋ। ਇਸ ਰਿਪੋਰਟ ਵਿੱਚ ਤੁਸੀਂ ਹੇਠ ਲਿਖੀਆਂ ਗੱਲਾਂ ਬਾਰੇ ਲਿਖ ਸਕਦੇ ਹੋ।

   – ਪ੍ਰੋਗਰਾਮ ਕਦੋਂ ਅਤੇ ਕਿੱਥੇ ਹੋਇਆ।
   – ਪ੍ਰੋਗਰਾਮ ਕਰਾਉਣ ਦੇ ਮੰਤਵ।
   – ਪ੍ਰੋਗਰਾਮ ਦੀਆਂ ਪ੍ਰਾਪਤੀਆਂ ਅਤੇ ਊਣਤਾਈਆਂ।
   – ਪ੍ਰੋਗਰਾਮ ਨੂੰ ਹੋਰ ਚੰਗਾ ਬਣਾਉਣ ਲਈ ਤੁਹਾਡੇ ਸੁਝਾਅ।
   – ਕੋਈ ਹੋਰ ਗੱਲ ਪ੍ਰੋਗਰਾਮ ਬਾਰੇ।

Science and Society

1. ਆਪਣੇ ਮਾਮਾ ਜੀ ਨੂੰ ਜੋ ਪੰਜਾਬ ਵਿੱਚ ਰਹਿੰਦੇ ਹਨ, ਇੱਕ ਚਿੱਠੀ ਲਿਖੋ ਜਿਸ ਵਿੱਚ ਹੇਠ ਲਿਖੀਆਂ ਗੱਲਾਂ ਬਾਰੇ ਜ਼ਰੂਰ ਲਿਖਿਆ ਹੋਵੇ।

—ਸਮਾਜ ਨੂੰ ਸਾਇੰਸ ਦੀ ਦੇਣ।

—ਆਈ.ਟੀ. ਦੇ ਖੇਤਰ ਵਿੱਚ ਤਰੱਕੀ।

—ਸਪੇਸ ਦਾ ਸਫ਼ਰ।

—ਜੀ.ਐਮ. ਖ਼ੁਰਾਕ।

—ਸਾਇੰਸ ਦੀ ਸਮਾਜ ਨੂੰ ਦੇਣ ਬਾਰੇ ਕੋਈ ਹੋਰ ਗੱਲ।

2. ਪੰਜਾਬੀ ਦੇ ਅਖ਼ਬਾਰ ਲਈ 'ਭਾਰਤ ਦੀ ਸਾਇੰਸ ਦੇ ਖੇਤਰ ਵਿੱਚ ਤਰੱਕੀ' ਬਾਰੇ ਇੱਕ ਆਰਟੀਕਲ ਲਿਖੋ। ਇਸ ਆਰਟੀਕਲ ਵਿੱਚ ਤੁਸੀਂ ਹੇਠ ਲਿਖੀਆਂ ਗੱਲਾਂ ਬਾਰੇ ਲਿਖ ਸਕਦੇ ਹੋ।

—ਭਾਰਤ ਲਈ ਵਿਗਿਆਨ ਵਿੱਚ ਤਰੱਕੀ ਦੀ ਲੋੜ।
—ਭਾਰਤ ਨੇ ਕਿਸ ਕਿਸ ਵਿਗਿਆਨਿਕ ਖੇਤਰ ਵਿੱਚ ਵੱਧ ਤਰੱਕੀ ਕੀਤੀ ਅਤੇ ਕਿਉਂ।
—ਭਾਰਤ 'ਤੇ ਵਿਗਿਆਨਕ ਤਰੱਕੀ ਦਾ ਅਸਰ।
—ਤੁਹਾਡੇ ਖ਼ਿਆਲ ਵਿੱਚ ਕਿਸ ਕਿਸ ਖੇਤਰ ਵਿੱਚ ਹੋਰ ਤਰੱਕੀ ਹੋਣੀ ਚਾਹੀਦੀ ਹੈ ਅਤੇ ਕਿਉਂ।
—ਕੋਈ ਹੋਰ ਗੱਲ।

Crime and Punishment

1. ਆਪਣੇ ਦਾਦਾ ਅਤੇ ਦਾਦੀ ਜੀ ਨੂੰ ਜੋ ਪੰਜਾਬ ਵਿੱਚ ਰਹਿੰਦੇ ਹਨ ਇੱਕ ਚਿੱਠੀ ਲਿਖੋ ਜਿਸ ਵਿੱਚ ਹੇਠ ਲਿਖੀਆਂ ਗੱਲਾਂ ਬਾਰੇ ਜ਼ਰੂਰ ਲਿਖਿਆ ਹੋਵੇ।

   — ਇੰਗਲੈਂਡ ਵਿੱਚ ਵਧ ਰਹੇ ਜੁਰਮ ਅਤੇ ਜੁਰਮਾਂ ਨੂੰ ਰੋਕਣ ਲਈ ਸਜ਼ਾਵਾਂ।
   — ਸੁਰੱਖਿਅਤ ਸਮਾਜ ਜਾਂ ਆਂਢ ਗੁਆਂਢ ਦੀ ਸਥਾਪਨਾ।
   — ਨਿਆਂ ਸਿਸਟਮ ਅਤੇ ਇਹਨਾਂ ਵਿੱਚ ਸੁਧਾਰ।
   — ਜੁਰਮਾਂ ਤੋਂ ਬਚਾਉਣ ਲਈ ਸਕੀਮਾਂ।
   — ਨਿਆਂ ਸਿਸਟਮ ਬਾਰੇ ਕੋਈ ਹੋਰ ਗੱਲ।

2. ਆਪਣੇ ਸਕੂਲ ਦੇ ਰਸਾਲੇ ਲਈ ਇੱਕ ਆਰਟੀਕਲ ਲਿਖੋ। ਇਸ ਆਰਟੀਕਲ ਵਿੱਚ ਤੁਸੀਂ ਹੇਠ ਲਿਖੀਆਂ ਗੱਲਾਂ ਬਾਰੇ ਲਿਖ ਸਕਦੇ ਹੋ।

   — ਅੱਜ-ਕੱਲ੍ਹ ਦੇ ਨੌਜਵਾਨਾਂ ਵਿੱਚ ਵਧ ਰਹੇ ਜੁਰਮਾਂ ਦੇ ਕਾਰਨ।
   — ਬਜ਼ੁਰਗਾਂ ਉੱਤੇ ਜੁਰਮਾਂ ਬਾਰੇ ਤੁਹਾਡੇ ਵਿਚਾਰ।
   — ਇਹਨਾਂ ਜੁਰਮਾਂ ਨੂੰ ਰੋਕਣ ਲਈ ਤੁਹਾਡੇ ਸੁਝਾਅ।
   — ਜੁਰਮਾਂ ਬਾਰੇ ਕੋਈ ਹੋਰ ਗੱਲ।

Chapter 4

Working World

This chapter deals with the topic area of 'Working World' and the texts contain material about education and training, employment and unemployment, commerce and industry and economic issues. For the practice of students there are 3 exercises of comprehension, 3 exercises of translation from Panjabi to English and 5 exercises of letter writing.

1. ਤੁਸੀਂ ਮਨਜਿੰਦਰ ਦਾ ਇੱਕ ਆਰਟੀਕਲ ਪੜ੍ਹਦੇ ਹੋ ਜੋ ਉਸ ਨੇ ਪੰਜਾਬੀ ਅਖ਼ਬਾਰ 'ਟ੍ਰਿਬਿਊਨ' ਲਈ ਲਿਖਿਆ ਹੈ।

ਇੰਗਲੈਂਡ ਦੇ ਹਾਈ ਸਕੂਲਾਂ ਵਿੱਚ ਵਿਦਿਆਰਥੀ ਜੀ.ਸੀ.ਐਸ.ਈ. ਤਕ ਦੀ ਪੜ੍ਹਾਈ ਕਰ ਸਕਦੇ ਹਨ। ਸੈਕੰਡਰੀ ਸਕੂਲਾਂ ਅਤੇ ਸਿਕਸਥ ਫਾਰਮ ਕਾਲਜਾਂ ਵਿੱਚ ਜੀ.ਸੀ.ਐਸ.ਈ. ਅਤੇ ਏ ਲੈਵਲ ਤਕ ਦੀ ਪੜ੍ਹਾਈ ਕੀਤੀ ਜਾ ਸਕਦੀ ਹੈ। ਇਸ ਤੋਂ ਅਗਲੀ ਜਾਂ ਉੱਚੀ ਪੜ੍ਹਾਈ ਕਰਨ ਲਈ ਕਾਲਜ ਜਾਂ ਯੂਨੀਵਰਸਿਟੀ ਜਾਣਾ ਪੈਂਦਾ ਹੈ। ਜੀ.ਸੀ.ਐਸ.ਈ. ਅਤੇ ਏ ਲੈਵਲ ਦੀ ਪੜ੍ਹਾਈ ਫਰਦਰ ਐਜੂਕੇਸ਼ਨ ਕਾਲਜਾਂ ਵਿੱਚ ਵੀ ਕੀਤੀ ਜਾ ਸਕਦੀ ਹੈ।

ਏ ਲੈਵਲ ਪਾਸ ਕਰਨ ਤੋਂ ਬਾਅਦ ਤੁਸੀਂ ਡਿਗਰੀ ਦਾ ਕੋਰਸ ਕਰਨ ਲਈ ਯੂਨੀਵਰਸਿਟੀ ਜਾਂ ਕਾਲਜ ਜਾ ਸਕਦੇ ਹੋ। ਪਹਿਲੀ ਡਿਗਰੀ ਕਰਨ ਲਈ ਆਮ ਤੌਰ 'ਤੇ ਤਿੰਨ ਸਾਲ ਲੱਗਦੇ ਹਨ। ਕਈ ਕਿੱਤਿਆਂ ਲਈ ਤਿੰਨ ਸਾਲ ਤੋਂ ਵੱਧ ਪੜ੍ਹਾਈ ਕਰਨੀ ਪੈਂਦੀ ਹੈ। ਜਿਵੇਂ :

ਫਾਰਮਾਸਿਸਟ ਬਣਨ ਲਈ ਅੱਜ-ਕੱਲ੍ਹ ਚਾਰ ਸਾਲ ਯੂਨੀਵਰਸਿਟੀ ਵਿੱਚ ਅਤੇ ਇੱਕ ਸਾਲ ਲਈ ਕਿਸੀ ਫਾਰਮੇਸੀ ਵਿੱਚ ਟ੍ਰੇਨਿੰਗ ਲੈਣੀ ਪੈਂਦੀ ਹੈ। ਡੈਂਟਿਸਟ ਬਣਨ ਲਈ ਪੰਜ ਸਾਲ ਅਤੇ ਡਾਕਟਰ ਬਣਨ ਲਈ ਛੇ ਸਾਲ ਲੱਗਦੇ ਹਨ।

ਵਕੀਲ ਬਣਨ ਲਈ ਵੀ ਛੇ ਸਾਲ ਲੱਗਦੇ ਹਨ। ਪਹਿਲਾਂ ਯੂਨੀਵਰਸਿਟੀ ਵਿੱਚ ਤਿੰਨ ਸਾਲ ਲਈ ਐਲ.ਐਲ.ਬੀ. ਦੀ ਡਿਗਰੀ ਕਰਨੀ ਪੈਂਦੀ ਹੈ। ਫੇਰ ਇੱਕ ਸਾਲ ਲਈ ਲੀਗਲ ਪ੍ਰੈਕਟਿਸ ਕੋਰਸ ਕਰਨਾ ਪੈਂਦਾ ਹੈ ਜੋ ਯੂਨੀਵਰਸਿਟੀ ਵਿੱਚ ਹੀ ਕੀਤਾ ਜਾ ਸਕਦਾ ਹੈ। ਇਸ ਤੋਂ ਬਾਅਦ ਦੋ ਸਾਲ ਲਈ ਕਿਸੇ ਲਾਅ ਫਰਮ ਨਾਲ ਟ੍ਰੇਨਿੰਗ ਕਰਨੀ ਪੈਂਦੀ ਹੈ।

ਟੀਚਰ ਬਣਨ ਲਈ ਆਮ ਤੌਰ 'ਤੇ ਦੋ ਤਰੀਕੇ ਹਨ। ਜਾਂ ਤਾਂ ਤੁਸੀਂ ਏ ਲੈਵਲ ਕਰਨ ਤੋਂ ਬਾਅਦ ਤਿੰਨ ਸਾਲ ਦੀ ਬੀ.ਐੱਡ. ਦੀ ਡਿਗਰੀ ਕਰ ਸਕਦੇ ਹੋ। ਬੀ.ਐੱਡ. ਔਨਰਜ਼ ਚਾਰ ਸਾਲ ਦੀ ਡਿਗਰੀ ਹੈ। ਜਾਂ ਫਿਰ ਏ ਲੈਵਲ ਕਰਨ ਤੋਂ ਬਾਅਦ ਤਿੰਨ ਸਾਲ ਦੀ ਆਮ ਡਿਗਰੀ ਕਰਕੇ ਇੱਕ ਸਾਲ ਦਾ ਟੀਚਰਜ਼ ਟ੍ਰੇਨਿੰਗ ਕੋਰਸ ਕਰ ਸਕਦੇ ਹੋ। ਇਸ ਕੋਰਸ ਨੂੰ ਪੋਸਟ ਗ੍ਰੈਜੂਏਟ ਸਰਟੀਫ਼ੀਕੇਟ ਇਨ ਐਜੂਕੇਸ਼ਨ ਕਹਿੰਦੇ ਹਨ।

ਕਈ ਵਿਦਿਆਰਥੀ ਸਕੂਲਾਂ ਵਿੱਚ ਏ ਲੈਵਲ ਕਰਨ ਦੀ ਥਾਂ ਜੀ.ਐਨ.ਵੀ.ਕੀਊ. ਕਰਦੇ ਹਨ ਅਤੇ ਕਾਲਜਾਂ ਵਿੱਚ ਐਚ.ਐਨ.ਡੀ. ਅਤੇ ਬੀ.ਟੈੱਕ ਕਰਦੇ ਹਨ।

ਜੀ.ਸੀ.ਐਸ.ਈ. ਕਰਨ ਤੋਂ ਬਾਅਦ ਕਈ ਵਿਦਿਆਰਥੀ ਡਿਗਰੀ ਕਰਨ ਦੀ ਥਾਂ ਕਈ ਹੋਰ ਕੋਰਸ ਅਤੇ ਟ੍ਰੇਨਿੰਗ ਕਰਦੇ ਹਨ ਜਿਸ ਦੇ ਨਾਲ ਛੇਤੀ ਨੌਕਰੀ ਮਿਲ ਸਕੇ ਜਿਵੇਂ ਕੰਪਿਊਟਰ ਦਾ ਕੋਰਸ, ਸੈਕਟਰੀ ਦਾ ਕੋਰਸ, ਆਦਿ।

ਨੋਟ : ਕ੍ਰਿਪਾ ਕਰਕੇ ਨੋਟ ਕਰੋ ਕਿ ਇਹ ਉਚੇਰੀ ਵਿਦਿਆ ਅਤੇ ਟ੍ਰੇਨਿੰਗ ਬਾਰੇ ਪੂਰੀ ਜਾਣਕਾਰੀ ਨਹੀਂ ਹੈ।

2.

ਇੱਕ ਮਿਹਨਤੀ ਕੁੜੀ

ਕੁਲਦੀਪ ਕਾਵੈਂਟਰੀ ਵਿੱਚ ਡਾਕਟਰ ਲੱਗੀ ਹੋਈ ਸੀ। ਉਹ ਆਪਣੇ ਮਾਂ-ਬਾਪ ਦੀ ਇਕਲੌਤੀ ਧੀ ਹੈ। ਉਸ ਦੀ ਉਮਰ 24 ਸਾਲ ਦੇ ਲਗਭਗ ਹੈ। ਕੁਲਦੀਪ ਦੇ ਪਿਤਾ ਜੀ ਪੰਜਾਬ ਦੇ ਇੱਕ ਪ੍ਰਸਿੱਧ ਸ਼ਹਿਰ ਜਲੰਧਰ ਤੋਂ 1966 ਵਿੱਚ ਇੰਗਲੈਂਡ ਆਏ ਸੀ। ਕੁਲਦੀਪ ਅਤੇ ਉਸ ਦੀ ਮਾਤਾ ਜੀ ਤਿੰਨ ਸਾਲ ਬਾਅਦ 1969 ਵਿੱਚ ਇੱਥੇ ਪਹੁੰਚੇ ਸੀ। ਉਸ ਵੇਲੇ ਕੁਲਦੀਪ ਦੀ ਉਮਰ ਬਹੁਤ ਛੋਟੀ ਸੀ। ਉਹ ਕਾਵੈਂਟਰੀ ਵਿੱਚ ਪਹਿਲਾਂ ਪ੍ਰਾਇਮਰੀ ਸਕੂਲ ਅਤੇ ਫਿਰ ਸੈਕੰਡਰੀ ਸਕੂਲ ਗਈ ਸੀ। ਉਹ ਇੱਕ ਬਹੁਤ ਹੀ ਮਿਹਨਤੀ ਅਤੇ ਹੁਸ਼ਿਆਰ ਕੁੜੀ ਸੀ। ਪੜ੍ਹਾਈ ਵਿੱਚ ਪਹਿਲਾਂ ਪਹਿਲਾਂ ਉਸ ਨੂੰ ਅੰਗਰੇਜ਼ੀ ਜ਼ਬਾਨ ਨਾ ਆਉਣ ਕਰਕੇ ਬਹੁਤ ਕਠਿਨਾਈਆਂ ਦਾ ਸਾਹਮਣਾ ਕਰਨਾ ਪਿਆ। ਪਰ ਕੁਲਦੀਪ ਨੇ ਹਿੰਮਤ ਨਾ ਹਾਰੀ ਅਤੇ ਹਰ ਰੋਜ਼ ਲਗਾਤਾਰ ਦਿਲ ਲਾ ਕੇ ਪੜ੍ਹਾਈ ਕੀਤੀ। ਛੇਤੀ ਹੀ ਉਸ ਨੇ ਆਪਣੀ ਅੰਗਰੇਜ਼ੀ ਦੀ ਕਮੀ ਨੂੰ ਪੂਰਾ ਕਰ ਲਿਆ।

ਸਕੂਲ ਤੋਂ ਵਾਪਸ ਆ ਕੇ ਕੁਲਦੀਪ ਹਰ ਰੋਜ਼ ਰਾਤ ਨੂੰ ਦੋ ਤਿੰਨ ਘੰਟੇ ਪੜ੍ਹਦੀ। ਸਖ਼ਤ ਮਿਹਨਤ ਦੇ ਸਦਕਾ ਉਸ ਨੇ ਚਾਰ 'ਏ' ਲੈਵਲ ਪਾਸ ਕੀਤੇ ਅਤੇ ਇਹਨਾਂ ਵਿੱਚ ਤਿੰਨ ਗਰੇਡ 'ਏ' ਅਤੇ ਇੱਕ ਗਰੇਡ 'ਬੀ' ਸੀ। ਕੁਲਦੀਪ ਮੁੱਢ ਤੋਂ ਹੀ ਡਾਕਟਰ ਬਣਨਾ ਚਾਹੁੰਦੀ ਸੀ ਅਤੇ ਯੂਨੀਵਰਸਿਟੀ ਡਾਕਟਰੀ ਦੀ ਪੜ੍ਹਾਈ ਕਰਨ ਲਈ ਜਾਣਾ ਚਾਹੁੰਦੀ ਸੀ। ਕੁਲਦੀਪ ਦੇ ਮਾਤਾ ਪਿਤਾ ਪਹਿਲਾਂ ਉਸ ਦੇ ਯੂਨੀਵਰਸਿਟੀ ਜਾਣ ਵਿੱਚ ਖ਼ੁਸ਼ ਨਹੀਂ ਸਨ ਕਿਉਂਕਿ ਏਸ਼ੀਅਨ ਲੋਕ ਆਮ ਤੌਰ 'ਤੇ ਲੜਕੀਆਂ ਦਾ ਘਰ ਤੋਂ ਬਾਹਰ ਰਹਿਣਾ ਬਹੁਤ ਚੰਗਾ ਨਹੀਂ ਸਮਝਦੇ। ਪਰ ਕੁਲਦੀਪ ਦੀ ਪੜ੍ਹਾਈ ਵਿੱਚ ਦਿਲਚਸਪੀ ਨੂੰ ਦੇਖ ਕੇ ਉਸ ਦੇ ਮਾਤਾ ਪਿਤਾ ਉਸ ਨੂੰ ਯੂਨੀਵਰਸਿਟੀ ਭੇਜਣ ਵਾਸਤੇ ਰਾਜ਼ੀ ਹੋ ਗਏ।

ਕੁਲਦੀਪ ਨੇ 6 ਸਾਲ ਮਾਨਚੈਸਟਰ ਯੂਨੀਵਰਸਿਟੀ ਵਿੱਚ ਡਾਕਟਰੀ ਦੀ ਡਿਗਰੀ ਲਈ ਸਖ਼ਤ ਮਿਹਨਤ ਕੀਤੀ। ਉਸ ਨੂੰ ਆਪਣੀ ਮਿਹਨਤ ਦਾ ਫਲ ਮਿਲ ਗਿਆ, ਜਦੋਂ ਉਸ ਨੂੰ ਡਾਕਟਰੀ ਦੀ ਡਿਗਰੀ ਮਿਲ ਗਈ। ਹੁਣ ਕੁਲਦੀਪ ਨੂੰ ਕਾਵੈਂਟਰੀ ਵਿੱਚ ਡਾਕਟਰ ਲੱਗੀ ਹੋਈ ਨੂੰ ਦੋ ਸਾਲ ਹੋ ਗਏ ਹਨ। ਉਸ ਦੇ ਮਾਤਾ ਪਿਤਾ ਨੂੰ ਕੁਲਦੀਪ 'ਤੇ ਬਹੁਤ ਮਾਣ ਹੈ। ਅਜੇ ਕੁਲਦੀਪ ਦੀ ਸ਼ਾਦੀ ਨਹੀਂ ਹੋਈ ਅਤੇ ਉਹ ਆਪਣੇ ਮਾਤਾ ਪਿਤਾ ਨਾਲ ਹੀ ਰਹਿੰਦੀ ਹੈ।

1. ਕੁਲਦੀਪ ਕੀ ਨੌਕਰੀ ਕਰ ਰਹੀ ਹੈ ?
2. ਉਹ ਇੰਗਲੈਂਡ ਕਦੋਂ ਆਈ ?
3. ਉਸ ਦੀ ਮੁੱਢਲੀ ਪੜ੍ਹਾਈ ਬਾਰੇ ਕੁਝ ਦੱਸੋ ?
4. ਉਸ ਨੂੰ ਪਹਿਲਾਂ ਪਹਿਲਾਂ ਪੜ੍ਹਾਈ ਵਿੱਚ ਕੀ ਕਠਿਨਾਈ ਆਈ ?
5. ਕੁਲਦੀਪ ਦੇ ਮਾਤਾ ਪਿਤਾ ਉਸ ਨੂੰ ਯੂਨੀਵਰਸਿਟੀ ਭੇਜਣ ਲਈ ਕਿਉਂ ਤਿਆਰ ਨਹੀਂ ਸਨ ?
6. ਕੁਲਦੀਪ ਦੀ ਯੂਨੀਵਰਸਿਟੀ ਦੀ ਪੜ੍ਹਾਈ ਬਾਰੇ ਕੁਝ ਲਿਖੋ।
7. ਦੂਜੇ ਪੈਰੇ ਦਾ ਅੰਗਰੇਜ਼ੀ ਵਿੱਚ ਉਲਥਾ ਕਰੋ।
8. ਹੇਠ ਲਿਖੇ ਸ਼ਬਦਾਂ ਅਤੇ ਵਾਕੰਸ਼ਾਂ ਨੂੰ ਸੌਖੀ ਪੰਜਾਬੀ ਵਿੱਚ ਲਿਖੋ :

   (ੳ) ਇਕਲੌਤੀ ਧੀ (ਅ) ਪ੍ਰਸਿੱਧ ਸ਼ਹਿਰ (ੲ) ਹਿੰਮਤ ਨਾ ਹਾਰੀ (ਸ) ਮਾਣ

3. ਹੇਠ ਲਿਖੇ ਆਰਟੀਕਲ ਨੂੰ ਪੜ੍ਹ ਕੇ ਪ੍ਰਸ਼ਨਾਂ ਦੇ ਉੱਤਰ ਲਿਖੋ।

ਪੁਲਸ ਫੋਰਸ ਵਿੱਚ ਰੰਗ ਨਸਲ ਦੇ ਵਿਤਕਰੇ ਵਿਰੁੱਧ ਸਿਪਾਹੀ ਸੁਰਿੰਦਰ ਸਿੰਘ ਵਲੋਂ ਦਾਇਰ ਮੁਕੱਦਮਾ ਸ਼ੁਰੂ

ਨੌਟਿੰਘਮ—ਇੰਗਲੈਂਡ ਦੀ ਪੁਲਸ ਫੋਰਸ ਵਿੱਚ ਨਸਲੀ ਵਿਤਕਰੇ ਵਿਰੁੱਧ ਪਹਿਲੀ ਵਾਰ ਪੰਜਾਬੀ ਸਿਪਾਹੀ ਸੁਰਿੰਦਰ ਸਿੰਘ ਵਲੋਂ, ਇੰਡਸਟਰੀਅਲ ਟ੍ਰਿਬਿਊਨਲ ਵਿੱਚ ਦਾਇਰ, ਮੁਕੱਦਮੇ ਦੀ ਸੁਣਵਾਈ ਸ਼ੁਰੂ ਹੋ ਗਈ ਹੈ।

ਇੱਥੇ ਲੈਂਟਨ ਮੈਨਰ ਦੇ ਵਾਸੀ 33 ਸਾਲਾ ਸਿਪਾਹੀ ਸੁਰਿੰਦਰ ਸਿੰਘ ਨੇ ਫੋਰਸ ਦੇ ਉੱਚ ਅਧਿਕਾਰੀਆਂ ਵਿਰੁੱਧ ਦੋਸ਼ ਲਾਇਆ ਕਿ ਸੀ.ਆਈ.ਡੀ. ਵਿਭਾਗ ਵਿੱਚ ਨਿਯੁਕਤੀ ਸਮੇਂ ਉਸ ਨਾਲ ਨਸਲੀ ਵਿਤਕਰਾ ਕੀਤਾ ਗਿਆ। ਇਸ ਸੰਬੰਧੀ ਮੁਆਵਜ਼ੇ ਦਾ ਦਾਅਵਾ ਕਰਦਿਆਂ ਸੁਰਿੰਦਰ ਸਿੰਘ ਦੇ ਵਕੀਲ ਮਿਸਟਰ ਰੌਬਿਨ ਐਲਨ ਨੇ ਟ੍ਰਿਬਿਊਨਲ ਨੂੰ ਦੱਸਿਆ ਕਿ ਸਿਪਾਹੀ ਸੁਰਿੰਦਰ ਸਿੰਘ ਵਫ਼ਾਦਾਰ ਤੇ ਭਰੋਸੇਯੋਗ ਕਰਮਚਾਰੀ ਹੈ, ਜਿਸ ਨੇ ਸਭ ਤੋਂ ਪਹਿਲਾਂ ਵਿਭਾਗ ਦੇ ਉੱਚ ਅਧਿਕਾਰੀਆਂ ਨੂੰ ਆਪਣੀ ਸ਼ਿਕਾਇਤ ਤੋਂ ਜਾਣੂ ਕਰਵਾਇਆ ਪਰ ਉਸਦੀ ਸ਼ਿਕਾਇਤ ਵੱਲ ਕੋਈ ਧਿਆਨ ਨਾ ਦਿੱਤਾ ਗਿਆ।

ਸਿਪਾਹੀ ਸੁਰਿੰਦਰ ਸਿੰਘ 1981 ਤੋਂ ਪੁਲਸ ਫੋਰਸ ਵਿੱਚ ਕੰਮ ਰਿਹਾ ਹੈ। ਜੁਲਾਈ 87 ਵਿੱਚ ਉਸ ਨੂੰ ਅਸਥਾਈ ਤੌਰ 'ਤੇ ਸੀ.ਆਈ.ਡੀ. ਵਿਭਾਗ ਵਿੱਚ ਤਬਦੀਲ ਕੀਤਾ ਗਿਆ। ਪਰ ਨਵੰਬਰ ਵਿੱਚ ਉਸ ਨੂੰ ਪਹਿਲੀ ਥਾਂ 'ਤੇ ਹੀ ਭੇਜ ਦਿੱਤਾ ਗਿਆ। ਸੁਰਿੰਦਰ ਸਿੰਘ ਦਾ ਕਹਿਣਾ ਹੈ ਕਿ ਸੀ.ਆਈ.ਡੀ. ਵਿੱਚ ਉਸ ਨੂੰ ਉੱਨਤੀ ਤੇ ਆਰਥਿਕ ਪੱਖ ਤੋਂ ਫ਼ਾਇਦਾ ਹੋਣਾ ਸੀ। ਪਰ ਨਸਲੀ ਵਿਤਕਰੇ ਦੇ ਆਧਾਰ 'ਤੇ ਉਸ ਨੂੰ ਇਸ ਫ਼ਾਇਦੇ ਤੋਂ ਵਾਂਝਿਆਂ ਰੱਖਿਆ ਗਿਆ। 1986 'ਚ ਨੌਟਿੰਘਮ-ਸ਼ਾਇਰ ਦੀ ਪੁਲਸ ਫੋਰਸ ਵਿੱਚ 2250 ਅਫ਼ਸਰਾਂ 'ਚੋਂ ਸਿਰਫ਼ 30 ਅਫ਼ਸਰ ਘੱਟ-ਗਿਣਤੀ ਫ਼ਿਰਕੇ ਨਾਲ ਸੰਬੰਧਤ ਸਨ।

ਪੰਜਾਬ ਦੇ ਜੰਮਪਲ ਸੁਰਿੰਦਰ ਸਿੰਘ ਨੇ ਲੈਂਕਾਸਟਰ ਯੂਨੀਵਰਸਿਟੀ ਤੋਂ ਐਮ.ਐਸ.ਸੀ. ਕੈਮਿਸਟਰੀ ਦੀ ਯੋਗਤਾ ਹਾਸਲ ਕੀਤੀ ਹੋਈ ਹੈ। ਉਸ ਦੇ ਵਕੀਲ ਨੇ ਲਿਖਤੀ ਮਿਸਾਲਾਂ ਦੇ ਕੇ ਟ੍ਰਿਬਿਊਨਲ ਨੂੰ ਦੱਸਿਆ ਕਿ ਨੌਟਿੰਘਮ-ਸ਼ਾਇਰ ਪੁਲਸ ਫੋਰਸ ਵਿੱਚ ਘੱਟ-ਗਿਣਤੀ ਫ਼ਿਰਕਿਆਂ ਨਾਲ ਸੰਬੰਧਤ ਅਫ਼ਸਰਾਂ ਨੂੰ ਕਿਵੇਂ ਨਸਲੀ ਨਾਵਾਂ ਨਾਲ ਸੱਦਿਆ ਜਾਂਦਾ ਹੈ। ਬਿਲਕੁਲ ਢੀਠ ਬੰਦਾ ਹੀ ਇਸ ਫੋਰਸ ਵਿੱਚ ਰਹਿ ਸਕਦਾ ਹੈ। ਨਸਲੀ ਵਿਤਕਰੇ ਦਾ ਸ਼ਿਕਾਰ ਹੋ ਰਹੇ ਦੂਜੇ ਅਫ਼ਸਰਾਂ ਵਲੋਂ ਅਦਾਲਤ ਵਿੱਚ ਗਵਾਹੀ ਦਿੱਤੇ ਜਾਣ ਦੀ ਸੰਭਾਵਨਾ ਹੈ। ਮੁਕੱਦਮੇ ਦੀ ਸੁਣਵਾਈ ਪਿੱਛੋਂ ਜੇਕਰ ਇਹ ਗੱਲ ਸਾਬਤ ਹੋ ਗਈ ਕਿ ਸਿਪਾਹੀ ਸੁਰਿੰਦਰ ਸਿੰਘ ਨਾਲ ਨਸਲੀ ਵਿਤਕਰਾ ਨਹੀਂ ਹੋਇਆ ਤਾਂ ਉਹ ਫੋਰਸ ਵਿੱਚ ਨੌਕਰੀ ਕਰਦਾ ਰਹੇਗਾ।

N.E.A.B. Specimen 1986

1. ਇਸ ਵਾਰਤਾ ਵਿੱਚ ਹੇਠ ਲਿਖੀਆਂ ਗਈਆਂ ਗੱਲਾਂ ਨੂੰ ਸੌਖੀ ਪੰਜਾਬੀ ਵਿੱਚ ਲਿਖੋ:

   (ੳ) ਉਸ ਦੀ ਸ਼ਿਕਾਇਤ ਵੱਲ ਕੋਈ ਧਿਆਨ ਨਾ ਦਿੱਤਾ ਗਿਆ।

   (ਅ) ਅਸਥਾਈ ਤੌਰ 'ਤੇ

(ੲ) ਫ਼ਾਇਦੇ ਤੋਂ ਵਾਂਝਿਆਂ ਰੱਖਿਆ ਗਿਆ

(ਸ) ਢੀਠ ਬੰਦਾ

(ਹ) ਸੰਭਾਵਨਾ ਹੈ

2. ਕਿਸ ਕਾਰਨ ਕਰਕੇ ਸੁਰਿੰਦਰ ਸਿੰਘ ਨੂੰ ਆਰਥਿਕ ਪੱਖ ਤੋਂ ਲਾਭ ਨਹੀਂ ਹੋ ਸਕਿਆ ?

3. ਮੰਨ ਲਉ ਕਿ ਤੁਸੀਂ ਸੁਰਿੰਦਰ ਸਿੰਘ ਹੋ। ਤੁਸੀਂ ਨੌਜਵਾਨਾਂ ਨੂੰ ਪੁਲਸ ਦੇ ਮਹਿਕਮੇ ਵਿੱਚ ਨੌਕਰੀ ਕਰਨ ਬਾਰੇ ਕੀ ਸਲਾਹ ਦੇਵੋਗੇ ?

N.E.A.B. Specimen 1996

4. ਉੱਪਰ ਦਿੱਤੀ ਵਾਰਤਾ ਦਾ ਅੰਗਰੇਜ਼ੀ ਵਿੱਚ ਉਲਥਾ ਕਰੋ।

Letter Writing

Education and Training

1. ਤੁਸੀਂ ਆਪਣੇ ਮਾਤਾ ਪਿਤਾ ਜੀ ਨਾਲ ਪੰਜਾਬ ਵਿੱਚ ਛੁੱਟੀਆਂ ਕੱਟ ਕੇ ਆਏ ਹੋ। ਆਪਣੇ ਕਿਸੇ ਮਿੱਤਰ/ ਸਹੇਲੀ ਨੂੰ ਇੱਕ ਚਿੱਠੀ ਲਿਖੋ ਜਿਸ ਵਿੱਚ ਹੇਠ ਲਿਖੀਆਂ ਗੱਲਾਂ ਬਾਰੇ ਜ਼ਿਕਰ ਜ਼ਰੂਰ ਹੋਵੇ।

    —ਪੰਜਾਬ ਅਤੇ ਇੰਗਲੈਂਡ ਦੇ ਵਿਦਿਅਕ ਢਾਂਚੇ ਦੀ ਤੁਲਨਾ।

    —ਪੰਜਾਬ ਵਿੱਚ ਮੁਫ਼ਤ ਅਤੇ ਲਾਜ਼ਮੀ ਵਿਦਿਆ ਦੇ ਮਸਲੇ।

    —ਪੰਜਾਬ ਅਤੇ ਇੰਗਲੈਂਡ ਦੇ ਸਕੂਲਾਂ ਵਿੱਚ ਭਾਸ਼ਾਵਾਂ ਦੀ ਪੜ੍ਹਾਈ।

    —ਪੰਜਾਬ ਅਤੇ ਇੰਗਲੈਂਡ ਵਿੱਚ ਉਚੇਰੀ ਵਿਦਿਆ।

    —ਫ਼ੀਸਾਂ ਅਤੇ ਗਰਾਂਟਾਂ ਦੇ ਮਸਲੇ।

Employment and Unemployment

1. ਪੰਜਾਬ ਵਿੱਚ ਰਹਿੰਦੇ ਆਪਣੇ ਇੱਕ ਮਿੱਤਰ/ਸਹੇਲੀ ਨੂੰ ਚਿੱਠੀ ਲਿਖੋ ਜਿਸ ਵਿੱਚ ਹੇਠ ਲਿਖੀਆਂ ਗੱਲਾਂ ਬਾਰੇ ਜ਼ਰੂਰ ਲਿਖਿਆ ਹੋਵੇ।

   — ਇੰਗਲੈਂਡ ਵਿੱਚ ਬੇਰੁਜ਼ਗਾਰੀ ਦੇ ਕਾਰਨ।
   — ਨੌਂਕਰੀਆਂ ਲੈਣ ਲਈ ਕਿਸ ਤਰ੍ਹਾਂ ਦੀ ਵਿਦਿਆ ਅਤੇ ਟ੍ਰੇਨਿੰਗ ਲੈਣ ਦੀ ਲੋੜ।
   — ਇੰਗਲੈਂਡ ਵਿੱਚ ਕਿਸ ਤਰ੍ਹਾਂ ਦੀਆਂ ਨੌਂਕਰੀਆਂ ਲੈਣ ਦੇ ਵੱਧ ਮੌਕੇ ਹਨ ?
   — ਤੁਸੀਂ ਕਿਸ ਤਰ੍ਹਾਂ ਦੀ ਨੌਂਕਰੀ ਕਰਨਾ ਪਸੰਦ ਕਰੋਗੇ ਅਤੇ ਕਿਉਂ ?

2. ਆਪਣੇ ਚਾਚਾ ਜੀ ਨੂੰ ਜੋ ਪੰਜਾਬ ਰਹਿੰਦੇ ਹਨ ਇੱਕ ਚਿੱਠੀ ਲਿਖੋ ਜਿਸ ਵਿੱਚ ਹੇਠ ਲਿਖੀਆਂ ਗੱਲਾਂ ਬਾਰੇ ਜ਼ਰੂਰ ਲਿਖਿਆ ਹੋਵੇ।

   — ਨੌਂਕਰੀ ਪ੍ਰਾਪਤ ਕਰਨ ਲਈ ਇੰਟਰਵਿਊ ਦਾ ਰੋਲ।
   — ਵੱਧ ਭਾਸ਼ਾਵਾਂ ਦੇ ਗਿਆਨ ਨਾਲ ਨੌਂਕਰੀ ਲੈਣ ਦੇ ਮੌਕਿਆਂ 'ਤੇ ਕਿਸ ਤਰ੍ਹਾਂ ਅਸਰ ਹੁੰਦਾ ਹੈ।
   — ਕੰਮ ਤੋਂ ਰੀਟਾਇਰਮੈਂਟ ਕਦੋਂ ਅਤੇ ਕਿਸ ਤਰ੍ਹਾਂ।
   — ਕੰਮ ਤੋਂ ਛੁੱਟੀ ਹੋਣ ਦੇ ਕਾਰਨ।
   — ਕੰਮ ਵਿੱਚ ਯੂਨੀਅਨ ਦਾ ਰੋਲ।
   — ਕੰਮਾਂ ਵਿੱਚ ਮਸ਼ੀਨੀਕਰਨ ਦਾ ਹੁਨਰਹੀਣ ਕਾਮਿਆਂ 'ਤੇ ਅਸਰ।

Commerce and Industry

1. ਆਪਣੇ ਨਾਨਾ ਜੀ ਅਤੇ ਨਾਨੀ ਜੀ ਨੂੰ ਜੋ ਪੰਜਾਬ ਵਿੱਚ ਰਹਿੰਦੇ ਹਨ, ਇੱਕ ਚਿੱਠੀ ਲਿਖੋ ਜਿਸ ਵਿੱਚ ਹੇਠ ਲਿਖੀਆਂ ਗੱਲਾਂ ਬਾਰੇ ਜ਼ਰੂਰ ਲਿਖਿਆ ਹੋਵੇ।

    – ਇੰਗਲੈਂਡ ਵਿੱਚ ਬਿਲਡਿੰਗ ਸੁਸਾਇਟੀਆਂ ਅਤੇ ਬੈਂਕ ਲੋਕਾਂ ਲਈ ਕਿਸ ਤਰ੍ਹਾਂ ਲਾਭਦਾਇਕ ਹਨ।
    – ਇੰਗਲੈਂਡ ਦਾ ਦੁਨੀਆਂ ਦੇ ਵਪਾਰ ਵਿੱਚ ਹਿੱਸਾ।
    – ਇੰਗਲੈਂਡ ਤੋਂ ਬਾਹਰ ਜਾਣ ਵਾਲੀਆਂ ਅਤੇ ਬਾਹਰਲੇ ਦੇਸ਼ਾਂ ਤੋਂ ਇੰਗਲੈਂਡ ਆਉਣ ਵਾਲੀਆਂ ਚੀਜ਼ਾਂ ਬਾਰੇ।
    – ਇੰਗਲੈਂਡ ਨੂੰ ਯੌਰਪੀਅਨ ਇਕਨੌਮਿਕ ਮਾਰਕਿਟ ਦੇ ਮੈਂਬਰ ਬਣਨ ਦੇ ਲਾਭ।
    – ਕੋਈ ਹੋਰ ਗੱਲ।

2. ਪੰਜਾਬੀ ਦੀ ਅਖ਼ਬਾਰ ਲਈ ਇੱਕ ਆਰਟੀਕਲ ਲਿਖੋ ਜਿਸ ਵਿੱਚ ਹੇਠ ਲਿਖੀਆਂ ਗੱਲਾਂ ਬਾਰੇ ਜ਼ਰੂਰ ਲਿਖਿਆ ਹੋਵੇ।

    – ਭਾਰਤ ਨੂੰ ਬਾਹਰਲੇ ਦੇਸ਼ਾਂ ਤੋਂ ਚੀਜ਼ਾਂ ਮੰਗਵਾਉਣ ਅਤੇ ਭੇਜਣ ਦੀ ਲੋੜ।
    – ਭਾਰਤ ਦੀ ਸਨਅਤੀ ਖੇਤਰ ਵਿੱਚ ਤਰੱਕੀ।
    – ਭਾਰਤ ਦਾ ਦੁਨੀਆਂ ਦੀ ਟਰੇਡ ਵਿੱਚ ਹਿੱਸਾ।
    – ਭਾਰਤ ਦੀ ਟਰੇਡ ਵਧਾਉਣ ਲਈ ਤੁਹਾਡੇ ਵਿਚਾਰ।
    – ਕੋਈ ਹੋਰ ਗੱਲ ਜੋ ਤੁਸੀਂ ਯੋਗ ਸਮਝਦੇ ਹੋ।

Chapter 5

The International Context

This chapter deals with the topic area of 'The International Context' and texts contain material about travel and tourism, aspects of life/ culture of foreign countries, the developing world. For the practice of students there are 9 exercises of comprehension, 9 exercises of translation from Panjabi to English and 6 exercises of letter writing.

Travel and Tourism

1. ਹੇਠ ਦਿੱਤੀ ਇੱਕ ਪੁਰਾਣੀ ਚਿੱਠੀ ਨੂੰ ਪੜ੍ਹ ਕੇ ਪ੍ਰਸ਼ਨਾਂ ਦੇ ਉੱਤਰ ਲਿਖੋ।

> 206 ਮਾਡਲ ਟਾਊਨ,
> ਜਲੰਧਰ।
> 12 ਮਈ 1992
>
> ਪਿਆਰੇ/ਪਿਆਰੀ ਸੁਰਿੰਦਰ,
>
> ਸਤਿ ਸ੍ਰੀ ਅਕਾਲ। ਮੈਨੂੰ ਬਹੁਤ ਅਫ਼ਸੋਸ ਹੈ ਕਿ ਮੈਂ ਤੈਨੂੰ ਜਲਦੀ ਚਿੱਠੀ ਨਹੀਂ ਲਿਖ ਸਕੀ। ਇਸ ਦੇ ਦੋ ਕਾਰਣ ਹਨ। ਇੱਕ ਤਾਂ ਜਦੋਂ ਮੈਂ ਇੰਡੀਆ ਪਹੁੰਚੀ ਸੀ, ਮੇਰੀ ਸਿਹਤ ਕੁਝ ਦਿਨ ਖ਼ਰਾਬ ਰਹੀ ਸੀ। ਪਰ ਜਦੋਂ ਠੀਕ ਹੋਈ ਤਾਂ ਚਾਚਾ ਜੀ ਅਤੇ ਚਾਚੀ ਜੀ ਮੈਨੂੰ ਨਾਲ ਲੈ ਕੇ ਕਿਸੇ ਰਿਸ਼ਤੇਦਾਰ ਜਾਂ ਮਿੱਤਰ ਦੋਸਤ ਨੂੰ ਮਿਲਣ ਲਈ ਚਲੇ ਜਾਂਦੇ ਸੀ। ਇਸ ਲਈ ਚਿੱਠੀ ਲਿਖਣ ਦਾ ਸਮਾਂ ਹੀ ਨਹੀਂ ਮਿਲਿਆ।
>
> ਮੈਨੂੰ ਦਿੱਲੀ ਏਅਰਪੋਰਟ 'ਤੇ ਚਾਚਾ ਜੀ ਅਤੇ ਸੰਦੀਸ਼ ਲੈਣ ਵਾਸਤੇ ਆਏ ਸਨ। ਉਹਨਾਂ ਨੂੰ ਦਿੱਲੀ ਏਅਰਪੋਰਟ 'ਤੇ ਬਹੁਤ ਦੇਰ ਉਡੀਕਣਾ ਪਿਆ ਸੀ ਕਿਉਂਕਿ ਮੇਰਾ ਜਹਾਜ਼ ਤਿੰਨ ਘੰਟੇ ਲੇਟ ਸੀ। ਉਹਨਾਂ ਨੇ ਆਪਣੀ ਕਾਰ ਲਿਆਂਦੀ ਹੋਈ ਸੀ। ਇਸ ਲਈ ਦਿੱਲੀ ਤੋਂ ਜਲੰਧਰ ਪਹੁੰਚਣ ਵਿੱਚ ਕੋਈ ਮੁਸ਼ਕਲ ਨਹੀਂ ਹੋਈ। ਅਸੀਂ ਰਸਤੇ ਵਿੱਚ ਦੋ ਥਾਵਾਂ 'ਤੇ ਰੁਕੇ ਸੀ। ਅਸੀਂ ਰਸਤੇ ਵਿੱਚ ਕਾਫੀ ਗੱਲਾਂ ਬਾਤਾਂ ਕੀਤੀਆਂ ਅਤੇ ਛੇਆਂ ਘੰਟਿਆਂ ਵਿੱਚ ਜਲੰਧਰ ਪਹੁੰਚ ਗਏ ਸੀ।
>
> ਇੱਥੇ ਇੰਗਲੈਂਡ ਨਾਲੋਂ ਗਰਮੀ ਬਹੁਤ ਜ਼ਿਆਦਾ ਹੈ। ਦੁਪਹਿਰ ਦੇ ਵੇਲੇ ਤਾਂ ਬਾਹਰ ਫਿਰਨਾ ਤੁਰਨਾ ਬਹੁਤ ਮੁਸ਼ਕਲ ਹੈ। ਮੈਂ ਗਰਮੀ ਕੁਝ ਜ਼ਿਆਦਾ ਹੀ ਮਹਿਸੂਸ ਕਰਦੀ ਹਾਂ। ਮੈਂ ਦੁਪਹਿਰ ਵੇਲੇ ਬਹੁਤਾ ਬਾਹਰ ਨਹੀਂ ਜਾਂਦੀ ਕਿਉਂਕਿ ਮੈਂ ਦੁਬਾਰਾ ਬੀਮਾਰ ਹੋਣ ਤੋਂ ਡਰਦੀ ਹਾਂ।
>
> ਚਾਚਾ ਜੀ ਨੇ 10 ਦਿਨਾਂ ਦਾ ਅੰਮ੍ਰਿਤਸਰ, ਚੰਡੀਗੜ੍ਹ, ਅਨੰਦਪੁਰ ਸਾਹਿਬ ਅਤੇ ਆਗਰੇ ਜਾਣ ਦਾ ਪ੍ਰੋਗਰਾਮ ਬਣਾਇਆ ਹੋਇਆ ਹੈ। ਸਾਡੇ ਨਾਲ ਚਾਚੀ ਜੀ, ਸੰਦੀਸ਼ ਅਤੇ ਮਨਦੀਸ਼ ਵੀ ਹੋਣਗੇ। ਅਸੀਂ 15 ਮਈ ਨੂੰ ਜਲੰਧਰੋਂ ਪਹਿਲਾਂ ਅੰਮ੍ਰਿਤਸਰ ਜਾ ਰਹੇ ਹਾਂ। ਮੈਨੂੰ ਇਹ ਥਾਵਾਂ ਦੇਖਣ ਦਾ ਬਹੁਤ ਚਾਅ ਹੈ। ਮੇਰਾ ਦਿਲ ਤਾਂ ਕਸ਼ਮੀਰ ਦੇਖਣ ਨੂੰ ਵੀ ਬਹੁਤ ਕਰਦਾ ਹੈ। ਮੈਂ ਸੁਣਿਆ ਹੈ ਕਿ ਕਸ਼ਮੀਰ ਵਿੱਚ ਬਹੁਤ ਦੇਖਣ ਵਾਲੀਆਂ ਥਾਵਾਂ ਹਨ। ਪਰ ਮੇਰੇ ਪਾਸ ਟਾਈਮ ਬਹੁਤ ਥੋਹੜਾ ਰਹਿ ਗਿਆ ਹੈ। ਇਸ ਕਰਕੇ ਸ਼ਾਇਦ ਕਸ਼ਮੀਰ ਨਾ ਹੀ ਜਾ ਸਕਾਂ।
>
> ਹੋਰ ਜੇ ਕੋਈ ਚੀਜ਼ ਤੂੰ ਇੱਥੋਂ ਮੰਗਵਾਉਣੀ ਹੋਵੇ ਤਾਂ ਛੇਤੀ ਤੋਂ ਛੇਤੀ ਚਿੱਠੀ ਵਿੱਚ ਲਿਖ ਦੇਣਾ। ਇੱਥੇ ਇੰਗਲੈਂਡ ਨਾਲੋਂ ਚੀਜ਼ਾਂ ਬਹੁਤ ਸਸਤੀਆਂ ਹਨ। ਇਸ ਲਈ ਮੈਂ ਬਹੁਤ ਸਾਰੀਆਂ ਚੀਜ਼ਾਂ ਖ਼ਰੀਦ ਕੇ ਲੈ ਆਵਾਂਗੀ।
>
> ਮੰਮੀ ਜੀ ਅਤੇ ਡੈਡੀ ਜੀ ਨੂੰ ਦੂਜੀ ਚਿੱਠੀ ਲਿਖਾਂਗੀ। ਦੀਪੀ ਅਤੇ ਅਰਬਿੰਦਰ ਨੂੰ ਪਿਆਰ।
>
> ਤੇਰੀ ਭੈਣ,
> ਕੁਲਬੀਰ।

1. ਕੁਲਬੀਰ ਸੁਰਿੰਦਰ ਦੀ ਚਿੱਠੀ ਦਾ ਉੱਤਰ ਕਿਉਂ ਨਹੀਂ ਦੇ ਸਕੀ ?

2. ਕੁਲਬੀਰ ਦੇ ਚਾਚਾ ਜੀ ਨੂੰ ਉਸ ਨੂੰ ਲਿਆਉਣ ਵਿੱਚ ਕੀ ਤਕਲੀਫ਼ ਹੋਈ ?

3. ਕੁਲਬੀਰ ਨੂੰ ਇੰਗਲੈਂਡ ਨਾਲੋਂ ਇੰਡੀਆ ਕਿਉਂ ਵੱਖਰਾ ਲਗਿਆ ?

4. ਉਪਰਲੀ ਵਾਰਤਾ ਦਾ ਅੰਗਰੇਜ਼ੀ ਵਿੱਚ ਉਲਥਾ ਕਰੋ।

ਤੁਸੀਂ ਇੱਕ ਲੇਖ ਪੜ੍ਹਦੇ ਹੋ, ਜੋ ਜਸਦੀਪ ਨੇ ਆਪਣੀਆਂ ਛੁੱਟੀਆਂ ਬਾਰੇ ਲਿਖਿਆ ਹੈ।

ਮੈਂ ਪਿਛਲੇ ਸਾਲ ਗਰਮੀ ਦੀਆਂ ਛੁੱਟੀਆਂ ਵਿੱਚ ਇੰਡੀਆ ਗਈ ਸੀ। ਮੈਂ ਹੀਥਰੋ ਏਅਰਪੋਰਟ ਤੋਂ ਏਅਰ ਇੰਡੀਆ ਦੇ ਜਹਾਜ਼ ਵਿੱਚ ਗਈ ਸੀ। ਇੰਡੀਆ ਵਿੱਚ ਬਹੁਤ ਜ਼ਿਆਦਾ ਗਰਮੀ ਸੀ। ਮੈਂ ਜ਼ਿਆਦਾ-ਤਰ ਆਪਣੇ ਨਾਨਾ ਜੀ ਦੇ ਘਰ ਰਹੀ ਸੀ ਜੋ ਜਲੰਧਰ ਸ਼ਹਿਰ ਵਿੱਚ ਰਹਿੰਦੇ ਹਨ।

ਮੈਂ ਅਨੰਦਪੁਰ ਸਾਹਿਬ ਗਈ ਸੀ। ਇੱਥੇ ਗੁਰਦੁਆਰਿਆਂ ਦੇ ਦਰਸ਼ਨ ਕਰਕੇ ਬਹੁਤ ਖ਼ੁਸ਼ੀ ਹੋਈ। ਮੈਂ ਹਰਿਮੰਦਰ ਸਾਹਿਬ ਦੇਖਣ ਲਈ ਅੰਮ੍ਰਿਤਸਰ ਵੀ ਗਈ ਸੀ। ਹਰਿਮੰਦਰ ਸਾਹਿਬ ਵਿੱਚ ਕੀਰਤਨ ਸੁਣ ਕੇ ਮਨ ਨੂੰ ਬਹੁਤ ਸ਼ਾਂਤੀ ਆਈ। ਇੱਥੇ ਸਵੇਰ ਤੋਂ ਸ਼ਾਮ ਤਕ ਹਜ਼ਾਰਾਂ ਦੀ ਗਿਣਤੀ ਵਿੱਚ ਲੋਕ ਹਰਿਮੰਦਰ ਸਾਹਿਬ ਦੇ ਦਰਸ਼ਨ ਕਰਨ ਲਈ ਆਉਂਦੇ ਹਨ।

ਪੰਜਾਬ ਵਿੱਚ ਮੇਰੀਆਂ ਕਈ ਸਹੇਲੀਆਂ ਬਣ ਗਈਆਂ ਸਨ ਜੋ ਮੇਰੇ ਨਾਲ ਬਹੁਤ ਪਿਆਰ ਕਰਦੀਆਂ ਸਨ। ਮੈਂ ਇੱਕ ਸਹੇਲੀ ਮਨਜੀਤ ਨੂੰ ਨਾਲ ਲੈ ਕੇ ਡੇਹਰਾਦੂਨ ਅਤੇ ਮਸੂਰੀ ਗਈ ਸੀ। ਇਹ ਦੋਵੇਂ ਥਾਵਾਂ ਬਹੁਤ ਸੁੰਦਰ ਅਤੇ ਦੇਖਣ ਯੋਗ ਹਨ। ਪਹਾੜੀਆਂ 'ਤੇ ਸਥਿਤ ਹੋਣ ਕਰਕੇ ਇੱਥੋਂ ਦਾ ਮੌਸਮ ਕਾਫੀ ਠੰਡਾ ਸੀ ਜੋ ਮੈਨੂੰ ਬਹੁਤ ਪਸੰਦ ਆਇਆ ਸੀ। ਅਸੀਂ ਇਹਨਾਂ ਦੋਨਾਂ ਥਾਵਾਂ 'ਤੇ ਕੋਚ ਵਿੱਚ ਗਈਆਂ ਸੀ ਅਤੇ ਰਸਤੇ ਵਿੱਚ ਕਈ ਥਾਵਾਂ 'ਤੇ ਠਹਿਰੇ ਸੀ।

ਨਾਨਾ ਜੀ ਮੈਨੂੰ ਇੱਕ ਹਫ਼ਤੇ ਲਈ ਕਸ਼ਮੀਰ ਵੀ ਲੈ ਕੇ ਗਏ ਸੀ। ਕਸ਼ਮੀਰ ਹਿਮਾਲਿਆ ਪਰਬਤ ਦੀਆਂ ਪਹਾੜੀਆਂ ਵਿੱਚ ਸਥਿੱਤ ਹੈ ਅਤੇ ਬਹੁਤ ਸੁੰਦਰ ਇਲਾਕਾ ਹੈ। ਇੱਥੇ ਤੁਸੀਂ ਪਹਾੜਾਂ 'ਤੇ ਬਰਫ਼ ਪਈ ਵੀ ਦੇਖ ਸਕਦੇ ਹੋ। ਇਹ ਇਲਾਕਾ ਆਪਣੀਆਂ ਸੀਨਰੀਆਂ ਕਾਰਨ ਬਹੁਤ ਪ੍ਰਸਿੱਧ ਹੈ। ਤਰ੍ਹਾਂ ਤਰ੍ਹਾਂ ਦੇ ਫੁੱਲ ਹਨ। ਪਹਿਲਗਾਮ ਅਤੇ ਡਲ ਝੀਲ ਦੇ ਨਜ਼ਾਰੇ ਦੇਖਣ ਯੋਗ ਹਨ। ਡਲ ਝੀਲ 'ਤੇ ਤੁਸੀਂ ਘਰਾਂ ਵਾਲੀਆਂ ਕਿਸ਼ਤੀਆਂ ਦੇਖ ਸਕਦੇ ਹੋ। ਬਹੁਤੇ ਯਾਤਰੀ ਘਰਾਂ ਵਾਲੀਆਂ ਕਿਸ਼ਤੀਆਂ ਵਿੱਚ ਰਹਿੰਦੇ ਹਨ। ਇਹਨਾਂ ਕਿਸ਼ਤੀਆਂ ਵਿੱਚ ਜ਼ਿੰਦਗੀ ਬਹੁਤ ਦਿਲਚਸਪ ਹੁੰਦੀ ਹੈ। ਅਸੀਂ ਵੀ ਦੋ ਦਿਨਾਂ ਲਈ ਇੱਕ ਕਿਸ਼ਤੀ ਕਿਰਾਏ 'ਤੇ ਲਈ ਸੀ। ਕਿਸ਼ਤੀ ਵਿੱਚ ਰਹਿਣਾ ਬਹੁਤ ਹੀ ਚੰਗਾ ਲੱਗਿਆ ਸੀ ਕਿਉਂਕਿ ਕਿਸ਼ਤੀ ਨੂੰ ਜਦੋਂ ਚਾਹੋ ਚਲਾ ਸਕਦੇ ਸੀ ਅਤੇ ਜਦੋਂ ਚਾਹੋ ਅਤੇ ਜਿੱਥੇ ਵੀ ਚਾਹੋ ਝੀਲ ਵਿੱਚ ਖੜੀ ਕਰ ਸਕਦੇ ਸੀ। ਮਈ ਤੋਂ ਅਗਸਤ ਤਕ ਕਸ਼ਮੀਰ ਵਿੱਚ ਮੌਸਮ ਬਹੁਤ ਹੀ ਸੁਹਾਵਣਾ ਹੁੰਦਾ ਹੈ।

ਕਸ਼ਮੀਰ ਵਿੱਚ ਲੋਕੀਂ ਭੇਡਾਂ ਬਹੁਤ ਰੱਖਦੇ ਹਨ ਜਿਹਨਾਂ ਦੀ ਉੱਨ ਨਾਲ ਗਰਮ ਸ਼ਾਲ ਬਣਾਏ ਜਾਂਦੇ ਹਨ। ਕਸ਼ਮੀਰ ਦੇ ਗਰਮ ਸ਼ਾਲ ਸਾਰੇ ਸੰਸਾਰ ਵਿੱਚ ਪ੍ਰਸਿੱਧ ਹਨ। ਕਸ਼ਮੀਰ ਫ਼ਿਲਮਾਂ ਦੀ ਸ਼ੂਟਿੰਗ ਲਈ ਵੀ ਪ੍ਰਸਿੱਧ ਹੈ। ਭਾਰਤ ਵਿੱਚ ਕਈ ਫ਼ਿਲਮਾਂ ਦੀ ਸ਼ੂਟਿੰਗ ਕਸ਼ਮੀਰ ਵਿੱਚ ਹੋਈ ਹੈ ਕਿਉਂਕਿ ਇੱਥੋਂ ਦੀਆਂ ਸੀਨਰੀਆਂ ਬਹੁਤ ਸੁਹਣੀਆਂ ਹਨ।

ਮੇਰੇ ਲਈ ਇਹ ਛੁੱਟੀਆਂ ਇੱਕ ਖ਼ੁਸ਼ੀਆਂ ਭਰਿਆ ਸਮਾਂ ਸੀ ਜਿਸ ਨੂੰ ਮੈਂ ਕਦੇ ਭੁਲਾ ਨਹੀਂ ਸਕਾਂਗੀ। ਮੈਂ ਆਸ ਕਰਦੀ ਹਾਂ ਕਿ ਦੋ ਤਿੰਨਾਂ ਸਾਲਾਂ ਤਕ ਮੈਂ ਫੇਰ ਇੰਡੀਆ ਜਾਣ ਦਾ ਪ੍ਰੋਗਰਾਮ ਬਣਾਵਾਂਗੀ ਅਤੇ ਇੰਡੀਆ ਦੀਆਂ ਦੂਜੀਆਂ ਥਾਵਾਂ ਦੇਖਾਂਗੀ।

ਹੇਠ ਲਿਖੇ ਪ੍ਰਸ਼ਨਾਂ ਦਾ ਉੱਤਰ ਲਿਖੋ।

1. ਜਸਦੀਪ ਨੇ ਗਰਮੀਆਂ ਦੀਆਂ ਛੁੱਟੀਆਂ ਕਿਸ ਤਰ੍ਹਾਂ ਗੁਜ਼ਾਰੀਆਂ ?

2. ਡੇਹਰਾਦੂਨ ਅਤੇ ਮਸੂਰੀ ਜਸਦੀਪ ਨੂੰ ਕਿਉਂ ਪਸੰਦ ਆਏ ?

3. ਕਸ਼ਮੀਰ ਜਸਦੀਪ ਨੂੰ ਕਿਉਂ ਚੰਗਾ ਲੱਗਿਆ ?

4. ਜਸਦੀਪ ਦਾ ਇੰਡੀਆ ਦੁਬਾਰਾ ਜਾਣ ਬਾਰੇ ਕੀ ਵਿਚਾਰ ਹੈ ?

5. ਉਪਰਲੀ ਵਾਰਤਾ ਦਾ ਅੰਗਰੇਜ਼ੀ ਵਿੱਚ ਉਲਥਾ ਕਰੋ।

3. ਤੁਸੀਂ ਕੁਲਬੀਰ ਦੀ ਛੁੱਟੀਆਂ ਬਾਰੇ ਇੱਕ ਚਿੱਠੀ ਪੜ੍ਹਦੇ ਹੋ।

21 ਰੋਮਨ ਰੋਡ,
ਕਾਵੈਂਟਰੀ।
25 ਜਨਵਰੀ 2000

ਪਿਆਰੀ ਮਨਜੀਤ,

ਸਤਿ ਸ੍ਰੀ ਅਕਾਲ। ਅੱਜ ਮੈਂ ਬਹੁਤ ਖ਼ੁਸ਼ ਹਾਂ ਕਿਉਂਕਿ ਅੱਜ ਅਸੀਂ ਇੰਡੀਆ ਨੂੰ ਜਾਣ ਲਈ ਟਿਕਟ ਬੁੱਕ ਕਰਾਏ ਹਨ। ਮੰਮੀ, ਡੈਡੀ, ਹਰਪਾਲ ਅਤੇ ਮੈਂ ਇੰਡੀਆ ਜਾਵਾਂਗੇ। ਅਸੀਂ 11 ਜੁਲਾਈ ਨੂੰ ਸਨਿੱਚਰਵਾਰ ਵਾਲੇ ਦਿਨ ਹੀਥਰੋ ਏਅਰਪੋਰਟ ਤੋਂ ਜਹਾਜ਼ 'ਤੇ ਚੜ੍ਹਨਾ ਹੈ। ਜਹਾਜ਼ ਏਅਰ ਇੰਡੀਆ ਦਾ ਜੰਬੋ ਜੈਟ ਹੈ।

ਸਭ ਨੂੰ ਗਰਮੀਆਂ ਦੀਆਂ ਛੁੱਟੀਆਂ ਹੋਣ ਕਰਕੇ ਜੁਲਾਈ ਵਿੱਚ ਸੀਟਾਂ ਮਿਲਣੀਆਂ ਵੀ ਮੁਸ਼ਕਲ ਹਨ। ਸਾਨੂੰ ਵੀ ਟਿਕਟ ਕਾਫੀ ਮਹਿੰਗੇ ਮਿਲੇ ਹਨ—510 ਪੌਂਡ ਪ੍ਰਤੀ ਟਿਕਟ। ਮੇਰਾ ਅਤੇ ਹਰਪਾਲ ਦਾ ਵੀ ਪੂਰਾ ਟਿਕਟ ਲਗਿਆ ਹੈ ਕਿਉਂਕਿ ਸਾਡੀ ਉਮਰ ਬਾਰਾਂ ਸਾਲ ਤੋਂ ਵੱਧ ਹੈ।

ਮੈਨੂੰ ਅਤੇ ਹਰਪਾਲ ਨੂੰ ਇੰਡੀਆ ਜਾਣ ਦਾ ਬਹੁਤ ਚਾਅ ਹੈ। ਅਸੀਂ ਪਹਿਲੀ ਵਾਰ ਜਾ ਰਹੇ ਹਾਂ। ਅਸੀਂ ਸਭ ਤੋਂ ਪਹਿਲਾਂ ਹਰਿਮੰਦਰ ਸਾਹਿਬ (ਗੋਲਡਨ ਟੈਂਪਲ) ਦੇਖਣ ਲਈ ਜਾਵਾਂਗੇ। ਤਾਜ ਮਹਿਲ ਦੇਖਣ ਲਈ ਆਗਰੇ ਅਤੇ ਕਸ਼ਮੀਰ ਜਾਣ ਦਾ ਵੀ ਪ੍ਰੋਗਰਾਮ ਹੈ।

ਮਨਜੀਤ, ਮੇਰਾ ਅਤੇ ਹਰਪਾਲ ਦਾ ਤੇਰੇ ਨਾਲ ਗੱਲਾਂ ਕਰਨ ਨੂੰ ਬਹੁਤ ਜੀਅ ਕਰਦਾ ਹੈ। ਤੂੰ ਦੋ ਵਾਰ ਇੰਡੀਆ ਜਾ ਆਈ ਹੈਂ ਅਤੇ ਤੈਨੂੰ ਇੰਡੀਆ ਬਾਰੇ ਬਹੁਤ ਕੁਝ ਪਤਾ ਹੈ। ਇੱਕ ਦੋ ਹਫ਼ਤਿਆਂ ਵਿੱਚ ਤੂੰ ਜ਼ਰੂਰ ਕਾਵੈਂਟਰੀ ਆਉਣ ਦਾ ਪ੍ਰੋਗਰਾਮ ਬਣਾਉਣਾ। ਤੂੰ ਸਾਊਥਾਲ ਤੋਂ ਕੋਚ ਵਿੱਚ ਆ ਜਾਣਾ, ਅਸੀਂ ਤੈਨੂੰ ਕੋਚ ਸਟੇਸ਼ਨ ਤੋਂ ਕਾਰ ਵਿੱਚ ਲੈ ਆਵਾਂਗੇ। ਹਰਪਾਲ ਕਹਿੰਦਾ ਹੈ ਕਿ ਮਨਜੀਤ ਨੂੰ ਇੱਕ ਵਾਰ ਫੇਰ ਲਿਖ ਦੇ ਤਾਂ ਕਿ ਉਹ ਕਾਵੈਂਟਰੀ ਜ਼ਰੂਰ ਆਵੇ। ਤੂੰ ਆਉਣ ਤੋਂ ਪਹਿਲਾਂ ਚਿੱਠੀ ਲਿਖ ਦੇਣਾ ਜਾਂ ਟੈਲੀਫ਼ੋਨ ਕਰ ਦੇਣਾ। ਤੇਰੀ ਮੰਮੀ ਜੀ ਅਤੇ ਡੈਡੀ ਜੀ ਨੂੰ ਸਤਿ ਸ੍ਰੀ ਅਕਾਲ। ਮਨਪ੍ਰੀਤ ਅਤੇ ਅਮਰਦੀਪ ਨੂੰ ਪਿਆਰ। ਦੇਖਣਾ ਚਿੱਠੀ ਦਾ ਉੱਤਰ ਦੇਣਾ ਨਾ ਭੁੱਲ ਜਾਣਾ।

ਤੁਹਾਡੀ ਸਹੇਲੀ,
ਕੁਲਬੀਰ।

ਹੇਠ ਲਿਖਿਆਂ ਪ੍ਰਸ਼ਨਾਂ ਦਾ ਉੱਤਰ ਲਿਖੋ।

1. ਕੁਲਬੀਰ ਕਿਉਂ ਖ਼ੁਸ਼ ਹੈ ?
2. ਉਹਨਾਂ ਦਾ ਜ਼ਿਆਦਾ ਖ਼ਰਚ ਕਿਉਂ ਹੋਇਆ ?
3. ਕੁਲਬੀਰ ਮਨਜੀਤ ਨੂੰ ਕਿਉਂ ਮਿਲਣਾ ਚਾਹੁੰਦੀ ਹੈ ?
4. ਉਪਰਲੀ ਵਾਰਤਾ ਦਾ ਅੰਗਰੇਜ਼ੀ ਵਿੱਚ ਉਲਥਾ ਕਰੋ।

4. ਹਰਪ੍ਰੀਤ ਦਾ ਇੰਡੀਆ ਵਿੱਚ ਛੁੱਟੀਆਂ ਬਾਰੇ ਹੇਠ ਲਿਖਿਆ ਲੇਖ ਪੜ੍ਹੋ ਅਤੇ ਪ੍ਰਸ਼ਨਾਂ ਦਾ ਉੱਤਰ ਦਿਓ।

ਮੈਂ ਆਪਣੇ ਪਰਿਵਾਰ ਨਾਲ ਗਰਮੀਆਂ ਦੀਆਂ ਛੁੱਟੀਆਂ ਵਿੱਚ ਇੰਡੀਆ ਗਿਆ ਸੀ। ਜਾਣ ਤੋਂ ਪਹਿਲਾਂ ਅਸੀਂ ਆਪਣੇ ਪਾਸਪੋਰਟ ਚੈੱਕ ਕੀਤੇ ਅਤੇ ਇੰਡੀਆ ਦਾ ਵੀਜ਼ਾ ਲਿਆ। ਮੈਂ ਪਹਿਲੀ ਵਾਰੀ ਇੰਡੀਆ ਜਾਣਾ ਸੀ। ਇਸ ਲਈ ਮੈਨੂੰ ਬਹੁਤ ਚਾਅ ਸੀ।

ਅਸੀਂ 20 ਜੁਲਾਈ ਨੂੰ ਹੀਥਰੋ ਹਵਾਈ ਅੱਡੇ ਤੋਂ ਦਸ ਵਜੇ ਦੀ ਇੰਡੀਆ ਲਈ ਫ਼ਲਾਈਟ ਫੜੀ ਸੀ। ਅਸੀਂ 21 ਜੁਲਾਈ ਨੂੰ ਸਵੇਰੇ ਸੱਤ ਵਜੇ ਦਿੱਲੀ ਇੰਦਰਾ ਗਾਂਧੀ ਏਅਰਪੋਰਟ 'ਤੇ ਪਹੁੰਚ ਗਏ ਸੀ। ਦਿੱਲੀ ਮੇਰੇ ਮਾਮਾ ਜੀ ਸਾਨੂੰ ਲੈਣ ਵਾਸਤੇ ਆਏ ਹੋਏ ਸਨ। ਅਸੀਂ ਸਲਾਹ ਕੀਤੀ ਕਿ ਕੁਝ ਦਿਨ ਦਿੱਲੀ ਠਹਿਰਿਆ ਜਾਵੇ ਅਤੇ ਇੱਥੇ ਦੀਆਂ ਪ੍ਰਸਿੱਧ ਥਾਵਾਂ ਅਤੇ ਆਗਰੇ ਦਾ ਤਾਜ ਮਹੱਲ ਦੇਖਿਆ ਜਾਵੇ। ਅਸੀਂ ਦਿੱਲੀ ਦਾ ਲਾਲ ਕਿਲ੍ਹਾ, ਕੁਤਬ ਮਿਨਾਰ, ਰਾਸ਼ਟਰਪਤੀ ਭਵਨ, ਪਾਲਕਾ ਬਜ਼ਾਰ ਆਦਿ ਦੇਖੇ ਅਤੇ ਕੁਝ ਇਤਿਹਾਸਕ ਗੁਰਦੁਆਰਿਆਂ ਜਿਵੇਂ ਸੀਸ ਗੰਜ ਤੇ ਬੰਗਲਾ ਸਾਹਿਬ ਜੀ ਦੇ ਦਰਸ਼ਨ ਵੀ ਕੀਤੇ। ਇਹ ਥਾਵਾਂ ਦੇਖਣ ਨੂੰ ਸਾਨੂੰ ਦੋ ਦਿਨ ਲੱਗ ਗਏ। ਤੀਜੇ ਦਿਨ ਅਸੀਂ ਆਗਰੇ ਨੂੰ ਤਾਜ ਮਹੱਲ ਦੇਖਣ ਲਈ ਤਾਜ ਐਕਸਪ੍ਰੈਸ ਗੱਡੀ ਵਿੱਚ ਗਏ ਸੀ ਅਤੇ ਸ਼ਾਮ ਨੂੰ ਦਿੱਲੀ ਵਾਪਸ ਆ ਗਏ ਸੀ। ਦਿੱਲੀ ਵਿੱਚ ਅਸੀਂ ਅਸ਼ੋਕਾ ਹੋਟਲ ਵਿੱਚ ਠਹਿਰੇ ਸੀ। ਇਹ ਹੋਟਲ ਮਹਿੰਗਾ ਤਾਂ ਜ਼ਰੂਰ ਹੈ ਪਰ ਇਸ ਵਿੱਚ ਬਹੁਤ ਸਹੂਲਤਾਂ ਹਨ। ਇਸ ਦਾ ਸਟੈਂਡਰਡ ਤਾਂ ਇੰਗਲੈਂਡ ਦੇ ਹੋਟਲਾਂ ਨਾਲੋਂ ਵੀ ਉੱਚਾ ਹੈ।

ਚੌਥੇ ਦਿਨ ਅਸੀਂ ਸ਼ਤਾਬਦੀ ਗੱਡੀ ਵਿੱਚ ਦਿੱਲੀ ਤੋਂ ਜਲੰਧਰ ਪਹੁੰਚੇ। ਜਲੰਧਰ ਤੋਂ ਟੈਕਸੀ ਲੈ ਕੇ ਅਸੀਂ ਆਪਣੇ ਪਿੰਡ ਪਹੁੰਚੇ ਸੀ। ਸ਼ਤਾਬਦੀ ਗੱਡੀ ਵਿੱਚ ਸਫ਼ਰ ਕਰਕੇ ਬਹੁਤ ਖ਼ੁਸ਼ੀ ਹੋਈ। ਇਹ ਗੱਡੀ ਏਅਰ ਕੰਡੀਸ਼ੰਨਡ ਸੀ ਅਤੇ ਸੀਟਾਂ ਵੀ ਹਵਾਈ ਜਹਾਜ਼ ਦੀਆਂ ਸੀਟਾਂ ਵਰਗੀਆਂ ਸਨ। ਖਾਣ ਪੀਣ ਦਾ ਸਾਰਾ ਪ੍ਰਬੰਧ ਗੱਡੀ ਵਿੱਚ ਹੀ ਸੀ। ਪੰਜਾਬ ਸਾਡਾ ਦੋ ਹਫ਼ਤੇ ਰਹਿਣ ਦਾ ਪ੍ਰੋਗਰਾਮ ਸੀ। ਪਿੰਡ ਦੀ ਜ਼ਿੰਦਗੀ ਦੇਖ ਕੇ ਬਹੁਤ ਖ਼ੁਸ਼ੀ ਹੋਈ। ਪਿੰਡ ਦੇ ਲੋਕ ਸਾਡੇ ਨਾਲ ਬਹੁਤ ਪਿਆਰ ਕਰਦੇ ਸਨ। ਪੰਜਾਬ ਵਿੱਚ ਆਪਣੇ ਕਈ ਰਿਸ਼ਤੇਦਾਰਾਂ ਨੂੰ ਮੈਂ ਪਹਿਲੀ ਵਾਰ ਹੀ ਮਿਲਿਆ ਸੀ। ਜੋ ਸਾਡੇ ਰਿਸ਼ਤੇਦਾਰਾਂ ਅਤੇ ਮਾਤਾ-ਪਿਤਾ ਦੇ ਪੁਰਾਣੇ ਮਿਤਰਾਂ ਦੋਸਤਾਂ ਨੇ ਸਾਡੀ ਆਓ ਭਗਤ ਕੀਤੀ, ਮੈਂ ਕਦੇ ਨਹੀਂ ਭੁੱਲ ਸਕਦਾ। ਅਸੀਂ ਹਰਿਮੰਦਰ ਸਾਹਿਬ ਅਤੇ ਭਾਖੜਾ ਡੈਮ ਦੇਖਣ ਵੀ ਗਏ। ਹਰਿਮੰਦਰ ਸਾਹਿਬ ਅਸੀਂ ਦੋ ਘੰਟੇ ਠਹਿਰੇ ਸੀ। ਹਰਿਮੰਦਰ ਸਾਹਿਬ ਦੇ ਦਰਸ਼ਨ ਕਰਕੇ ਅਤੇ ਕੀਰਤਨ ਸੁਣ ਕੇ ਦਿਲ ਨੂੰ ਬਹੁਤ ਸ਼ਾਂਤੀ ਆਈ। ਅਸੀਂ ਤਿੰਨ ਹਫ਼ਤਿਆਂ ਬਾਅਦ ਵਾਪਸ ਇੰਗਲੈਂਡ ਆਏ ਸੀ। ਇਹ ਛੁੱਟੀਆਂ ਦਾ ਜੋ ਤਜਰਬਾ ਮੈਨੂੰ ਹੋਇਆ ਹੈ, ਕਦੇ ਭੁੱਲ ਨਹੀਂ ਸਕਦਾ।

1. ਇੰਡੀਆ ਜਾਣ ਲਈ ਹਰਪ੍ਰੀਤ ਨੂੰ ਕੀ ਤਿਆਰੀ ਕਰਨੀ ਪਈ ?
2. ਉਹ ਦਿੱਲੀ ਕਦੋਂ ਅਤੇ ਕਿਸ ਤਰ੍ਹਾਂ ਪਹੁੰਚੀ ?
3. ਉਸ ਨੇ ਇੰਡੀਆ ਵਿੱਚ ਕਿਸ ਤਰ੍ਹਾਂ ਸਫ਼ਰ ਕੀਤਾ ਅਤੇ ਉਸ ਦੇ ਇੰਡੀਆ ਦੇ ਆਉਣ ਜਾਣ ਦੇ ਸਾਧਨਾਂ ਬਾਰੇ ਕੀ ਵਿਚਾਰ ਹਨ ?

4. ਪੰਜਾਬ ਵਿੱਚ ਪਿੰਡਾਂ ਦੀ ਜ਼ਿੰਦਗੀ ਬਾਰੇ ਹਰਪ੍ਰੀਤ ਦੇ ਕੀ ਵਿਚਾਰ ਹਨ ?

5. ਅਸ਼ੋਕਾ ਹੋਟਲ ਬਾਰੇ ਉਸ ਦੇ ਕੀ ਵਿਚਾਰ ਹਨ ?

6. ਉਸ ਨੇ ਕਿਹੜੀਆਂ ਕਿਹੜੀਆਂ ਪ੍ਰਸਿੱਧ ਥਾਵਾਂ ਦੇਖੀਆਂ ਅਤੇ ਇਹਨਾਂ ਬਾਰੇ ਉਸ ਦੇ ਕੀ ਵਿਚਾਰ ਹਨ ?

7. ਹੇਠ ਲਿਖੇ ਸ਼ਬਦਾਂ ਨੂੰ ਆਪਣੇ ਵਾਕਾਂ ਵਿੱਚ ਵਰਤੋ :

   i) ਵੀਜ਼ਾ   iii) ਸਹੂਲਤਾਂ

   ii) ਦਰਸ਼ਨ   iv) ਤਜਰਬਾ

8. ਉੱਪਰ ਦਿੱਤੀ ਵਾਰਤਾ ਦਾ ਅੰਗਰੇਜ਼ੀ ਵਿੱਚ ਉਲਥਾ ਕਰੋ।

5. ਹੇਠ ਲਿਖੀ ਵਾਰਤਾ ਨੂੰ ਪੜ੍ਹ ਕੇ ਪ੍ਰਸ਼ਨਾਂ ਦੇ ਉੱਤਰ ਦਿਓ :

ਸ੍ਰੀਨਗਰ ਜੰਮੂ ਅਤੇ ਕਸ਼ਮੀਰ ਦੀ ਰਾਜਧਾਨੀ ਹੈ। ਇਹ ਜੇਹਲਮ ਨਦੀ ਦੇ ਦੋਹੀਂ ਪਾਸੀਂ ਸਥਿਤ ਹੈ। ਜੇਹਲਮ ਨਦੀ ਕਸ਼ਮੀਰ ਦੇ ਲੋਕਾਂ ਲਈ ਬਹੁਤ ਹੀ ਲਾਭਦਾਇਕ ਹੈ। ਲੋਕੀਂ ਇੱਕ ਥਾਂ ਤੋਂ ਦੂਜੀ ਥਾਂ ਕਿਸ਼ਤੀਆਂ ਵਿੱਚ ਜੇਹਲਮ ਨਦੀ ਦੁਆਰਾ ਆਉਂਦੇ ਜਾਂਦੇ ਹਨ। ਸਿੰਚਾਈ ਲਈ ਨਹਿਰਾਂ ਵੀ ਕੱਢੀਆਂ ਗਈਆਂ ਹਨ। ਸ੍ਰੀਨਗਰ ਸ਼ਹਿਰ ਵਿੱਚ ਬਹੁਤ ਸਾਰੇ ਹੋਟਲ ਅਤੇ ਧਰਮਸ਼ਾਲਾਂ ਹਨ, ਜਿੱਥੇ ਬਹੁਤ ਸਾਰੇ ਸੈਰ ਕਰਨ ਵਾਸਤੇ ਆਏ ਯਾਤਰੀ ਰਹਿੰਦੇ ਹਨ। ਪਰ ਕੁਝ ਯਾਤਰੀ ਘਰਾਂ ਵਾਲੀਆਂ ਕਿਸ਼ਤੀਆਂ ਵਿੱਚ ਰਹਿੰਦੇ ਹਨ। ਘਰਾਂ ਵਾਲੀਆਂ ਕਿਸ਼ਤੀਆਂ ਤੁਸੀਂ ਡਲ ਝੀਲ 'ਤੇ ਦੇਖ ਸਕਦੇ ਹੋ। ਇਨ੍ਹਾਂ ਕਿਸ਼ਤੀਆਂ 'ਤੇ ਜ਼ਿੰਦਗੀ ਬੜੀ ਹੀ ਦਿਲਚਸਪ ਹੁੰਦੀ ਹੈ। ਅਸੀਂ ਘਰ ਵਾਲੀ ਕਿਸ਼ਤੀ ਨੂੰ ਜਦੋਂ ਜੀ ਚਾਹੇ ਚਲਾ ਸਕਦੇ ਹਾਂ ਅਤੇ ਜਦੋਂ ਚਾਹੋ ਅਤੇ ਜਿੱਥੇ ਵੀ ਚਾਹੋ ਝੀਲ ਵਿੱਚ ਖੜੀ ਕਰ ਸਕਦੇ ਹਾਂ। ਮਈ ਤੋਂ ਅਗਸਤ ਤਕ ਕਸ਼ਮੀਰ ਵਿੱਚ ਮੌਸਮ ਬਹੁਤ ਹੀ ਸੁਹਾਵਣਾ ਹੁੰਦਾ ਹੈ।

(ੳ) 1. ਜੰਮੂ ਅਤੇ ਕਸ਼ਮੀਰ ਦੀ ਰਾਜਧਾਨੀ ਦਾ ਕੀ ਨਾਂ ਹੈ ?

2. ਜੇਹਲਮ ਨਦੀ ਕਸ਼ਮੀਰ ਦੇ ਲੋਕਾਂ ਲਈ ਕਿਉਂ ਲਾਭਦਾਇਕ ਹੈ ?

3. ਸ੍ਰੀਨਗਰ ਨੂੰ ਸੈਰ ਕਰਨ ਲਈ ਆਏ ਲੋਕੀਂ ਕਿੱਥੇ ਰਹਿੰਦੇ ਹਨ ?

4. ਘਰ ਵਾਲੀ ਕਿਸ਼ਤੀ ਵਿੱਚ ਲੋਕ ਕਿਉਂ ਰਹਿੰਦੇ ਹਨ ?

5. ਕਸ਼ਮੀਰ ਸੈਰ ਕਰਨ ਲਈ ਕਦੋਂ ਜਾਣਾ ਚਾਹੀਦਾ ਹੈ ਅਤੇ ਕਿਉਂ ?

(ਅ) ਹੇਠ ਲਿਖੇ ਸ਼ਬਦਾਂ ਨੂੰ ਆਪਣੇ ਵਾਕਾਂ ਵਿੱਚ ਵਰਤੋ :

i) ਰਾਜਧਾਨੀ v) ਸੁਹਾਵਣਾ

ii) ਲਾਭਦਾਇਕ vi) ਯਾਤਰੀ

iii) ਧਰਮਸ਼ਾਲਾ vii) ਨਦੀ

iv) ਦਿਲਚਸਪ viii) ਸਿੰਚਾਈ

(ੲ) ਉਪਰਲੀ ਵਾਰਤਾ ਦਾ ਅੰਗਰੇਜ਼ੀ ਵਿੱਚ ਉਲਥਾ ਕਰੋ।

Aspects of Life/Culture of Foreign Countries

6. ਹੇਠ ਲਿਖੀ ਵਾਰਤਾ ਨੂੰ ਪੜ੍ਹ ਕੇ ਥੱਲੇ ਲਿਖੇ ਪ੍ਰਸ਼ਨਾਂ ਦੇ ਉੱਤਰ ਦਿਓ :

> ਭਾਰਤ ਇੱਕ ਲੋਕਤੰਤਰਿਕ ਰਾਜ ਹੈ। ਦੂਜੇ ਸ਼ਬਦਾਂ ਵਿੱਚ ਲੋਕਾਂ ਨੂੰ ਆਪਣੇ ਪ੍ਰਤਿਨਿਧ ਚੁਣਨ ਦਾ ਪੂਰਾ ਅਧਿਕਾਰ ਹੈ, ਜੋ ਕਿ ਗੌਰਮਿੰਟ ਦਾ ਕੰਮ ਚਲਾਉਂਦੇ ਹਨ। ਭਾਰਤ ਦੀ ਹਰ ਇੱਕ ਇਸਤਰੀ ਅਤੇ ਮਨੁੱਖ ਨੂੰ ਜਿਸ ਦੀ ਉਮਰ 21 ਸਾਲ ਹੋਵੇ, ਵੋਟ ਦੇਣ ਦਾ ਅਧਿਕਾਰ ਹੈ। ਚੋਣਾਂ ਤੋਂ ਪਹਿਲਾਂ ਹਰੇਕ ਪਾਰਟੀ ਆਪਣੇ ਆਪਣੇ ਪ੍ਰਤੀਨਿਧਾਂ ਨੂੰ ਸਫਲ ਬਨਾਉਣ ਦੀ ਪੂਰੀ ਕੋਸ਼ਿਸ਼ ਕਰਦੀ ਹੈ। ਲੋਕੀਂ ਲੀਡਰਾਂ ਦੀਆਂ ਤਕਰੀਰਾਂ ਸੁਣਨ ਵਾਸਤੇ ਭਾਰੀ ਸੰਖਿਆ ਵਿੱਚ ਇਕੱਤਰ ਹੁੰਦੇ ਹਨ। ਗਾਣੇ ਗਾਏ ਜਾਂਦੇ ਹਨ ਅਤੇ ਲੋਕਾਂ ਨੂੰ ਖ਼ੁਸ਼ ਕਰਨ ਲਈ ਕਈ ਤਰ੍ਹਾਂ ਦਾ ਮਨੋਰੰਜਕ ਪ੍ਰੋਗਰਾਮ ਪੇਸ਼ ਕੀਤਾ ਜਾਂਦਾ ਹੈ।
>
> ਚੋਣ ਵਾਲੇ ਦਿਨ ਲੋਕੀਂ ਆਪਣੀ ਆਪਣੀ ਵੋਟ ਪਾਉਣ ਲਈ ਭਾਰੀ ਸੰਖਿਆ ਵਿੱਚ ਆਉਂਦੇ ਹਨ। ਇਸਤਰੀਆਂ ਆਪਣੇ ਸੋਹਣੇ ਕੱਪੜੇ ਪਾਉਂਦੀਆਂ ਹਨ, ਜਿਸ ਤਰ੍ਹਾਂ ਕਿ ਉਹ ਮੇਲਾ ਦੇਖਣ ਚੱਲੀਆਂ ਹਨ। ਹਰ ਇੱਕ ਵਿਅਕਤੀ ਖ਼ੁਸ਼ ਦਿਖਾਈ ਦਿੰਦਾ ਹੈ। ਭਾਰਤ ਦੇ ਲੋਕੀਂ ਚੋਣ ਪ੍ਰਣਾਲੀ ਤੋਂ ਚੰਗੀ ਤਰ੍ਹਾਂ ਜਾਣੂ ਹੋ ਗਏ ਹਨ ਅਤੇ ਉਹ ਆਪਣੀ ਵੋਟ ਦੀ ਯੋਗ ਵਰਤੋਂ ਕਰਦੇ ਹਨ।

(ੳ) 1. ਭਾਰਤ ਕਿਸ ਤਰ੍ਹਾਂ ਦਾ ਦੇਸ਼ ਹੈ ?

2. ਭਾਰਤ ਵਿੱਚ ਵੋਟ ਕੌਣ ਦੇ ਸਕਦਾ ਹੈ ?

3. ਰਾਜਨੀਤਿਕ ਪਾਰਟੀਆਂ ਲੋਕਾਂ ਨੂੰ ਖ਼ੁਸ਼ ਕਰਨ ਲਈ ਕੀ ਕਰਦੀਆਂ ਹਨ ?

4. ਚੋਣ ਵਾਲੇ ਦਿਨ ਕੀ ਹੁੰਦਾ ਹੈ ?

5. ਲੋਕੀਂ ਆਪਣੀ ਵੋਟ ਦੀ ਵਰਤੋਂ ਕਿਸ ਤਰ੍ਹਾਂ ਕਰਦੇ ਹਨ ?

(ਅ) ਹੇਠ ਲਿਖਿਆਂ ਸ਼ਬਦਾਂ ਨੂੰ ਆਪਣੇ ਵਾਕਾਂ ਵਿੱਚ ਵਰਤੋ :

i) ਲੋਕਤੰਤਰਿਕ	iv) ਸਫਲ	vii) ਮਨੋਰੰਜਕ
ii) ਪ੍ਰਤੀਨਿਧ	v) ਤਕਰੀਰ	viii) ਪ੍ਰੋਗਰਾਮ
iii) ਅਧਿਕਾਰ	vi) ਸੰਖਿਆ	ix) ਇਕੱਤਰ

(ੲ) ਉਪਰਲੀ ਵਾਰਤਾ ਦਾ ਅੰਗਰੇਜ਼ੀ ਵਿੱਚ ਉਲਥਾ ਕਰੋ।

7. ਹੇਠ ਲਿਖੀ ਵਾਰਤਾ ਨੂੰ ਧਿਆਨ ਨਾਲ ਪੜ੍ਹੋ ਅਤੇ ਥੱਲੇ ਲਿਖੇ ਪ੍ਰਸ਼ਨਾਂ ਦੇ ਉੱਤਰ ਦਿਓ :

ਪੰਜਾਬ ਦੇ ਲੋਕੀਂ ਤਿਉਹਾਰਾਂ ਨੂੰ ਬੜੀ ਧੂਮਧਾਮ ਨਾਲ ਮਨਾਉਂਦੇ ਹਨ। ਗੁਰਪੁਰਬ, ਵਿਸਾਖੀ, ਦੁਸਹਿਰਾ, ਲੋਹੜੀ, ਬਸੰਤ ਪੰਚਮੀ ਅਤੇ ਦੀਵਾਲੀ ਪੰਜਾਬੀਆਂ ਦੇ ਖ਼ਾਸ ਤਿਉਹਾਰ ਹਨ। ਭੰਗੜਾ ਪੰਜਾਬੀ ਲੋਕਾਂ ਦਾ ਬੜਾ ਪ੍ਰਸਿੱਧ ਡਾਂਸ ਹੈ। ਡਾਂਸ ਦੇ ਨਾਲ ਨਾਲ ਪੰਜਾਬੀ ਗੀਤ ਵੀ ਗਾਏ ਜਾਂਦੇ ਹਨ। ਪੰਜਾਬੀ ਇਸਤਰੀਆਂ ਦਾ ਪ੍ਰਸਿੱਧ ਡਾਂਸ ਗਿੱਧਾ ਹੈ। ਅੱਜ-ਕੱਲ੍ਹ ਪੰਜਾਬ ਵਿੱਚ ਜ਼ਿੰਦਗੀ ਬੜੀ ਤੇਜ਼ੀ ਨਾਲ ਬਦਲ ਰਹੀ ਹੈ। ਸ਼ਹਿਰਾਂ'ਵਿੱਚ ਬਹੁਤ ਸਾਰੀਆਂ ਵੱਡੀਆਂ ਅਤੇ ਛੋਟੀਆਂ ਫ਼ੈਕਟਰੀਆਂ ਖੁਲ੍ਹ ਗਈਆਂ ਹਨ। ਲੁਧਿਆਣਾ ਸ਼ਹਿਰ ਫ਼ੈਕਟਰੀਆਂ ਕਾਰਨ ਭਾਰਤ ਵਿੱਚ ਹੀ ਨਹੀਂ, ਸਗੋਂ ਸਾਰੀ ਦੁਨੀਆਂ ਵਿੱਚ ਮਸ਼ਹੂਰ ਹੈ।

ਪੰਜਾਬ ਦੀ ਰਾਜਧਾਨੀ ਚੰਡੀਗੜ੍ਹ ਹੈ। ਇਹ ਬਹੁਤ ਹੀ ਸੁੰਦਰ ਸ਼ਹਿਰ ਹੈ, ਜਿਹੜਾ ਕਿ ਬੜੀ ਚੰਗੀ ਵਿਉਂਤਬੰਦੀ ਨਾਲ ਬਣਾਇਆ ਗਿਆ ਹੈ। ਅੰਮ੍ਰਿਤਸਰ ਅਤੇ ਅਨੰਦਪੁਰ ਸਾਹਿਬ ਸਿੱਖਾਂ ਦੇ ਪਵਿੱਤਰ ਸ਼ਹਿਰ ਹਨ। ਅੰਮ੍ਰਿਤਸਰ ਦਾ ਸੁਨਹਿਰੀ ਮੰਦਰ ਤਾਂ ਸਾਰੇ ਸੰਸਾਰ ਵਿੱਚ ਹੀ ਪ੍ਰਸਿੱਧ ਹੈ। ਪੰਜਾਬ ਦੇ ਲੋਕੀਂ ਬੜੇ ਤਕੜੇ ਅਤੇ ਮਿਹਨਤੀ ਹਨ ਅਤੇ ਉਹ ਹਰ ਤਰ੍ਹਾਂ ਦਾ ਕੰਮ ਕਰਨ ਨੂੰ ਤਿਆਰ ਰਹਿੰਦੇ ਹਨ।

1. ਪੰਜਾਬੀ ਲੋਕਾਂ ਦੀ ਜ਼ਿੰਦਗੀ ਬਾਰੇ ਤਿੰਨ ਗੱਲਾਂ ਲਿਖੋ।
2. ਚੰਡੀਗੜ੍ਹ ਸ਼ਹਿਰ ਨੂੰ ਲੋਕੀਂ ਕਿਉਂ ਜ਼ਿਆਦਾ ਪਸੰਦ ਕਰਦੇ ਹਨ ?
3. ਲੁਧਿਆਣਾ ਸ਼ਹਿਰ ਕਿਉਂ ਮਸ਼ਹੂਰ ਹੈ ?
4. ਅੰਮ੍ਰਿਤਸਰ ਸ਼ਹਿਰ ਦੀ ਸਿੱਖਾਂ ਲਈ ਕੀ ਮਹੱਤਤਾ ਹੈ ?
5. ਹੇਠਂ ਲਿਖਿਆਂ ਸ਼ਬਦਾਂ ਨੂੰ ਆਪਣੇ ਵਾਕਾਂ ਵਿੱਚ ਵਰਤੋ :
   - i) ਪ੍ਰਸਿੱਧ
   - ii) ਸੁੰਦਰ
   - iii) ਵਿਉਂਤਬੰਦੀ
   - iv) ਪਵਿੱਤਰ
   - v) ਮਿਹਨਤੀ
6. ਉੱਪਰ ਦਿੱਤੀ ਵਾਰਤਾ ਦਾ ਅੰਗਰੇਜ਼ੀ ਵਿੱਚ ਉਲਥਾ ਕਰੋ।

8. ਹੇਠ ਲਿਖਿਆ ਪੁਰਾਣੇ ਆਏ ਪੰਜਾਬੀਆਂ ਦੀ ਜ਼ਿੰਦਗੀ ਬਾਰੇ ਲੇਖ ਪੜ੍ਹੋ।

ਸਾਊਥਹਾਲ

ਇੰਗਲੈਂਡ ਦੇ ਅੰਗਰੇਜ਼ ਲੋਕ ਅੱਜ-ਕੱਲ੍ਹ ਸਾਊਥਹਾਲ ਨੂੰ ਲਿਟਲ ਇੰਡੀਆ ਜਾਂ ਬੰਬਈ ਆਖਦੇ ਹਨ। ਜਦੋਂ ਪੰਜਾਬੀ ਲੋਕ ਪਹਿਲਾਂ ਪਹਿਲਾਂ ਇੰਡੀਆ ਤੋਂ ਇੰਗਲੈਂਡ ਆਉਂਦੇ ਸਨ ਤਾਂ ਉਹਨਾਂ ਵਿੱਚੋਂ ਬਹੁਤੇ ਸਾਊਥਹਾਲ ਵਿੱਚ ਹੀ ਟਿਕ ਜਾਂਦੇ ਸਨ। ਅੱਜ-ਕੱਲ੍ਹ ਸਾਊਥਹਾਲ ਵਿੱਚ ਪੰਜਾਬੀ ਲੋਕਾਂ ਦੀ ਗਿਣਤੀ ਬਹੁਤ ਜ਼ਿਆਦਾ ਹੋ ਗਈ ਹੈ, ਪਰ 1950 ਤੋਂ ਪਹਿਲਾਂ ਇੱਥੇ ਪੰਜਾਬੀਆਂ ਦੀ ਗਿਣਤੀ ਆਟੇ ਵਿੱਚ ਲੂਣ ਵੀ ਨਹੀਂ ਸੀ।

ਜਿਹੜੇ ਪੰਜਾਬੀ ਲੋਕ ਪਹਿਲਾਂ ਪਹਿਲਾਂ ਇੱਥੇ ਆਏ ਸਨ, ਉਨ੍ਹਾਂ ਵਿੱਚੋਂ ਬਹੁਤੇ ਲੋਕ ਪੜ੍ਹੇ ਲਿਖੇ ਨਹੀਂ ਸਨ। ਉਹਨਾਂ ਦਿਨਾਂ ਵਿੱਚ ਕੰਮ ਕਾਰ ਬਹੁਤ ਮੁਸ਼ਕਿਲ ਨਾਲ ਮਿਲਦੇ ਸਨ, ਖ਼ਾਸ ਕਰਕੇ ਕਾਲੇ ਲੋਕਾਂ ਲਈ ਤਾਂ ਇਹ ਹੋਰ ਵੀ ਔਖੀ ਗੱਲ ਸੀ।

ਕਹਿੰਦੇ ਹਨ ਕਿ ਸਾਡੇ ਪਹਿਲੇ ਬਜ਼ੁਰਗ ਸਾਊਥਹਾਲ ਦੀ ਇੱਕ ਰਬੜ ਦੀ ਫ਼ੈਕਟਰੀ ਵਿੱਚ ਆਣ ਕੇ ਕੰਮ 'ਤੇ ਲੱਗੇ ਸਨ। ਰਬੜ ਦੀ ਇਹ ਫ਼ੈਕਟਰੀ ਧੂੰਏਂ ਅਤੇ ਬੂ ਦੇ ਪੱਖੋਂ ਨਰਕ ਦਾ ਦੂਜਾ ਰੂਪ ਸੀ। ਇਸ ਲਈ ਜਿਹੜੇ ਅਤਿ ਗੰਦੇ ਤੇ ਮੁਸ਼ਕਿਲ ਕੰਮ ਅੰਗਰੇਜ਼ ਲੋਕ ਨਹੀਂ ਸੀ ਕਰਦੇ, ਉਹ ਸਾਡੇ ਲੋਕਾਂ ਨੂੰ ਸੌਂਪੇ ਜਾਂਦੇ ਸਨ। ਇਹ ਗੰਦੇ ਕੰਮ ਵੀ ਸਾਡੇ ਲੋਕਾਂ ਨੂੰ ਸੌਖੇ ਨਹੀਂ ਸਨ ਮਿਲਦੇ। ਇਹਨਾਂ ਵਾਸਤੇ ਵੀ ਬਹੁਤ ਸਾਰੀਆਂ ਫ਼ਰਮਾਇਸ਼ਾਂ ਕਰਨੀਆਂ ਪੈਂਦੀਆਂ ਸਨ। ਪੰਜਾਬੀ ਲੋਕਾਂ ਵਿੱਚ ਇਹ ਸਿਫ਼ਤ ਸੀ ਕਿ ਉਹ ਹਰ ਤਰ੍ਹਾਂ ਦਾ ਕੰਮ ਕਰਨ ਲਈ ਤਿਆਰ ਹੋ ਜਾਂਦੇ ਸਨ ਅਤੇ ਆਪਣੀ ਡਿਊਟੀ ਬੜੀ ਚੰਗੀ ਤਰ੍ਹਾਂ ਨਿਭਾਉਂਦੇ ਸਨ।

ਸਾਊਥਹਾਲ ਵਿੱਚ ਜਿਸ ਪਹਿਲੇ ਪੰਜਾਬੀ ਨੇ ਆਪਣੀ ਰਿਹਾਇਸ਼ ਲਈ ਮਕਾਨ ਲਿਆ ਸੀ, ਉਹ ਰਬੜ ਦੀ ਫ਼ੈਕਟਰੀ ਵਿੱਚ ਹੀ ਕੰਮ ਕਰਦਾ ਸੀ। ਦਰਜਨਾਂ ਦੀ ਗਿਣਤੀ ਵਿੱਚ ਪੰਜਾਬੀ ਲੋਕ ਉਸ ਮਕਾਨ ਵਿੱਚ ਕਿਰਾਏਦਾਰ ਰਹਿਣ ਲੱਗ ਪਏ ਸਨ। ਸਵੇਰ ਨੂੰ ਕੰਮ 'ਤੇ ਜਾਣ ਵਾਲਿਆਂ ਦੇ ਬਿਸਤਰਿਆਂ ਵਿੱਚ ਰਾਤ ਦੀ ਡਿਊਟੀ ਕਰਕੇ ਆਏ ਭਾਈਵੰਦ ਸੌਂਦੇ ਸਨ। ਫੇਰ ਕੁਝ ਸਮਾਂ ਪਾ ਕੇ ਸਾਡੇ ਕਈ ਹੋਰ ਲੋਕਾਂ ਨੇ ਵੀ ਆਪਣੇ ਆਪਣੇ ਮਕਾਨ ਖ਼ਰੀਦ ਲਏ। ਉਸ ਵੇਲੇ ਮਕਾਨ ਖ਼ਰੀਦਣਾ ਬਹੁਤ ਔਖਾ ਹੁੰਦਾ ਸੀ।

ਇਹ ਉਹ ਸਮਾਂ ਜੀ, ਜਦੋਂ ਅੰਗਰੇਜ਼ ਲੋਕ ਪੰਜਾਬੀਆਂ ਨੂੰ ਮਕਾਨ ਵੇਚਣ ਬਾਰੇ ਸੋਚਦੇ ਤਾਂ ਆਂਢ-ਗੁਆਂਢ ਦੇ ਅੰਗਰੇਜ਼ ਲੋਕ ਉਹਨਾਂ ਨੂੰ ਅਜਿਹੇ ਕਰਨ ਤੋਂ ਰੋਕਦੇ ਸਨ। ਉਹਨਾਂ ਦਾ ਵਿਚਾਰ ਸੀ ਕਿ ਕਾਲੇ ਲੋਕ ਗੁਆਂਢੀ ਹੋਣ ਕਾਰਨ ਉਹਨਾਂ ਦੇ ਮਕਾਨਾਂ ਦੀਆਂ ਕੀਮਤਾਂ ਘੱਟ ਜਾਣਗੀਆਂ। ਅੰਗਰੇਜ਼ ਲੋਕ ਉਸ ਵੇਲੇ ਪੰਜਾਬੀਆਂ ਨੂੰ ਕਿਰਾਏ 'ਤੇ ਕਮਰਾ ਵੀ ਘੱਟ ਹੀ ਦਿੰਦੇ ਸਨ।

ਜਿਉਂ ਜਿਉਂ ਪੰਜਾਬੀ ਲੋਕਾਂ ਦੇ ਘਰਾਂ ਵਿੱਚ ਕੁੱਕੜਾਂ ਨੂੰ ਤੜਕੇ ਲੱਗਦੇ, ਅੰਗਰੇਜ਼ ਲੋਕ ਆਪਣੇ ਘਰ ਵੇਚ ਕੇ ਕਿਤੇ ਹੋਰ ਚਲੇ ਜਾਂਦੇ। ਇਹ ਮਕਾਨ ਜ਼ਿਆਦਾਤਰ ਪੰਜਾਬੀ ਹੀ ਖ਼ਰੀਦਦੇ ਸਨ। ਅੱਜ-ਕੱਲ੍ਹ ਸਾਊਥਹਾਲ ਵਿੱਚ ਅੰਗਰੇਜ਼ ਲੋਕ ਟਾਵੇਂ ਟਾਵੇਂ ਹੀ ਨਜ਼ਰ ਆਉਂਦੇ ਹਨ ਅਤੇ ਇਹ ਸ਼ਹਿਰ ਇਸ ਤਰ੍ਹਾਂ ਮਲੂਮ ਹੁੰਦਾ ਹੈ, ਜਿਸ ਤਰ੍ਹਾਂ ਕਿ ਪੰਜਾਬ ਦਾ ਜਲੰਧਰ ਜਾਂ ਹੁਸ਼ਿਆਰਪੁਰ ਹੈ।

1. ਅੰਗਰੇਜ਼ ਲੋਕ ਸਾਊਥਹਾਲ ਨੂੰ ਲਿਟਲ ਇੰਡੀਆ ਕਿਉਂ ਕਹਿੰਦੇ ਹਨ ?

2. ਸਾਊਥਹਾਲ ਵਿੱਚ ਪੰਜਾਬੀ ਲੋਕਾਂ ਦੀ ਗਿਣਤੀ ਕਿਉਂ ਵਧ ਗਈ ?

3. ਉਸ ਵੇਲੇ ਪੰਜਾਬੀਆਂ ਨੂੰ ਕਿਸ ਤਰ੍ਹਾਂ ਦੀਆਂ ਨੌਕਰੀਆਂ ਕਰਨੀਆਂ ਪੈਂਦੀਆਂ ਸਨ ਅਤੇ ਕਿਉਂ ?

4. ਉਸ ਵੇਲੇ ਦੇ ਪੰਜਾਬੀਆਂ ਦੇ ਰਹਿਣ-ਸਹਿਣ ਬਾਰੇ ਲਿਖੋ ?

5. ਅੰਗਰੇਜ਼ ਲੋਕ ਸਾਊਥਹਾਲ ਨੂੰ ਛੱਡ ਕੇ ਦੂਜੇ ਸ਼ਹਿਰਾਂ ਵਿੱਚ ਜਾ ਕੇ ਕਿਉਂ ਵੱਸ ਗਏ ਸਨ ?

6. ਆਖ਼ਰੀ ਤਿੰਨ ਪੈਰਿਆਂ ਦਾ ਅੰਗਰੇਜ਼ੀ ਵਿੱਚ ਉਲਥਾ ਕਰੋ।

7. ਹੇਠ ਲਿਖੇ ਸ਼ਬਦਾਂ ਅਤੇ ਵਾਕੰਸ਼ਾਂ ਨੂੰ ਸੌਖੀ ਪੰਜਾਬੀ ਵਿੱਚ ਲਿਖੋ :

(ੳ) ਆਟੇ ਵਿੱਚ ਲੂਣ   (ਹ) ਕਿਰਾਏਦਾਰ

(ਅ) ਨਰਕ ਦਾ ਦੂਜਾ ਰੂਪ   (ਕ) ਭਾਈਵੰਦ

(ੲ) ਸੌਂਪਣਾ   (ਖ) ਆਂਢ-ਗੁਆਂਢ

(ਸ) ਰਿਹਾਇਸ਼ ਲਈ   (ਗ) ਟਾਂਵੇਂ ਟਾਂਵੇਂ

9. ਸਰਦਾਰ ਭਗਤ ਸਿੰਘ ਦੀ ਜ਼ਿੰਦਗੀ ਬਾਰੇ ਹੇਠ ਲਿਖਿਆ ਲੇਖ ਪੜ੍ਹ ਕੇ ਪ੍ਰਸ਼ਨਾਂ ਦੇ ਉੱਤਰ ਦਿਉ।

ਸਰਦਾਰ ਭਗਤ ਸਿੰਘ

ਸ਼ਹੀਦ ਭਗਤ ਸਿੰਘ ਦਾ ਨਾਂ ਕੌਣ ਨਹੀਂ ਜਾਣਦਾ ? ਸਾਰੇ ਪੰਜਾਬੀਆਂ ਨੂੰ ਸਰਦਾਰ ਭਗਤ ਸਿੰਘ ਦੀ ਬਹਾਦਰੀ 'ਤੇ ਮਾਣ ਹੈ। ਉਸ ਦਾ ਜਨਮ 1907 ਈਸਵੀ ਨੂੰ ਬੰਗਾ, ਜ਼ਿਲ੍ਹਾ ਲਾਇਲਪੁਰ ਵਿੱਚ ਹੋਇਆ ਸੀ। ਅੱਜ-ਕੱਲ੍ਹ ਇਹ ਅਸਥਾਨ ਪਾਕਿਸਤਾਨ ਵਿੱਚ ਹੈ। ਉਨ੍ਹਾਂ ਦੇ ਪਿਤਾ ਦਾ ਨਾਂ ਸਰਦਾਰ ਕਿਸ਼ਨ ਸਿੰਘ ਅਤੇ ਮਾਤਾ ਦਾ ਨਾਮ ਸ੍ਰੀਮਤੀ ਵਿਦਿਆਵਤੀ ਸੀ।

ਇਹਨਾਂ ਦਿਨਾਂ ਵਿੱਚ ਭਾਰਤ 'ਤੇ ਅੰਗਰੇਜ਼ ਰਾਜ ਕਰਦੇ ਸਨ। ਸਰਦਾਰ ਭਗਤ ਸਿੰਘ ਦੇ ਦਿਲ ਵਿੱਚ ਆਪਣੇ ਦੇਸ਼ ਲਈ ਬਹੁਤ ਪਿਆਰ ਸੀ। ਉਹ ਆਪਣੇ ਦੇਸ਼ ਨੂੰ ਆਜ਼ਾਦ ਕਰਾਉਣਾ ਚਾਹੁੰਦੇ ਸਨ। ਇਸੇ ਕਰਕੇ ਜਦੋਂ ਉਹ ਲਾਹੌਰ ਵਿੱਚ ਪੜ੍ਹਾਈ ਕਰ ਰਹੇ ਸਨ ਤਾਂ ਇੱਕ ਇਨਕਲਾਬੀ ਲਹਿਰ ਵਿੱਚ ਸ਼ਾਮਿਲ ਹੋ ਗਏ ਸਨ। 1928 ਵਿੱਚ ਲਾਹੌਰ ਵਿੱਚ ਬਹੁਤ ਸਾਰੇ ਭਾਰਤੀਆਂ 'ਤੇ ਲਾਠੀਚਾਰਜ ਕੀਤਾ ਗਿਆ, ਜਿਸ ਕਾਰਨ ਕਈ ਹੋਰ ਵਿਅਕਤੀਆਂ ਸਮੇਤ ਲਾਲਾ ਲਾਜਪਤ ਰਾਏ ਦੀ ਮੌਤ ਹੋ ਗਈ ਸੀ। ਲਾਲਾ ਲਾਜਪਤ ਰਾਏ ਦੀ ਮੌਤ ਦਾ ਉਸ ਦੇ ਦਿਲ 'ਤੇ ਬੜਾ ਡੂੰਘਾ ਅਸਰ ਪਿਆ।

ਇਸ ਤੋਂ ਪਿੱਛੋਂ ਭਗਤ ਸਿੰਘ ਨੇ ਆਪਣੇ ਦੇਸ਼ ਨੂੰ ਅੰਗਰੇਜ਼ਾਂ ਤੋਂ ਸੁਤੰਤਰ ਕਰਾਉਣ ਲਈ ਪੱਕਾ ਇਰਾਦਾ ਬਣਾ ਲਿਆ ਸੀ। ਉਸ ਨੇ ਆਪਣੇ ਸਾਥੀਆਂ ਨਾਲ ਵਿਉਂਤ ਬਣਾ ਕੇ ਸਾਂਡਰਸ ਨੂੰ ਮਾਰਿਆ ਅਤੇ ਅਸੈਂਬਲੀ ਵਿੱਚ ਬੰਬ ਸੁੱਟਿਆ। ਇਸ ਦੋਸ਼ ਵਿੱਚ ਆਪ ਨੂੰ 23 ਮਾਰਚ, 1931 ਨੂੰ ਫਾਂਸੀ ਦੇ ਕੇ ਸ਼ਹੀਦ ਕੀਤਾ ਗਿਆ।

ਸਰਦਾਰ ਭਗਤ ਸਿੰਘ ਦਾ ਪਰਿਵਾਰ ਅੱਜ-ਕੱਲ੍ਹ ਪਿੰਡ ਖਟਕੜ ਕਲਾਂ, ਜ਼ਿਲ੍ਹਾ ਜਲੰਧਰ ਵਿੱਚ ਰਹਿੰਦਾ ਹੈ। ਇਸ ਪਿੰਡ ਵਿੱਚ ਉਸ ਦੀ ਇੱਕ ਯਾਦਗਾਰ ਵੀ ਬਣਾਈ ਗਈ ਹੈ, ਜਿੱਥੇ ਹਰ ਸਾਲ ਇੱਕ ਸ਼ਹੀਦੀ ਕਾਨਫ਼ਰੰਸ ਕੀਤੀ ਜਾਂਦੀ ਹੈ ਅਤੇ ਲੋਕੀਂ ਇਸ ਸ਼ਹੀਦ ਨੂੰ ਸ਼ਰਧਾਂਜਲੀ ਭੇਟ ਕਰਦੇ ਹਨ।

1. ਸਰਦਾਰ ਭਗਤ ਸਿੰਘ ਕੌਣ ਸੀ ?
2. ਜਦੋਂ ਭਗਤ ਸਿੰਘ ਪੈਦਾ ਹੋਇਆ ਤਾਂ ਭਾਰਤ ਦੀ ਕੀ ਹਾਲਤ ਸੀ ?
3. ਭਗਤ ਸਿੰਘ ਦੀ ਪੜ੍ਹਾਈ ਬਾਰੇ ਲਿਖੋ ?
4. 1928 ਵਿੱਚ ਕੀ ਹੋਇਆ ਅਤੇ ਇਸ ਦਾ ਭਗਤ ਸਿੰਘ ਦੇ ਦਿਲ 'ਤੇ ਕੀ ਅਸਰ ਹੋਇਆ ?
5. ਭਗਤ ਸਿੰਘ ਨੇ ਆਪਣੇ ਦੇਸ਼ ਨੂੰ ਆਜ਼ਾਦ ਕਰਾਉਣ ਲਈ ਕੀ ਯਤਨ ਕੀਤੇ ?
6. ਭਗਤ ਸਿੰਘ ਦਾ ਪਰਿਵਾਰ ਅੱਜ-ਕੱਲ੍ਹ ਕਿੱਥੇ ਰਹਿੰਦਾ ਹੈ ਅਤੇ ਲੋਕੀਂ ਭਗਤ ਸਿੰਘ ਨੂੰ ਕਿਸ ਤਰ੍ਹਾਂ ਯਾਦ ਕਰਦੇ ਹਨ ?
7. ਅਖ਼ੀਰਲੇ ਪੈਰੇ ਦਾ ਅੰਗਰੇਜ਼ੀ ਵਿੱਚ ਉਲਥਾ ਕਰੋ।
8. ਹੇਠ ਲਿਖੇ ਸ਼ਬਦਾਂ ਅਤੇ ਵਾਕੰਸ਼ਾਂ ਨੂੰ ਸੌਖੀ ਪੰਜਾਬੀ ਵਿੱਚ ਲਿਖੋ :

   (ੳ) ਇਨਕਲਾਬੀ ਲਹਿਰ   (ਸ) ਸ਼ਹੀਦ ਕੀਤਾ

   (ਅ) ਲਾਠੀਚਾਰਜ   (ਹ) ਸ਼ਰਧਾਂਜਲੀ

   (ੲ) ਸੁਤੰਤਰ ਕਰਾਉਣਾ

Letter Writing

Travel and Tourism

1. ਤੁਸੀਂ ਪੰਜਾਬ ਵਿੱਚ ਛੁੱਟੀਆਂ ਕੱਟ ਕੇ ਆਏ ਹੋ। ਆਪਣੇ ਚਾਚਾ ਜੀ ਨੂੰ ਪੰਜਾਬੀ ਵਿੱਚ ਇੱਕ ਚਿੱਠੀ ਲਿਖੋ। ਇਸ ਵਿੱਚ ਤੁਸੀਂ ਹੇਠ ਲਿਖੀਆਂ ਗੱਲਾਂ ਬਾਰੇ ਲਿਖ ਸਕਦੇ ਹੋ।

   — ਆਪਣੇ ਹਵਾਈ ਜਹਾਜ਼ ਦੇ ਸਫ਼ਰ ਬਾਰੇ।
   — ਤੁਸੀਂ ਪੰਜਾਬ ਵਿੱਚ ਛੁੱਟੀਆਂ ਕਿਸ ਤਰ੍ਹਾਂ ਗੁਜ਼ਾਰੀਆਂ।
   — ਉਹਨਾਂ ਏਅਰਪੋਰਟਾਂ ਦੇ ਸੀਨਾਂ ਬਾਰੇ ਜਿੱਥੇ ਤੁਸੀਂ ਆਉਣ-ਜਾਣ ਲਈ ਠਹਿਰੇ ਸੀ।
   — ਤੁਸੀਂ ਆਪਣੇ ਆਉਣ-ਜਾਣ ਦਾ ਪ੍ਰਬੰਧ ਕਿਸ ਤਰ੍ਹਾਂ ਕੀਤਾ ਅਤੇ ਟੂਰਿਸਟ ਏਜੰਸੀਆਂ ਬਾਰੇ ਆਪਣੇ ਵਿਚਾਰ ਦੱਸੋ।
   — ਕੋਈ ਹੋਰ ਗੱਲ।

2. ਤੁਸੀਂ ਪੰਜਾਬ ਵਿੱਚ ਆਪਣੇ ਚਾਚਾ ਜੀ ਦੇ ਮੁੰਡੇ ਦਾ ਵਿਆਹ ਦੇਖ ਕੇ ਵਾਪਸ ਆਏ ਹੋ। ਆਪਣੇ ਕਿਸੇ ਮਿੱਤਰ/ ਸਹੇਲੀ ਨੂੰ ਇੱਕ ਚਿੱਠੀ ਲਿਖੋ, ਜਿਸ ਵਿੱਚ ਹੇਠ ਲਿਖੀਆਂ ਗੱਲਾਂ ਬਾਰੇ ਜ਼ਰੂਰ ਲਿਖਿਆ ਹੋਵੇ।

   — ਵਿਆਹ ਕਦੋਂ ਅਤੇ ਕਿਸ ਤਰ੍ਹਾਂ ਹੋਇਆ।
   — ਬਰਾਤ ਬਾਰੇ।
   — ਖਾਣ-ਪੀਣ ਬਾਰੇ।
   — ਤੁਹਾਨੂੰ ਇਸ ਵਿਆਹ ਵਿੱਚ ਕੀ ਚੰਗਾ ਲੱਗਿਆ ਅਤੇ ਕੀ ਚੰਗਾ ਨਹੀਂ ਲੱਗਿਆ ਅਤੇ ਕਿਉਂ ?
   — ਤੁਹਾਡਾ ਆਪਣਾ ਵਿਆਹ ਕਰਾਉਣ ਬਾਰੇ ਵਿਚਾਰ।

3. ਤੁਸੀਂ ਪੰਜਾਬ ਵਿੱਚ ਛੁੱਟੀਆਂ ਕੱਟ ਕੇ ਆਏ ਹੋ। ਆਪਣੇ ਸਕੂਲ ਦੇ ਰਸਾਲੇ ਲਈ ਇੱਕ ਆਰਟੀਕਲ ਲਿਖੋ, ਜਿਸ ਵਿੱਚ ਹੇਠ ਲਿਖੀਆਂ ਗੱਲਾਂ ਬਾਰੇ ਜ਼ਰੂਰ ਹੋਵੇ।

   — ਇਤਿਹਾਸਕ ਅਤੇ ਧਾਰਮਿਕ ਅਸਥਾਨਾਂ ਦੀ ਯਾਤਰਾ ਬਾਰੇ, ਜਿੱਥੇ ਤੁਸੀਂ ਗਏ ਸੀ।
   — ਆਉਣ ਜਾਣ ਦੇ ਸਾਧਨਾਂ ਬਾਰੇ।
   — ਮੁਦਰਾ (ਕਰੰਸੀ) ਬਾਰੇ।
   — ਤੁਸੀਂ ਆਪਣੇ ਮਿੱਤਰ/ਸਹੇਲੀ ਨੂੰ ਪੰਜਾਬ ਜਾਣ ਬਾਰੇ ਕੀ ਸਲਾਹ ਦਿਓਗੇ ਅਤੇ ਕਿਉਂ ?
   — ਕੋਈ ਹੋਰ ਗੱਲ।

Aspects of Life/Culture of Foreign Countries

1. ਤੁਸੀਂ ਪੰਜਾਬ ਵਿੱਚ ਛੁੱਟੀਆਂ ਕੱਟ ਕੇ ਆਏ ਹੋ। ਆਪਣੇ ਚਾਚਾ ਜੀ ਨੂੰ ਜੋ ਲੰਡਨ ਰਹਿੰਦੇ ਹਨ, ਇੱਕ ਚਿੱਠੀ ਲਿਖੋ। ਚਿੱਠੀ ਵਿੱਚ ਤੁਸੀਂ ਹੇਠ ਲਿਖੀਆਂ ਗੱਲਾਂ ਬਾਰੇ ਲਿਖ ਸਕਦੇ ਹੋ।

   — ਤੁਸੀਂ ਪੰਜਾਬ ਵਿੱਚ ਕਦੋਂ ਅਤੇ ਕਿਉਂ ਗਏ।
   — ਪੰਜਾਬ ਅਤੇ ਇੰਗਲੈਂਡ ਦੇ ਲੋਕਾਂ ਦੀ ਜ਼ਿੰਦਗੀ ਵਿੱਚ ਫ਼ਰਕ।
   — ਪੰਜਾਬ ਅਤੇ ਇੰਗਲੈਂਡ ਦੀ ਧਰਤੀ ਵਿੱਚ ਫ਼ਰਕ।
   — ਪੰਜਾਬ ਅਤੇ ਇੰਗਲੈਂਡ ਦੇ ਮੌਸਮ ਵਿੱਚ ਫ਼ਰਕ।
   — ਪੰਜਾਬ ਅਤੇ ਇੰਗਲੈਂਡ ਦੇ ਲੋਕਾਂ ਦੀਆਂ ਰੀਤਾਂ ਰਿਵਾਜਾਂ ਅਤੇ ਭਾਸ਼ਾਵਾਂ ਵਿੱਚ ਫ਼ਰਕ।

The Developing World

1. ਤੁਸੀਂ ਪੰਜਾਬ ਵਿੱਚ ਛੁੱਟੀਆਂ 'ਤੇ ਹੋ। ਆਪਣੇ ਮਾਤਾ-ਪਿਤਾ ਜੀ ਨੂੰ, ਜੋ ਇੰਗਲੈਂਡ ਵਿੱਚ ਰਹਿੰਦੇ ਹਨ, ਇੱਕ ਚਿੱਠੀ ਲਿਖੋ। ਇਸ ਚਿੱਠੀ ਵਿੱਚ ਤੁਸੀਂ ਹੇਠ ਲਿਖੀਆਂ ਗੱਲਾਂ ਬਾਰੇ ਲਿਖ ਸਕਦੇ ਹੋ।

—ਪੰਜਾਬ ਵਿੱਚ ਅਮੀਰ ਅਤੇ ਗ਼ਰੀਬ ਲੋਕਾਂ ਦੀ ਜ਼ਿੰਦਗੀ ਬਾਰੇ।
—ਕੁਦਰਤੀ ਤਬਾਹੀ ਬਾਰੇ ਜਿਵੇਂ ਗੁਜਰਾਤ ਵਿੱਚ ਭੂਚਾਲ।
—ਕੁਦਰਤੀ ਤਬਾਹੀ ਬਾਰੇ ਰਾਸ਼ਟਰੀ ਅਤੇ ਅੰਤਰ-ਰਾਸ਼ਟਰੀ ਸਹਾਇਤਾ।
—ਇੰਗਲੈਂਡ ਅਤੇ ਪੰਜਾਬ ਦੇ ਲੋਕਾਂ ਦੇ ਰਹਿਣ-ਸਹਿਣ ਦੇ ਸਟੈਂਡਰਡ ਬਾਰੇ ਤੁਹਾਡੇ ਵਿਚਾਰ।
—ਕੋਈ ਹੋਰ ਗੱਲ।

2. ਆਪਣੇ ਸਕੂਲ ਦੇ ਰਸਾਲੇ ਲਈ ਇੱਕ ਆਰਟੀਕਲ ਲਿਖੋ, ਜਿਸ ਵਿੱਚ ਤੁਸੀਂ ਹੇਠ ਲਿਖੀਆਂ ਗੱਲਾਂ ਬਾਰੇ ਲਿਖ ਸਕਦੇ ਹੋ।

—ਉੱਨਤ ਦੇਸ਼ਾਂ ਦੀ ਤਰੱਕੀ ਕਰਨ ਦੇ ਕਾਰਨ।
—ਘੱਟ ਉੱਨਤ ਦੇਸ਼ਾਂ ਦੀ ਘੱਟ ਉੱਨਤੀ ਦੇ ਕਾਰਨ।
—ਉੱਨਤ ਅਤੇ ਘੱਟ ਉੱਨਤ ਦੇਸ਼ਾਂ ਦੇ ਜੀਵਨ ਮਿਆਰ ਵਿੱਚ ਅੰਤਰ।
—ਉੱਨਤ ਅਤੇ ਘੱਟ ਉੱਨਤ ਦੇਸ਼ਾਂ ਦੇ ਪਾੜੇ ਨੂੰ ਦੂਰ ਕਰਨ ਲਈ ਤੁਹਾਡੇ ਸੁਝਾਅ।
—ਕੋਈ ਹੋਰ ਗੱਲ।

Chapter 6

This chapter contains 17 exercises of translation from Panjabi into English and ten exercises of letter writing for further practice. Some difficult items of vocabulary have also been given in English at the end of each translation exercise for the help of students.

ਹੇਠ ਲਿਖੀਆਂ ਵਾਰਤਾਵਾਂ ਦਾ ਅੰਗਰੇਜ਼ੀ ਵਿੱਚ ਉਲਥਾ ਕਰੋ।

1. ਬਰਤਾਨੀਆ ਦੀਆਂ ਜੇਲ੍ਹਾਂ[1] ਵਿੱਚ ਕੈਦੀਆਂ[2] ਦੀ ਭੀੜ ਏਨੀ ਵਧ ਗਈ ਹੈ ਕਿ ਗ੍ਰਹਿ ਸਕੱਤਰ[3] ਨੂੰ ਹੁਣ ਇਹ ਸੋਚਣਾ ਪੈ ਗਿਆ ਹੈ ਕਿ ਨਿੱਕੇ ਮੋਟੇ ਜੁਰਮਾਂ[4] ਲਈ ਕੈਦ ਦੀ ਸਜ਼ਾ ਨਾ ਦਿੱਤੀ ਜਾਵੇ, ਪਰ ਜੁਰਮਾਨੇ[5] ਵਧਾ ਦਿੱਤੇ ਜਾਣ। ਇਸ ਮੰਤਵ[6] ਲਈ ਗ੍ਰਹਿ ਵਿਭਾਗ[7] ਸੋਚ ਰਿਹਾ ਹੈ ਕਿ ਸ਼ਰਾਬ ਪੀ ਕੇ ਖਰੂਦ ਕਰਨ ਵਾਲਿਆਂ ਨੂੰ ਹੁਣ ਜੇਲ੍ਹ ਨਾ ਭੇਜਿਆ ਜਾਵੇ, ਸਗੋਂ ਉਨ੍ਹਾਂ ਦੇ ਜੁਰਮਾਨੇ ਵਧਾ ਦਿੱਤੇ ਜਾਣ। ਜੁਰਮਾਨੇ ਨਾ ਅਦਾ ਨਾ ਕਰ ਸਕਣ ਦੀ ਹਾਲਤ ਵਿੱਚ ਵੀ ਸ਼ਰਾਬੀਆਂ ਨੂੰ ਹੁਣ ਬਰਤਾਨੀਆ ਸਰਕਾਰ ਬਹੁਤੀ ਦੇਰ ਜੇਲ੍ਹਾਂ ਵਿੱਚ ਨਹੀਂ ਰੱਖ ਸਕੇਗੀ। ਸਰਕਾਰ ਇਹ ਸਾਰੇ ਸੁਝਾਅ[8] ਆਪਣੇ ਕਰਿਮੀਨਲ ਲਾਅ ਬਿੱਲ ਵਿੱਚ ਸ਼ਾਮਲ ਕਰ ਰਹੀ ਹੈ।

1. Prisons   3. Home Secretary   5. Fines   7. Home Office

2. Prisoners   4. Crimes   6. Purpose   8. Suggestions

2. ਐਤਵਾਰ ਦਾ ਦਿਨ ਸੀ, ਸੰਜਮ ਸਵੇਰੇ ਹੀ ਬਿਸਤਰੇ ਤੋਂ ਉਠ ਬੈਠੀ ਅਤੇ ਆਪਣੇ ਪਿਤਾ ਜੀ ਪਾਸ ਜਾ ਕੇ ਆਖਣ ਲੱਗੀ, ਪਿਤਾ ਜੀ! ਤੁਸੀਂ ਕਿਹਾ ਸੀ ਕਿ ਐਤਵਾਰ ਨੂੰ ਸਿਨਮਾ ਲੈ ਚਲੋਗੇ, ਸੋ ਅੱਜ ਲੈ ਚਲੋ। ਅੱਜ-ਕੱਲ੍ਹ ਜੋਤੀ ਸਿਨਮੇ ਵਿੱਚ ਅਸ਼ੋਕਾ ਫ਼ਿਲਮ ਲੱਗੀ ਹੋਈ ਹੈ। ਸੁਣਿਆ ਹੈ ਕਿ ਇਹ ਫ਼ਿਲਮ ਬਹੁਤ ਚੰਗੀ ਹੈ ਅਤੇ ਮੇਰਾ ਫ਼ਿਲਮ ਦੇਖਣ ਨੂੰ ਜੀਅ ਬਹੁਤ ਕਰਦਾ ਹੈ।

ਪਿਤਾ ਨੇ ਕਿਹਾ ਕਿ ਚੰਗਾ! ਅੱਜ ਦੁਪਹਿਰ ਦਾ ਖਾਣਾ ਖਾਣ ਤੋਂ ਬਾਅਦ 2 ਤੋਂ 5 ਵਜੇ ਵਾਲੇ ਸ਼ੋ 'ਤੇ ਚੱਲਾਂਗੇ। ਸੰਜਮ ਇਹ ਸੁਣ ਕੇ ਬਹੁਤ ਖ਼ੁਸ਼ ਹੋਈ। ਉਹਨਾਂ ਨੇ ਇੱਕ ਵਜੇ ਦੁਪਹਿਰ ਦਾ ਖਾਣਾ ਖਾਧਾ ਅਤੇ ਡੇਢ ਵਜੇ ਸਿਨਮਾ ਦੇਖਣ ਲਈ ਚੱਲ ਪਏ।

3. ਇੱਕ ਵਾਰੀ ਇੱਕ ਕੁੱਤੇ ਨੂੰ ਬਹੁਤ ਭੁੱਖ[1] ਲੱਗੀ ਸੀ। ਬੜੀ ਕੋਸ਼ਿਸ਼ ਤੋਂ ਬਾਅਦ ਉਸ ਨੂੰ ਇੱਕ ਰੋਟੀ ਦਾ ਟੁਕੜਾ ਮਿਲਿਆ। ਉਹ ਰੋਟੀ ਖਾਣ ਵਾਸਤੇ ਕਿਸੇ ਸੁਰੱਖਿਅਤ[2] ਥਾਂ ਵੱਲ ਚੱਲਿਆ। ਰਸਤੇ ਵਿੱਚ ਉਸ ਨੂੰ ਇੱਕ ਦਰਿਆ ਦੇ ਪੁਲ ਉੱਤੋਂ ਦੀ ਜਾਣਾ ਪਿਆ। ਜਦੋਂ ਉਹ ਪੁਲ 'ਤੇ ਜਾ ਰਿਹਾ ਸੀ ਤਾਂ ਅਚਾਨਕ ਹੀ ਉਸ ਨੇ ਥੱਲੇ ਪਾਣੀ ਵੱਲ ਝਾਕਿਆ। ਉਸ ਨੂੰ ਪਾਣੀ ਵਿੱਚ ਆਪਣਾ ਪਰਛਾਵਾਂ[3] ਦਿਖਾਈ ਦਿੱਤਾ। ਉਸ ਨੇ ਸਮਝਿਆ ਕਿ ਉਹ ਕੋਈ ਹੋਰ ਕੁੱਤਾ ਹੈ। ਇਸ ਕੁੱਤੇ ਨੇ ਦੂਸਰੇ ਕੁੱਤੇ ਦੀ ਰੋਟੀ ਖੋਹਣੀ ਚਾਹੀ। ਉਹ ਆਪਣੇ ਪਰਛਾਵੇਂ 'ਤੇ ਭੌਂਕਣ[4] ਲੱਗ ਪਿਆ। ਜਦੋਂ ਹੀ ਉਸ ਨੇ ਆਪਣਾ ਮੂੰਹ ਖੋਲ੍ਹਿਆ, ਉਸ ਦੀ ਆਪਣੀ ਰੋਟੀ ਪਾਣੀ ਵਿੱਚ ਡਿੱਗ ਪਈ। ਹੁਣ ਕੁੱਤੇ ਨੂੰ ਭੁੱਖਾ ਰਹਿਣਾ ਪਿਆ ਤੇ ਆਪਣੇ ਲਾਲਚ[5] ਕਾਰਣ ਪਛਤਾਉਣਾ[6] ਪਿਆ।

1. Hungry	3. Reflection	5. Greed
2. Safe	4. Bark	6. Repent

4. ਗੁੱਸੇ ਵਿੱਚ ਆਏ ਬਾਂਦਰਾਂ ਦੇ ਇੱਕ ਦਲ ਨੇ ਤਦ ਤਕ ਚੈਨ ਨਾ ਲਿਆ[1], ਜਦ ਤਕ ਕਿ ਉਨ੍ਹਾਂ ਆਪਣੇ ਇੱਕ ਸਾਥੀ ਨੂੰ ਫੱਟੜ ਕਰਨ ਵਾਲੀ ਇੱਕ ਗਿੱਧ[2] ਨੂੰ ਜਾਨੋਂ ਮਾਰ ਕੇ ਬਦਲਾ ਨਹੀਂ ਲੈ ਲਿਆ[3]। ਸ਼ਹਿਰ ਦੇ ਇੱਕ ਮਕਾਨ ਦੀ ਛੱਤ 'ਤੇ ਬੈਠੇ ਇੱਕ ਬਾਂਦਰ ਨੂੰ ਗਿੱਧ ਨੇ ਚੁੰਝ ਮਾਰ ਕੇ ਜ਼ਖ਼ਮੀ[4] ਕਰ ਦਿੱਤਾ ਅਤੇ ਉੱਡ ਕੇ ਪਿੱਪਲ ਦੇ ਰੁੱਖ[5] 'ਤੇ ਜਾ ਬੈਠੀ। ਫੱਟੜ ਬਾਂਦਰ ਨੇ ਚੀਕਣਾ[6] ਸ਼ੁਰੂ ਕਰ ਦਿੱਤਾ ਅਤੇ ਉਸ ਦੀ ਚੀਕ ਨੂੰ ਸੁਣ ਕੇ ਬਾਂਦਰ ਇਕੱਠੇ ਹੋ ਗਏ। ਕੁਝ ਬਾਂਦਰ ਰੁੱਖ 'ਤੇ ਜਾ ਚੜ੍ਹੇ ਅਤੇ ਗਿੱਧ ਨੂੰ ਫੜ ਕੇ ਥੱਲੇ ਡੇਗ ਦਿੱਤਾ। ਇੱਕ ਬਾਂਦਰ ਗਿੱਧ ਦੇ ਪਿੱਛੇ ਪਿੱਛੇ ਰੁੱਖ ਤੋਂ ਹੇਠਾਂ ਕੁੱਦ ਪਿਆ ਅਤੇ ਉਸ ਨੇ ਗਿੱਧ ਨੂੰ ਜਾਨੋਂ ਮਾਰ ਕੇ ਹੀ ਦਮ ਲਿਆ। ਬਾਂਦਰਾਂ ਅਤੇ ਗਿੱਧ ਦੀ ਇਸ ਲੜਾਈ ਨੂੰ ਸੈਂਕੜੇ ਵਿਅਕਤੀ ਵੇਖਦੇ ਰਹੇ।

1. Didn't take rest	3. Took revenge	5. Tree
2. Eagle	4. Wounded	6. Began to cry

ਹਰੇਕ ਸੁਤੰਤਰ[1] ਦੇਸ਼ ਦਾ ਆਪਣਾ ਝੰਡਾ[2] ਹੁੰਦਾ ਹੈ। ਭਾਰਤ ਦਾ ਝੰਡਾ ਸਾਡੀ ਸੁਤੰਤਰਤਾ ਦੀ ਨਿਸ਼ਾਨੀ[3] ਹੈ। ਪੰਡਤ ਜਵਾਹਰ ਲਾਲ ਨਹਿਰੂ ਇਸ ਨੂੰ ਕੇਵਲ ਭਾਰਤ ਦੀ ਸੁਤੰਤਰਤਾ ਦੀ ਨਿਸ਼ਾਨੀ ਹੀ ਨਹੀਂ, ਬਲਕਿ ਸਾਰੀ ਦੁਨੀਆਂ ਦੇ ਲੋਕਾਂ ਦੀ ਸੁਤੰਤਰਤਾ ਦੀ ਨਿਸ਼ਾਨੀ ਕਹਿੰਦੇ ਸਨ। ਜਿੱਥੇ ਕਿਤੇ ਵੀ ਇਹ ਝੰਡਾ ਜਾਵੇਗਾ, ਇੱਕ ਸੁਨੇਹਾ[4] ਲੈ ਕੇ ਜਾਵੇਗਾ ਕਿ ਭਾਰਤ ਦੁਨੀਆਂ ਦੇ ਦੂਜੇ ਦੇਸ਼ਾਂ ਨਾਲ ਮਿੱਤਰਤਾ[5] ਚਾਹੁੰਦਾ ਹੈ।

ਭਾਰਤ ਦੇ ਝੰਡੇ ਦੇ ਤਿੰਨ ਰੰਗ ਹਨ। ਸਭ ਤੋਂ ਉੱਤੇ ਗੂੜ੍ਹਾ ਕੇਸਰੀ[6], ਦਰਮਿਆਨ[7] ਵਿੱਚ ਚਿੱਟਾ ਅਤੇ ਸਭ ਤੋਂ ਥੱਲੇ ਗੂੜ੍ਹਾ ਹਰਾ ਰੰਗ ਹੈ। ਝੰਡੇ ਦੀ ਲੰਬਾਈ ਅਤੇ ਚੌੜਾਈ ਵਿੱਚ 3 ਅਤੇ 2 ਦਾ ਅਨੁਪਾਤ[8] ਹੈ। ਚਿੱਟੇ ਰੰਗ ਦੇ ਭਾਗ ਦੇ ਠੀਕ ਵਿਚਕਾਰ ਇੱਕ ਚੱਕਰ[9] ਹੈ, ਜਿਸ ਨੂੰ ਅਸ਼ੋਕ ਚੱਕਰ ਕਹਿੰਦੇ ਹਨ। ਕੇਸਰੀ ਰੰਗ ਦਾ ਅਰਥ ਹੈ ਕਿ ਸਾਡਾ ਦੇਸ਼ ਬਲਵਾਨ ਬਣੇ। ਸਫ਼ੈਦ ਰੰਗ ਦਾ ਅਰਥ ਹੈ ਕਿ ਅਸੀਂ ਸੱਚਾਈ 'ਤੇ ਚੱਲੀਏ। ਅਸ਼ੋਕ ਚੱਕਰ ਮਹਾਰਾਜਾ ਅਸ਼ੋਕ ਦੇ ਸਮੇਂ ਦੀ ਯਾਦ ਦਿਲਾਉਂਦਾ ਹੈ।

1. Free	4. Message	7. Middle
2. Flag	5. Friendship	8. Ratio
3. Symbol	6. Deep-Saffron	9. Wheel

ਕੌਣ ਨਹੀਂ ਜਾਣਦਾ ਕਿ ਅੱਜ-ਕੱਲ੍ਹ ਸਕੂਲਾਂ, ਕਾਲਜਾਂ ਅਤੇ ਯੂਨੀਵਰਸਿਟੀਆਂ ਵਿੱਚ ਫ਼ੈਸ਼ਨ ਦਾ ਰਿਵਾਜ ਬਹੁਤ ਵਧ ਰਿਹਾ ਹੈ। ਵਿਦਿਆਰਥੀ ਸਿਨਮੇ ਦੇ ਐਕਟਰਾਂ ਦੀ ਨਕਲ[1] ਕਰਨ ਲੱਗ ਪਏ ਹਨ। ਉਨ੍ਹਾਂ ਵਿੱਚੋਂ ਬਹੁਤ ਸਾਰੇ ਤਾਂ ਚਮਕੀਲੇ[2] ਅਤੇ ਭੜਕੀਲੇ[3] ਕੱਪੜੇ ਵੀ ਪਾਉਣ ਲੱਗ ਪਏ ਹਨ। ਉਨ੍ਹਾਂ ਦਾ ਪੜ੍ਹਾਈ ਵਿੱਚ ਧਿਆਨ ਘਟਦਾ ਜਾ ਰਿਹਾ ਹੈ ਅਤੇ ਫ਼ੈਸ਼ਨ ਵੱਲ ਵਧਦਾ ਜਾ ਰਿਹਾ ਹੈ। ਵਿਦਿਆਰਥੀਆਂ ਦਾ ਮੁੱਖ[4] ਉਦੇਸ਼[5] ਤਾਂ ਪੜ੍ਹਾਈ ਕਰਨਾ ਹੈ ਅਤੇ ਉਨ੍ਹਾਂ ਨੂੰ ਸਾਫ਼-ਸੁਥਰੇ ਕੱਪੜੇ ਪਾ ਕੇ ਆਉਣਾ ਚਾਹੀਦਾ ਹੈ। ਉਨ੍ਹਾਂ ਨੂੰ ਐਵੇਂ ਫ਼ੈਸ਼ਨਾਂ ਵੱਲ ਧਿਆਨ ਨਹੀਂ ਦੇਣਾ ਚਾਹੀਦਾ, ਬਲਕਿ ਆਪਣਾ ਮਨ[6] ਪੜ੍ਹਾਈ ਵਿੱਚ ਲਗਾਈ ਰੱਖਣਾ ਚਾਹੀਦਾ ਹੈ ਤਾਂ ਕਿ ਉਹ ਚੰਗੇ ਗ੍ਰੇਡਾਂ ਵਿੱਚ ਪਾਸ ਹੋ ਜਾਣ। ਆਮ ਤੌਰ 'ਤੇ ਦੇਖਿਆ ਗਿਆ ਹੈ ਕਿ ਜਿਹੜੇ ਵਿਦਿਆਰਥੀ ਫ਼ੈਸ਼ਨ ਵੱਲ ਵੱਧ ਧਿਆਨ ਦਿੰਦੇ ਹਨ ਅਤੇ ਆਪਣੀ ਪੜ੍ਹਾਈ ਦੀ ਕੋਈ ਪ੍ਰਵਾਹ ਨਹੀਂ ਕਰਦੇ, ਫ਼ੇਲ੍ਹ ਹੋ ਜਾਂਦੇ ਹਨ। ਅੰਤ ਵਿੱਚ ਐਸੇ ਵਿਦਿਆਰਥੀ ਪਛਤਾਉਂਦੇ ਹਨ।

1. Copy	3. Dazzling	5. Aim
2. Shining	4. Main	6. Mind

7. ਦੋ ਕੁ ਹਫ਼ਤੇ ਦੀ ਗੱਲ ਹੈ ਕਿ ਚਾਰ ਵਿਅਕਤੀ ਜਿਨ੍ਹਾਂ ਨਾਲ ਦੋ ਔਰਤਾਂ ਵੀ ਸਨ; ਹੀਥਰੋ ਹਵਾਈ ਅੱਡੇ[1] 'ਤੇ ਪਹੁੰਚੇ। ਉਹ ਬੰਬਈ ਤੋਂ ਏਅਰ ਇੰਡੀਆ ਰਾਹੀਂ ਸਫ਼ਰ ਕਰ ਰਹੇ ਸਨ। ਕਸਟਮ ਅਫ਼ਸਰਾਂ ਨੂੰ ਸ਼ੱਕ ਪੈ ਗਿਆ ਕਿ ਉਹ ਸਮਗਲਰ ਹਨ। ਉਨ੍ਹਾਂ ਦੀ ਤਲਾਸ਼ੀ[2] ਲਈ ਗਈ ਤੇ ਉਨ੍ਹਾਂ ਦੇ ਸੂਟਕੇਸਾਂ ਵਿੱਚੋਂ 10 ਕਿਲੋਗਰਾਮ ਅਫ਼ੀਮ ਬਰਾਮਦ ਕੀਤੀ ਗਈ। ਜਿਸ ਦੀ ਕੀਮਤ ਬਲੈਕ ਮਾਰਕੀਟ ਵਿੱਚ ਕੋਈ 50 ਹਜ਼ਾਰ ਪੌਂਡ ਦੇ ਲਗਭਗ ਹੈ। ਪੁਲੀਸ ਅਤੇ ਕਸਟਮ ਅਧਿਕਾਰੀਆਂ[3] ਨੇ ਜਦੋਂ ਇਨ੍ਹਾਂ ਵਿਅਕਤੀਆਂ ਤੋਂ ਵਧੇਰੇ ਪੁੱਛ-ਗਿੱਛ ਕੀਤੀ ਤਾਂ ਪਤਾ ਲੱਗਿਆ ਕਿ ਬਰਤਾਨੀਆ ਦੇ ਦੋ ਅੰਗਰੇਜ਼ ਵੀ ਇਸ ਸਮਗਲਿੰਗ ਦੇ ਸਕੈਂਡਲ ਨਾਲ ਸੰਬੰਧ ਰੱਖਦੇ[4] ਹਨ। ਇਸ ਸਕੈਂਡਲ ਦਾ ਹੋਰ ਵੀ ਪਤਾ ਲਗਾਉਣ ਲਈ ਪੁਲੀਸ ਦੀ ਪੁੱਛ-ਗਿੱਛ ਅਜੇ ਵੀ ਜਾਰੀ ਹੈ।

1. Airport
2. Searched
3. Officials
4. Connected

8. ਮੈਂ ਬਰਮਿੰਘਮ ਯੂਨੀਵਰਸਿਟੀ ਵਿੱਚ ਪੜ੍ਹਦਾ ਸਾਂ ਅਤੇ ਯੂਨੀਵਰਸਿਟੀ ਦੇ ਹੋਸਟਲ ਵਿੱਚ ਹੀ ਰਹਿੰਦਾ ਸਾਂ। ਮੇਰੇ ਨਾਲ ਵਾਲੇ ਕਮਰੇ ਵਿੱਚ ਇੱਕ ਹੋਰ ਮੁੰਡਾ, ਜਿਸ ਦਾ ਨਾਂ ਹਰਬੰਸ ਹੈ, ਰਹਿੰਦਾ ਸੀ। ਥੋੜ੍ਹੇ ਸਮੇਂ ਬਾਅਦ ਹੀ ਅਸੀਂ ਗੂੜ੍ਹੇ[1] ਮਿੱਤਰ ਬਣ ਗਏ ਸੀ। ਅਸੀਂ ਬੜੇ ਪਿਆਰ ਨਾਲ ਇਕੱਠੇ ਹੀ ਰਹਿੰਦੇ ਸਾਂ। ਇਕੱਠੇ ਹੀ ਖਾਣਾ ਖਾਣ ਜਾਂਦੇ ਸਾਂ। ਇਕੱਠੇ ਹੀ ਸਵੇਰੇ ਸੈਰ ਨੂੰ ਜਾਇਆ ਕਰਦੇ ਸਾਂ। 10 ਮਾਰਚ ਦਾ ਦਿਨ ਸੀ। ਇਸ ਦਿਨ ਸਨਿੱਚਰਵਾਰ ਸੀ ਅਤੇ ਯੂਨੀਵਰਸਿਟੀ ਬੰਦ ਸੀ। ਦਿਨ ਬਹੁਤ ਹੀ ਸੋਹਣਾ ਸੀ ਅਤੇ ਧੁੱਪ ਨਿਕਲੀ ਹੋਈ ਸੀ। ਪਰ ਠੰਢੀ ਹਵਾ ਚੱਲ ਰਹੀ ਸੀ। ਅਸੀਂ ਇੰਡੀਅਨ ਫ਼ਿਲਮ ਦੇਖਣ ਦਾ ਫ਼ੈਸਲਾ ਕੀਤਾ। ਸਿਨਮਾ ਯੂਨੀਵਰਸਿਟੀ ਤੋਂ ਕੋਈ ਖ਼ਾਸ ਦੂਰ ਨਹੀਂ ਸੀ। ਸੋ, ਅਸੀਂ ਦੁਪਹਿਰ ਦਾ ਖਾਣਾ[2] ਖਾ ਕੇ ਪੈਦਲ ਹੀ ਚੱਲ ਪਏ ਸਾਂ। ਫ਼ਿਲਮ ਦੇਖ ਕੇ ਬੜਾ ਹੀ ਮਜ਼ਾ ਆਇਆ।

1. Fast
2. Lunch

9. ਇੱਕ ਦਿਨ ਇੱਕ ਅੰਨ੍ਹਾ[1] ਬੁੱਢਾ ਆਦਮੀ ਸੜਕ ਦੇ ਇੱਕ ਪਾਸੇ ਖੜ੍ਹਾ ਸੀ। ਉਹ ਸੜਕ ਦੇ ਦੂਜੇ ਪਾਸੇ ਜਾਣਾ ਚਾਹੁੰਦਾ ਸੀ। ਮੌਸਮ[2] ਬਹੁਤ ਖ਼ਰਾਬ ਸੀ। ਬੂੰਦਾ ਬਾਂਦੀ[3] ਹੋ ਰਹੀ ਸੀ। ਥੋੜ੍ਹੀ ਦੇਰ ਪਹਿਲਾਂ ਹੀ ਬਰਫ਼ ਪੈਣੀ ਬੰਦ ਹੋਈ ਸੀ। ਬੁੱਢਾ ਠੰਡ ਨਾਲ ਕੰਬ ਰਿਹਾ ਸੀ[4]। ਲੋਕੀਂ ਬੁੱਢੇ ਦੇ ਕੋਲੋਂ ਦੀ ਚੁੱਪ ਚਾਪ ਲੰਘ ਜਾਂਦੇ ਸਨ ਅਤੇ ਕੋਈ ਵੀ ਉਸ ਨੂੰ ਪੁੱਛਦਾ ਨਹੀਂ ਸੀ ਕਿ ਉਹ ਕਿਉਂ ਉੱਥੇ ਖੜ੍ਹਾ ਹੈ। ਉਹ ਚਾਹੁੰਦਾ ਸੀ ਕਿ ਕੋਈ ਉਸ ਦੀ ਸੜਕ ਪਾਰ ਕਰਨ ਵਿੱਚ ਸਹਾਇਤਾ ਕਰੇ। ਲਾਗੇ ਹੀ ਇੱਕ ਹਸਪਤਾਲ ਸੀ। ਥੋੜ੍ਹੀ ਦੇਰ ਬਾਅਦ ਇੱਕ ਨਰਸਾਂ ਦਾ ਗਰੁੱਪ ਆਇਆ। ਸਾਰੀਆਂ ਨਰਸਾਂ ਬੁੱਢੇ ਦੇ ਕੋਲੋਂ ਲੰਘ ਗਈਆਂ, ਪਰ ਇੱਕ ਨਰਸ ਨੇ ਬੁੱਢੇ ਵੱਲ ਦੇਖਿਆ ਕਿ ਇਹ ਬੁੱਢਾ ਤਾਂ ਅੰਨ੍ਹਾ ਹੈ। ਉਹ ਬੁੱਢੇ ਕੋਲ ਗਈ ਅਤੇ ਉਸ ਨੂੰ ਪੁੱਛਿਆ ਕਿ ਉਹ ਕੀ ਚਾਹੁੰਦਾ ਹੈ। ਬੁੱਢੇ ਨੇ ਦੱਸਿਆ ਕਿ ਉਹ ਸੜਕ ਪਾਰ ਕਰਨੀ ਚਾਹੁੰਦਾ ਹੈ। ਨਰਸ ਨੇ ਬੁੱਢੇ ਦੀ ਸੜਕ ਪਾਰ ਕਰਨ ਵਿੱਚ ਸਹਾਇਤਾ ਕੀਤੀ। ਉਹ ਸੜਕ ਪਾਰ ਕਰ ਕੇ ਬਹੁਤ ਖ਼ੁਸ਼ ਹੋਇਆ ਅਤੇ ਉਸ ਨੇ ਨਰਸ ਦਾ ਧੰਨਵਾਦ[5] ਕੀਤਾ।

1. Blind
2. Weather
3. Drizzling
4. Shivering
5. Thanked

10. ਜਦੋਂ ਬਾਬਰ ਭਾਰਤ ਵਿੱਚ ਆਇਆ ਤਾਂ ਉਸ ਵੇਲੇ ਗੁਰੂ ਨਾਨਕ ਦੇਵ ਜੀ ਪੰਜਾਬ ਵਿੱਚ ਰਹਿੰਦੇ ਸਨ। ਗੁਰੂ ਨਾਨਕ ਦੇਵ ਜੀ ਦੇ ਵਿਚਾਰ ਅਨੁਸਾਰ ਜਾਤ ਪਾਤ ਦੀ ਪ੍ਰਣਾਲੀ[1] ਗ਼ਲਤ ਹੈ। ਸਾਰੇ ਲੋਕ ਭਾਵੇਂ ਉਹ ਬ੍ਰਾਹਮਣ ਹੋਣ ਜਾਂ ਸ਼ੂਦਰ, ਹਿੰਦੂ ਹੋਣ ਜਾਂ ਮੁਸਲਮਾਨ, ਕਾਲੇ ਹੋਣ ਜਾਂ ਗੋਰੇ, ਪਰਮਾਤਮਾ ਦੀਆਂ ਨਜ਼ਰਾਂ ਵਿੱਚ[2] ਸਮਾਨ[3] ਹਨ। ਬਹੁਤ ਸਾਰੇ ਲੋਕਾਂ ਨੇ ਗੁਰੂ ਨਾਨਕ ਦੇਵ ਜੀ ਦੇ ਇਨ੍ਹਾਂ ਵਿਚਾਰਾਂ[4] ਨੂੰ ਸਲਾਹਿਆ[5] ਅਤੇ ਉਨ੍ਹਾਂ ਨੂੰ ਗੁਰੂ ਕਹਿਣ ਲੱਗ ਪਏ। ਜਦੋਂ ਗੁਰੂ ਨਾਨਕ ਦੇਵ ਜੀ ਨੇ ਦੇਖਿਆ ਕਿ ਉਨ੍ਹਾਂ ਦੇ ਮਰਨ ਦਾ ਸਮਾਂ ਨੇੜੇ ਆ ਗਿਆ ਹੈ ਤਾਂ ਉਨ੍ਹਾਂ ਨੇ ਆਪਣੇ ਦੋਹਾਂ ਮੁੰਡਿਆਂ ਵਿੱਚੋਂ ਕਿਸੇ ਨੂੰ ਵੀ ਗੁਰੂ ਨਹੀਂ ਬਣਾਇਆ, ਬਲਕਿ ਉਨ੍ਹਾਂ ਨੇ ਇੱਕ ਤਾਬੇਦਾਰ[6] ਚੇਲੇ[7] ਨੂੰ ਕੰਮ ਚਲਾਉਣ ਲਈ ਆਪਣਾ ਜਾਨਸ਼ੀਨ[8] ਚੁਣਿਆ। ਸਿੱਖਾਂ ਦੇ ਦਸ ਗੁਰੂ ਸਨ। ਗੁਰੂ ਨਾਨਕ ਦੇਵ ਜੀ ਪਹਿਲੇ ਅਤੇ ਗੁਰੂ ਗੋਬਿੰਦ ਸਿੰਘ ਜੀ ਦਸਵੇਂ ਅਤੇ ਆਖ਼ਰੀ ਗੁਰੂ ਸਨ।

1. Caste system
2. In the eyes of God
3. Equal
4. Thoughts
5. Praised
6. Faithful
7. Disciple
8. Successor

11. ਪਰਤਾਪ ਸਿੰਘ ਅੱਜ-ਕੱਲ੍ਹ ਪੈਨਸ਼ਨ 'ਤੇ ਹੈ। ਨੌਕਰੀ ਤੋਂ ਰੀਟਾਇਰ ਹੋਣ ਤੋਂ ਬਾਅਦ ਉਹ ਮੁੜ ਆਪਣੇ ਪਿੰਡ ਚਲਾ ਗਿਆ। ਬਥੇਰਿਆਂ ਨੇ ਉਸ ਨੂੰ ਸ਼ਹਿਰ ਵਿੱਚ ਹੀ ਵਸ ਜਾਣ ਦੀ ਸਲਾਹ ਦਿੱਤੀ, ਪਰ ਪਰਤਾਪ ਸਿੰਘ ਇਹੀ ਉੱਤਰ ਦਿੰਦਾ ਕਿ ਮੈਂ ਪਿੰਡ ਵਿੱਚ ਹੀ ਜੰਮਿਆ ਸਾਂ ਤੇ ਆਪਣੇ ਬਾਕੀ ਰਹਿੰਦੇ ਦਿਨ ਵੀ ਪਿੰਡ ਵਿੱਚ ਹੀ ਬਿਤਾਵਾਂਗਾ। ਜੇ ਸਾਰੇ ਪੜ੍ਹੇ ਲਿਖੇ ਲੋਕੀਂ ਸ਼ਹਿਰਾਂ ਵਿੱਚ ਜਾ ਵੱਸਣ ਤਾਂ ਪਿੰਡਾਂ ਦਾ ਕੀ ਬਣੇਗਾ। ਇਨ੍ਹਾਂ ਦੀ ਦੇਖਭਾਲ[1] ਕੌਣ ਕਰੇਗਾ ? ਮੇਰੇ ਆਪਣੇ ਪਿੰਡ ਵਿੱਚ ਬਹੁਤ ਕੁਝ ਕਰਨ ਵਾਲਾ ਹੈ। ਪਰਤਾਪ ਸਿੰਘ ਦੇ ਪਿੰਡ ਦਾ ਨਾਂ ਮਹਿੰਦਪੁਰ ਹੈ। ਇਹ ਪਿੰਡ ਨਾ ਬਹੁਤ ਵੱਡਾ ਹੈ ਤੇ ਨਾ ਹੀ ਛੋਟਾ ਹੈ। ਇਹ ਹੁਸ਼ਿਆਰਪੁਰ ਤੋਂ ਚੰਡੀਗੜ੍ਹ ਜਾਣ ਵਾਲੀ ਸੜਕ 'ਤੇ ਸਥਿਤ[2] ਹੈ। ਇਸ ਪਿੰਡ ਵਿੱਚ ਇੱਕ ਪ੍ਰਾਇਮਰੀ ਸਕੂਲ ਹੈ, ਇੱਕ ਹਾਈ ਸਕੂਲ, ਇੱਕ ਡਾਕਘਰ[3] ਅਤੇ ਇੱਕ ਬੈਂਕ ਹੈ। ਪਿੰਡ ਦੇ ਮੁਖੀਆ[4] ਦੀ ਸਹਾਇਤਾ ਨਾਲ ਪਿੰਡ ਵਿੱਚ ਇੱਕ ਹਸਪਤਾਲ ਵੀ ਬਣਾਇਆ ਗਿਆ ਹੈ। ਇਸ ਹਸਪਤਾਲ ਵਿੱਚ ਦੂਜੇ ਪਿੰਡਾਂ ਤੋਂ ਵੀ ਲੋਕੀਂ ਦਵਾਈ ਲੈਣ ਲਈ ਆਉਂਦੇ ਹਨ। ਲਗਭਗ ਪਿੰਡ ਦੇ ਸਾਰੇ ਮਕਾਨਾਂ ਵਿੱਚ ਬਿਜਲੀ ਫਿਟ ਹੈ। ਹੁਣ ਪਿੰਡਾਂ ਵਿੱਚ ਵੀ ਕਾਫ਼ੀ ਸਹੂਲਤਾਂ[5] ਹਨ। ਇਸ ਪਿੰਡ ਵਿੱਚ ਪਰਤਾਪ ਸਿੰਘ ਦਾ ਇੱਕ ਗੂੜ੍ਹਾ[6] ਮਿੱਤਰ ਸੀ, ਜਿਸ ਦਾ ਨਾਂ ਸਵਰਨ ਸਿੰਘ ਸੀ। ਜਦੋਂ ਪਰਤਾਪ ਸਿੰਘ ਕਲਕੱਤੇ ਨੌਕਰੀ ਕਰਦਾ ਸੀ ਤਾਂ ਸਵਰਨ ਸਿੰਘ ਪਿੰਡ ਵਿੱਚ ਪਰਤਾਪ ਸਿੰਘ ਦੇ ਕਈ ਘਰੇਲੂ[7] ਕੰਮ ਕਰ ਦਿੰਦਾ ਸੀ। ਪਰ ਜਦੋਂ ਨਵੰਬਰ 1973 ਨੂੰ ਸਵਰਨ ਸਿੰਘ ਦੀ ਅਚਾਨਕ ਮੌਤ ਹੋ ਗਈ ਤਾਂ ਪਰਤਾਪ ਸਿੰਘ ਨੂੰ ਬਹੁਤ ਸਦਮਾ ਲੱਗਿਆ। ਉਹ ਹਰ ਵੇਲੇ ਆਪਣੇ ਮਿੱਤਰ ਦੀ ਘਾਟ[8] ਮਹਿਸੂਸ ਕਰਦਾ ਹੈ।

1. Look after
2. Situated
3. Post office
4. Leaders
5. Facilities
6. Fast
7. Domestic
8. Loss

12. ਕਈ ਲੜਾਈਆਂ ਤੋਂ ਬਾਅਦ ਸਿਕੰਦਰ[1] ਸਿੰਧ[2] ਦਰਿਆ 'ਤੇ ਪਹੁੰਚਿਆ। ਇਸ ਦਰਿਆ ਤੋਂ ਪਾਰ ਇੱਕ ਅਮੀਰ ਦੇਸ਼ ਪੰਜਾਬ ਵੱਸਦਾ ਸੀ। ਪੰਜਾਬ 'ਤੇ ਰਾਜਾ ਪੋਰਸ ਰਾਜ ਕਰਦਾ ਸੀ। ਪੋਰਸ ਇੱਕ ਵੱਡੀ ਫ਼ੌਜ, ਜਿਸ ਵਿੱਚ 200 ਹਾਥੀ ਵੀ ਸ਼ਾਮਲ ਸਨ, ਨਾਲ ਸਿਕੰਦਰ ਦਾ ਮੁਕਾਬਲਾ ਕਰਨ ਵਾਸਤੇ ਤਿਆਰ ਬਰ ਤਿਆਰ ਖੜ੍ਹਾ ਸੀ। ਸਿਕੰਦਰ ਨੇ ਰਾਤ ਨੂੰ ਕਿਸੇ ਹੋਰ ਥਾਂ ਤੋਂ ਜਾ ਕੇ ਦਰਿਆ ਪਾਰ ਕੀਤਾ[3] ਅਤੇ ਪੋਰਸ ਦੇ ਮਗਰਲੇ ਪਾਸਿਓਂ[4] ਹਮਲਾ ਕਰ ਦਿੱਤਾ। ਪੋਰਸ ਲੜਾਈ ਹਾਰ ਗਿਆ ਅਤੇ ਉਸ ਨੂੰ ਇੱਕ ਕੈਦੀ[5] ਦੇ ਰੂਪ ਵਿੱਚ ਸਿਕੰਦਰ ਦੇ ਸਾਹਮਣੇ ਲਿਆਂਦਾ ਗਿਆ। ਸਿਕੰਦਰ ਨੇ ਪੋਰਸ ਨੂੰ ਪੁੱਛਿਆ, "ਤੇਰੇ ਨਾਲ ਕਿਸ ਤਰ੍ਹਾਂ ਦਾ ਸਲੂਕ[6] ਕੀਤਾ ਜਾਵੇ ?" ਪੋਰਸ ਨੇ ਉੱਤਰ ਦਿੱਤਾ, "ਜਿਸ ਤਰ੍ਹਾਂ ਇੱਕ ਬਾਦਸ਼ਾਹ ਦੂਜੇ ਬਾਦਸ਼ਾਹ ਨਾਲ ਕਰਦਾ ਹੈ।" ਇਹ ਜਵਾਬ ਸੁਣ ਕੇ ਸਿਕੰਦਰ ਬਹੁਤ ਖ਼ੁਸ਼ ਹੋਇਆ ਅਤੇ ਅੱਗੇ ਤੋਂ ਪੋਰਸ ਨੂੰ ਆਪਣਾ ਮਿੱਤਰ ਬਣਾ ਲਿਆ। ਪੋਰਸ ਨਾਲ ਮਿੱਤਰਤਾ ਕਾਰਨ ਹੀ ਸਿਕੰਦਰ ਦੀ ਫ਼ੌਜ ਵਿੱਚ ਕਈ ਸੌ ਹਾਥੀਆਂ ਦਾ ਵਾਧਾ ਹੋਇਆ। ਹਾਥੀ ਲੜਾਈ ਵਿੱਚ ਬਹੁਤ ਲਾਭਦਾਇਕ ਹੁੰਦੇ ਹਨ, ਕਿਉਂਕਿ ਉਹ ਕਾਫ਼ੀ ਸਾਮਾਨ ਚੁੱਕ ਕੇ ਤੁਰ ਸਕਦੇ ਹਨ।

1. Alexander
2. Indus
3. Crossed
4. From behind
5. Prisoner
6. Treatment

13. ਤਾਜ ਮਹੱਲ ਆਪਣੀ ਸੁੰਦਰਤਾ[1] ਕਾਰਨ ਦੁਨੀਆਂ ਦੀਆਂ ਪ੍ਰਮੁੱਖ ਖ਼ੂਬਸੂਰਤ[2] ਇਮਾਰਤਾਂ ਵਿੱਚ ਇੱਕ ਵਿਸ਼ੇਸ਼[3] ਸਥਾਨ[4] ਰੱਖਦਾ ਹੈ। ਹਰ ਸਾਲ ਹਜ਼ਾਰਾਂ ਲੋਕੀਂ ਦੁਨੀਆਂ ਦੇ ਵੱਖ ਵੱਖ ਦੇਸ਼ਾਂ ਤੋਂ ਇਸ ਨੂੰ ਦੇਖਣ ਲਈ ਆਉਂਦੇ ਹਨ। ਇਹ ਇਮਾਰਤ ਆਗਰਾ ਸ਼ਹਿਰ ਵਿੱਚ ਸਥਿਤ ਹੈ। ਤਾਜ ਮਹੱਲ ਬਾਦਸ਼ਾਹ ਸ਼ਾਹਜਹਾਂ ਨੇ ਆਪਣੀ ਪਤਨੀ ਮੁਮਤਾਜ ਦੀ ਯਾਦ ਵਿੱਚ[5] ਬਣਾਇਆ ਸੀ। ਉਹ ਮੁਮਤਾਜ ਨਾਲ ਬਹੁਤ ਪਿਆਰ ਕਰਦਾ ਸੀ। ਜਦੋਂ ਉਹ ਇੱਕ ਵਾਰੀ ਬੀਮਾਰ ਹੋ ਗਈ ਅਤੇ ਉਸ ਦੇ ਬਚਣ ਦੀ ਕੋਈ ਵੀ ਆਸ ਨਾ ਰਹੀ, ਸ਼ਾਹਜਹਾਂ ਨੇ ਮੁਮਤਾਜ ਨਾਲ ਪ੍ਰਣ ਕੀਤਾ[6] ਕਿ ਉਹ ਉਸ ਦੀ ਯਾਦ ਵਿੱਚ ਇੱਕ ਐਸੀ ਇਮਾਰਤ ਬਣਾਏਗਾ, ਜਿਸ ਨੂੰ ਆਉਣ ਵਾਲੀ ਦੁਨੀਆਂ ਯਾਦ ਰੱਖੇਗੀ। ਸੋ, ਜਦੋਂ ਮੁਮਤਾਜ ਮਰ ਗਈ, ਉਸ ਤੋਂ ਇੱਕ ਸਾਲ ਬਾਅਦ 1631 ਵਿੱਚ ਸ਼ਾਹਜਹਾਂ ਨੇ ਤਾਜ ਮਹੱਲ ਦੀ ਉਸਾਰੀ[7] ਅਰੰਭ ਦਿੱਤੀ। ਇਸ ਨੂੰ ਬਣਨ ਨੂੰ 17 ਸਾਲ ਲੱਗੇ ਅਤੇ ਇਹ 1648 ਵਿੱਚ ਤਿਆਰ ਹੋਇਆ। 20 ਹਜ਼ਾਰ ਆਦਮੀਆਂ ਨੇ ਇਸ ਨੂੰ ਬਣਾਉਣ ਲਈ ਦਿਨ ਰਾਤ ਕੰਮ ਕੀਤਾ।

1. Beauty
2. Most beautiful
3. Special
4. Place
5. In the memory of
6. Promised
7. Construction

14. ਪੰਜਾਬੀ ਸੰਸਾਰ ਦੇ ਹਰ ਕੋਨੇ ਵਿੱਚ ਦੇਖੇ ਜਾ ਸਕਦੇ ਹਨ। ਸੰਸਾਰ ਦਾ ਸ਼ਾਇਦ ਹੀ ਕੋਈ ਐਸਾ ਦੇਸ਼ ਹੋਵੇਗਾ, ਜਿੱਥੇ ਪੰਜਾਬੀ ਜਾ ਕੇ ਨਾ ਵੱਸੇ ਹੋਣ। ਕੀ ਪਰਦੇਸੀਂ[1] ਗਏ ਸਾਰੇ ਪੰਜਾਬੀ ਹੀ ਭੁੱਖ[2] ਦੇ ਦੁੱਖੋਂ ਬਾਹਰ ਗਏ ਹਨ ? ਨਹੀਂ, ਕਈ ਰੱਜੇ-ਪੁੱਜੇ ਘਰਾਂ ਦੇ ਲੋਕ ਵੀ ਆਪਣੀ ਯੋਗਤਾ[3] ਅਤੇ ਸਿਆਣਪ[4] ਕਾਰਨ ਦੂਜੇ ਦੇਸ਼ਾਂ ਨੂੰ ਗਏ ਹਨ। ਪੰਜਾਬੀ ਭਾਵੇਂ ਮਜ਼ਦੂਰ[5] ਹੋਵੇ ਜਾਂ ਇੱਕ ਵੱਡਾ ਅਫ਼ਸਰ, ਉਹ ਕੰਮ ਤੋਂ ਕਦੇ ਜੀਅ ਨਹੀਂ ਚੁਰਾਉਂਦਾ[6]। ਉਹ ਕਰੜੀ ਮਿਹਨਤ[7] ਤੇ ਈਮਾਨਦਾਰੀ[8] ਨਾਲ ਹਰ ਥਾਂ ਆਪਣਾ ਆਦਰ[9] ਕਰਾ ਲੈਂਦਾ ਹੈ। ਉਸ ਦੀ ਹੱਡ ਭੰਨ ਮਿਹਨਤ[10] ਕਾਰਨ ਹਰ ਦੇਸ਼ ਵਿੱਚ ਇੱਜ਼ਤ ਹੁੰਦੀ ਹੈ। ਜਿੱਥੇ ਕਿਤੇ ਵੀ ਪੰਜਾਬੀ ਗਏ ਹਨ, ਉਹਨਾਂ ਨੇ ਆਪਣੀ ਬੋਲੀ, ਸੱਭਿਅਤਾ[11], ਰਿਵਾਜ[12] ਅਤੇ ਸੰਸਕ੍ਰਿਤੀ[13] ਨੂੰ ਕਾਇਮ ਰੱਖਿਆ ਹੈ। ਪੰਜਾਬੀਆਂ ਦੇ ਬੱਚਿਆਂ ਨੂੰ ਆਪਣੇ ਬਜ਼ੁਰਗਾਂ ਦੇ ਕੀਤੇ ਕਾਰਨਾਮਿਆਂ 'ਤੇ ਮਾਣ ਹੋਣਾ ਚਾਹੀਦਾ ਹੈ।

1. Foreign Countries
2. Hunger
3. Ability
4. Wisdom or Intelligence
5. Labourer
6. Shirk work
7. Hard work
8. Honesty
9. Respect
10. Hard work
11. Civilisation
12. Custom
13. Culture

15. ਮਾਂ-ਬਾਪ ਇੱਕ ਅਣਮੁੱਲੀ[1] ਦਾਤ[2] ਹੈ। ਉਹ ਆਪਣੇ ਬੱਚੇ ਦੇ ਜਨਮ 'ਤੇ ਬਹੁਤ ਖ਼ੁਸ਼ੀ ਮਨਾਉਂਦੇ ਹਨ। ਉਸ ਦੇ ਪਾਲਣ ਲਈ ਲਹੂ ਪਸੀਨਾ[3] ਇੱਕ ਕਰ ਦਿੰਦੇ ਹਨ। ਉਸ ਦੇ ਸੁਖ ਲਈ ਹਰ ਤਰ੍ਹਾਂ ਦਾ ਕੰਮ ਕਰਨ ਨੂੰ ਤਿਆਰ ਹੁੰਦੇ ਹਨ। ਉਸ ਦੀ ਪੜ੍ਹਾਈ ਦਾ ਚੰਗੇ ਤੋਂ ਚੰਗਾ ਪ੍ਰਬੰਧ ਕਰਦੇ ਹਨ। ਕਈ ਬੱਚੇ ਤਾਂ ਆਪਣੇ ਮਾਤਾ-ਪਿਤਾ ਦੇ ਕੀਤੇ ਨੂੰ ਕਦੇ ਨਹੀਂ ਭੁੱਲਦੇ ਅਤੇ ਉਹਨਾਂ ਦੇ ਕਹਿਣੇ ਨੂੰ ਬੜੇ ਆਦਰ ਨਾਲ ਮੰਨਦੇ ਹਨ। ਪਰ ਕੁਝ ਅਜਿਹੇ ਬੱਚੇ ਵੀ ਹਨ, ਜਿਹੜੇ ਆਪਣੇ ਮਾਤਾ-ਪਿਤਾ ਦੀ ਕੋਈ ਇੱਜ਼ਤ ਨਹੀਂ ਕਰਦੇ ਅਤੇ ਉਹਨਾਂ ਦੀ ਕੀਤੀ ਹੋਈ ਨੇਕੀ ਨੂੰ ਭੁੱਲਣ ਵਿੱਚ ਬਹੁਤੀ ਦੇਰ ਨਹੀਂ ਲਾਉਂਦੇ। ਬੱਚਿਆਂ ਦਾ ਵੀ ਫ਼ਰਜ਼ ਬਣਦਾ[4] ਹੈ ਕਿ ਉਹ ਆਪਣੇ ਮਾਤਾ-ਪਿਤਾ ਜਿਹਨਾਂ ਨੇ ਉਨ੍ਹਾਂ ਨੂੰ ਐਨੀਆਂ ਮੁਸ਼ਕਲਾਂ ਝੱਲ ਕੇ ਪਾਲਿਆ ਹੈ, ਦੀ ਖ਼ੁਸ਼ੀ ਲਈ ਪੂਰਾ ਯਤਨ ਕਰਨ।

1. Costly, Priceless 2. Alms 3. Work hard 4. Duty

16. ਅੰਮ੍ਰਿਤਸਰ ਦਾ ਸੁਨਹਿਰੀ[1] ਹਰਿਮੰਦਰ ਸਾਰੇ ਸੰਸਾਰ ਵਿੱਚ ਪ੍ਰਸਿੱਧ[2] ਹੈ। ਦੂਸਰੇ ਦੇਸ਼ਾਂ ਤੋਂ ਜਿਹੜੇ ਯਾਤਰੂ[3] ਭਾਰਤ ਦੀ ਸੈਰ ਕਰਨ ਲਈ ਆਉਂਦੇ ਹਨ, ਉਹ ਇਸ ਦੇ ਪਵਿੱਤਰ ਦਰਸ਼ਨਾਂ ਤੋਂ ਬਿਨਾਂ ਕਦੀ ਵੀ ਵਾਪਸ ਨਹੀਂ ਜਾਂਦੇ। ਅੱਜ ਤੋਂ ਕੋਈ ਚਾਰ ਸੌ ਸਾਲ ਪਹਿਲਾਂ ਇਹ ਸ਼ਹਿਰ ਗੁਰੂ ਰਾਮਦਾਸ ਜੀ ਨੇ ਵਸਾਇਆ ਸੀ। ਹੁਣ ਇਹ ਕਪੜੇ, ਅਨਾਜ ਅਤੇ ਸੋਨੇ-ਚਾਂਦੀ ਦੀ ਬੜੀ ਭਾਰੀ ਮੰਡੀ[4] ਹੈ ਤੇ ਵਿਦਿਆ[5] ਦਾ ਵੱਡਾ ਕੇਂਦਰ[6] ਹੈ। ਇਸ ਸ਼ਹਿਰ ਦੀ ਪ੍ਰਸਿੱਧਤਾ ਦਾ ਇੱਕ ਵੱਡਾ ਕਾਰਨ ਜਲ੍ਹਿਆਂਵਾਲਾ ਬਾਗ਼ ਵੀ ਹੈ, ਜਿੱਥੇ ਕਿ ਅੰਗਰੇਜ਼ਾਂ ਦੇ ਰਾਜ ਦੇ ਸਮੇਂ ਗੋਲੀਆਂ ਚਲਾ ਕੇ ਦੋ ਤਿੰਨ ਹਜ਼ਾਰ ਬੰਦੇ ਮਾਰ ਦਿੱਤੇ ਗਏ ਸਨ। ਇਹਨਾਂ ਲੋਕਾਂ ਦਾ ਕਸੂਰ ਕੇਵਲ ਇਹ ਸੀ ਕਿ ਉਹ ਇੱਕ ਜਲਸੇ ਵਿੱਚ ਇਕੱਠੇ ਹੋ ਕੇ ਆਪਣੇ ਦੇਸ਼ ਵਿੱਚ ਕੁਝ ਰਾਜਸੀ ਹੱਕਾਂ[7] ਦੀ ਮੰਗ ਕਰ ਰਹੇ ਸਨ। (J.M.B. 1982)

1. Golden 2. Famous 3. Visitors 4. Market 5. Education 6. Centre 7. Political rights

17. ਜੋ ਲੋਕ ਭਾਰਤ ਤੋਂ ਇੰਗਲੈਂਡ ਆ ਕੇ ਰਹਿਣ ਲੱਗੇ ਹਨ, ਉਨ੍ਹਾਂ ਵਿੱਚੋਂ ਬਹੁਤੇ ਪੰਜਾਬ ਤੋਂ ਹੀ ਆਏ ਹਨ। ਪੰਜਾਬ ਭਾਰਤ ਦੇ ਉੱਤਰ-ਪੱਛਮ ਵਿੱਚ ਹੈ। ਚੰਡੀਗੜ੍ਹ ਇਸ ਦੀ ਰਾਜਧਾਨੀ ਹੈ। ਇਹ ਇੱਕ ਅਤੀ ਸੁੰਦਰ ਸ਼ਹਿਰ ਹੈ ਅਤੇ ਇਸ ਦੀਆਂ ਸੜਕਾਂ ਬੜੀ ਖੁਲ੍ਹੀਆਂ ਤੇ ਸਾਫ਼ ਹਨ। ਇਸ ਸ਼ਹਿਰ ਨੂੰ ਉਸਾਰਨ[1] ਦੀ ਪਲੈਨ ਫ਼ਰਾਂਸ ਦੇ ਇੱਕ ਪ੍ਰਸਿੱਧ ਆਰਕੀਟੈਕਟ ਨੇ ਤਿਆਰ ਕੀਤੀ ਸੀ।

ਪੰਜਾਬੀ ਲੋਕ ਜਿੱਥੇ ਕਿਤੇ ਵੀ ਜਾ ਕੇ ਵੱਸਣ, ਉਹ ਆਪਣੀ ਮਾਂ-ਬੋਲੀ ਨੂੰ ਨਹੀਂ ਭੁੱਲਦੇ। ਇਹ ਇੱਕ ਮਾਣ[2] ਵਾਲੀ ਗੱਲ ਹੈ। ਕਿਉਂਕਿ ਜੇ ਅਸੀਂ ਖ਼ੁਦ ਆਪਣੀ ਬੋਲੀ ਦੀ ਕਦਰ[3] ਨਹੀਂ ਕਰਾਂਗੇ ਤਾਂ ਕੌਣ ਕਰੇਗਾ। ਕਹਿੰਦੇ ਨੇ ਕਿਸੇ ਕੌਮ ਨੂੰ ਖ਼ਤਮ ਕਰਨ ਲਈ ਉਸਦੇ ਲੋਕਾਂ ਨੂੰ ਮਾਰ ਦੇਣ ਦੀ ਲੋੜ ਨਹੀਂ, ਉਨ੍ਹਾਂ ਦੀ ਬੋਲੀ ਨੂੰ ਰੋਕਣਾ ਹੀ ਕਾਫ਼ੀ ਹੈ। (J.M.B. 1983)

1. To construct 2. Pride 3. Respect

Letter Writing

1. ਤੁਹਾਡਾ ਇੱਕ ਮਿੱਤਰ ਆਪਣਾ ਜਨਮ ਦਿਨ ਮਨਾ ਰਿਹਾ ਹੈ। ਉਸਨੇ ਤੁਹਾਨੂੰ ਵੀ ਤੁਹਾਡੇ ਪਰਿਵਾਰ ਸਮੇਤ ਜਨਮ ਦਿਨ ਦੀ ਪਾਰਟੀ 'ਤੇ ਪਹੁੰਚਣ ਲਈ ਸੱਦਾ ਪੱਤਰ ਭੇਜਿਆ ਹੈ। ਤੁਸੀਂ ਆਪਣੇ ਇਮਤਿਹਾਨਾਂ ਕਾਰਨ ਪਾਰਟੀ 'ਤੇ ਨਹੀਂ ਪਹੁੰਚ ਸਕਦੇ। ਆਪਣੇ ਮਿੱਤਰ ਨੂੰ ਪਾਰਟੀ 'ਤੇ ਨਾ ਪਹੁੰਚ ਸਕਣ ਲਈ ਮਜਬੂਰੀ ਬਾਰੇ ਇੱਕ ਚਿੱਠੀ ਲਿਖੋ।

2. ਤੁਹਾਡੇ ਪਿਤਾ ਜੀ ਇੱਕ ਮਹੀਨੇ ਤੋਂ ਭਾਰਤ ਗਏ ਹਨ, ਪਰ ਜਦੋਂ ਦੇ ਉਹ ਗਏ ਹਨ, ਉਹਨਾਂ ਦੀ ਕੋਈ ਚਿੱਠੀ ਨਹੀਂ ਆਈ। ਤੁਸੀਂ ਅਤੇ ਤੁਹਾਡਾ ਸਾਰਾ ਪਰਿਵਾਰ ਉਹਨਾਂ ਬਾਰੇ ਬਹੁਤ ਫ਼ਿਕਰ ਕਰ ਰਿਹਾ ਹੈ। ਆਪਣੇ ਪਿਤਾ ਜੀ ਨੂੰ ਇੱਕ ਚਿੱਠੀ ਲਿਖੋ ਕਿ ਉਹ ਤੁਹਾਨੂੰ ਆਪਣੀ ਰਾਜ਼ੀ ਖ਼ੁਸ਼ੀ ਬਾਰੇ ਜਲਦੀ ਤੋਂ ਜਲਦੀ ਪਤਾ ਦੇਣ।

3. ਤੁਹਾਨੂੰ ਜੁਲਾਈ ਵਿੱਚ ਗਰਮੀ ਦੀਆਂ ਛੁੱਟੀਆਂ ਹੋ ਰਹੀਆਂ ਹਨ। ਤੁਸੀਂ ਆਪਣੀ ਇੱਕ ਸਹੇਲੀ ਨੂੰ ਚਿੱਠੀ ਲਿਖੋ ਕਿ ਉਹ ਛੁੱਟੀਆਂ ਵਿੱਚ ਕੁਝ ਦਿਨ ਤੁਹਾਡੇ ਨਾਲ ਗੁਜ਼ਾਰੇ। ਇਹ ਵੀ ਲਿਖੋ ਕਿ ਤੁਸੀਂ ਦੋਨੋਂ ਛੁੱਟੀਆਂ ਵਿੱਚ ਕੀ ਕਰਨਾ ਚਾਹੁੰਦੀਆਂ ਹੋ।

4. ਬੀ.ਬੀ.ਸੀ. ਦੇ ਏਸ਼ੀਅਨ ਪ੍ਰੋਗਰਾਮ ਦੇ ਡਾਇਰੈਕਟਰ ਸਾਹਿਬ ਨੂੰ ਚਿੱਠੀ ਲਿਖੋ, ਜਿਸ ਵਿੱਚ ਇਹ ਦੱਸਿਆ ਜਾਵੇ ਕਿ ਇਹ ਪ੍ਰੋਗਰਾਮ ਏਸ਼ੀਅਨ ਬੱਚਿਆਂ ਵਾਸਤੇ ਬਹੁਤਾ ਲਾਭਦਾਇਕ ਨਹੀਂ ਹੈ। ਇਸ ਨੂੰ ਬੱਚਿਆਂ ਵਾਸਤੇ ਵਧੇਰੇ ਲਾਭਦਾਇਕ ਬਣਾਉਣ ਲਈ ਕੁਝ ਸੁਝਾਓ ਦਿਓ।

5. ਤੁਹਾਡਾ ਇੱਕ ਮਿੱਤਰ ਜਾਂ ਸਹੇਲੀ ਕਿਸੇ ਬੀਮਾਰੀ ਦੇ ਕਾਰਨ ਕਈ ਹਫ਼ਤਿਆਂ ਤੋਂ ਹਸਪਤਾਲ ਵਿੱਚ ਹੈ। ਉਸ ਨੂੰ ਇੱਕ ਹਮਦਰਦੀ ਦੀ ਚਿੱਠੀ ਲਿਖੋ। ਉਸ ਨੂੰ ਹੌਸਲਾ ਦਿਓ ਅਤੇ ਆਪਣਾ ਸਮਾਂ ਬਿਤਾਉਣ ਲਈ ਕੁਝ ਚੰਗੀਆਂ ਪੁਸਤਕਾਂ ਪੜ੍ਹਨ ਲਈ ਸੁਝਾਓ ਦਿਓ।

6. ਮੰਨ ਲਓ ਕਿ ਤੁਸੀਂ ਕਾਰ ਚਲਾਉਂਦੇ ਸੀ ਅਤੇ ਤੁਹਾਡੀ ਕਾਰ ਦਾ ਕਿਸੇ ਹੋਰ ਕਾਰ ਨਾਲ ਐਕਸੀਡੈਂਟ ਹੋ ਗਿਆ, ਜਿਸ ਦੇ ਨਾਲ ਦੋਨੋਂ ਕਾਰਾਂ ਨੂੰ ਨੁਕਸਾਨ ਹੋਇਆ। ਆਪਣੀ ਇੰਨਸ਼ੋਰੈਂਸ ਕੰਪਨੀ ਨੂੰ ਇੱਕ ਚਿੱਠੀ ਲਿਖੋ, ਜਿਸ ਵਿੱਚ ਐਕਸੀਡੈਂਟ ਦਾ ਵੇਰਵਾ ਵਿਸਥਾਰ ਨਾਲ ਦੱਸਿਆ ਗਿਆ ਹੋਵੇ।

7. ਤੁਹਾਡਾ ਕੋਈ ਰਿਸ਼ਤੇਦਾਰ ਜਾਂ ਦੋਸਤ ਪੰਜਾਬ ਵਿੱਚ ਰਹਿੰਦਾ ਹੈ, ਜਿਸ ਨੇ ਤੁਹਾਨੂੰ ਤੁਹਾਡੀ ਪੜ੍ਹਾਈ ਅਤੇ ਸਕੂਲ ਬਾਰੇ ਪੁੱਛਿਆ ਹੈ। ਤੁਸੀਂ ਉਸ ਨੂੰ ਆਪਣੇ ਸਕੂਲ ਬਾਰੇ ਅਤੇ ਆਪਣੀ ਪੜ੍ਹਾਈ ਬਾਰੇ ਇੱਕ ਚਿੱਠੀ ਲਿਖੋ।

8. ਮੰਨ ਲਓ ਕਿ ਤੁਹਾਨੂੰ ਸਕੂਲ ਛੱਡੇ ਨੂੰ 10 ਸਾਲ ਹੋ ਗਏ ਹਨ ਅਤੇ ਹੁਣ ਤੁਹਾਡੀ ਉਮਰ ਲਗਭਗ ਤੀਹ ਸਾਲ ਦੀ ਹੈ। ਤੁਹਾਡਾ ਇੱਕ ਗੂੜ੍ਹਾ ਮਿੱਤਰ/ਸਹੇਲੀ ਤੁਹਾਡੇ ਨਾਲ ਪੜ੍ਹਦਾ/ਪੜ੍ਹਦੀ ਸੀ, ਪਰ ਸਕੂਲ ਛੱਡਣ ਤੋਂ ਬਾਅਦ ਤੁਹਾਡਾ ਉਸ ਨਾਲ ਕੋਈ ਮੇਲ ਨਹੀਂ ਹੋਇਆ। ਤੁਹਾਨੂੰ ਹੁਣੇ ਹੁਣੇ ਪਤਾ ਲੱਗਾ ਹੈ ਕਿ ਉਸ ਦੀ ਭੈਣ ਦੀ, ਜਿਸ ਨੂੰ ਤੁਸੀਂ ਵੀ ਜਾਣਦੇ ਹੋ, ਅਚਾਨਕ ਮੌਤ ਹੋ ਗਈ ਹੈ। ਉਸ ਨੂੰ ਇੱਕ ਅਫ਼ਸੋਸ ਅਤੇ ਹਮਦਰਦੀ ਦੀ ਚਿੱਠੀ ਲਿਖੋ।

9. ਤੁਸੀਂ ਲੰਡਨ ਨੂੰ ਛੱਡ ਕੇ ਅੰਮ੍ਰਿਤਸਰ ਰਹਿਣ ਵਾਸਤੇ ਚਲੇ ਗਏ ਹੋ। ਤੁਹਾਨੂੰ ਪਤਾ ਲੱਗਿਆ ਹੈ ਕਿ ਤੁਹਾਡੇ ਚਾਚੇ ਦੇ ਮੁੰਡੇ ਨੂੰ, ਜੋ ਲੰਡਨ ਵਿੱਚ ਰਹਿੰਦਾ ਹੈ, ਇੱਕ ਬਹੁਤ ਉੱਚੀ ਅਤੇ ਇੱਜ਼ਤ ਵਾਲੀ ਨੌਕਰੀ ਮਿਲ ਗਈ ਹੈ। ਨੌਕਰੀ ਦਾ ਤੁਸੀਂ ਆਪ ਫ਼ੈਸਲਾ ਕਰਨਾ ਹੈ ਕਿ ਕਿਹੜੀ ਮਿਲੀ ਹੈ। ਉਸ ਨੂੰ ਇੱਕ ਵਧਾਈ ਪੱਤਰ ਲਿਖੋ।

10. ਤੁਹਾਡੇ ਆਪਣੇ ਇੱਕ ਮਿੱਤਰ/ਸਹੇਲੀ ਨਾਲ ਆਰਗੀਊਮੈਂਟ ਹੋ ਗਈ, ਜਿਸ ਦੇ ਨਾਲ ਤੁਹਾਡਾ ਇੱਕ ਦੂਜੇ ਨਾਲ ਮਿਲਣਾ-ਜੁਲਣਾ ਬੰਦ ਹੋ ਗਿਆ। ਕੁਝ ਸਮੇਂ ਬਾਅਦ ਤੁਸੀਂ ਉਸ ਨਾਲ ਗੱਲ ਬਾਤ ਚਲਾਉਣੀ ਚਾਹੁੰਦੇ ਹੋ। ਇਹ ਤੁਸੀਂ ਆਪ ਫ਼ੈਸਲਾ ਕਰਨਾ ਹੈ ਕਿ ਤੁਹਾਡੀ ਆਰਗੀਊਮੈਂਟ ਕਿਸ ਗੱਲ 'ਤੇ ਹੋਈ ਅਤੇ ਇਸ ਨੂੰ ਤੁਸੀਂ ਕਿਸ ਤਰ੍ਹਾਂ ਹੱਲ ਕਰਨਾ ਚਾਹੁੰਦੇ ਹੋ। ਇਸ ਬਾਰੇ ਆਪਣੇ ਮਿੱਤਰ/ਸਹੇਲੀ ਨੂੰ ਇੱਕ ਚਿੱਠੀ ਲਿਖੋ।

Chapter 7

To help students to get familiar with the types of questions they will be required to answer in the A S Level examination, actual 2001 A S Level Paper and the specimen A S Level Paper have been given in this chapter with the kind permission of the 'Assessment and Qualifications Alliance'.

Surname		Other Names	
Centre Number		Candidate Number	
Candidate's Signature			

Leave blank

General Certificate of Education
June 2001
Advanced Subsidiary Examination

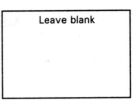

PANJABI
Unit 1

PAN1

ASSESSMENT and
QUALIFICATIONS
ALLIANCE

Monday 21 May 2001 9.00am to 12.00noon

For Examiner's Use			
Number	Mark	Number	Mark
1			
2			
3			
Total (Column 1)			
Total (Column 2)			
TOTAL			
Examiner's Initials			

Time allowed : 3 hours

Instructions
- Use a blue or black ball-point pen.
- Fill in the boxes at the top of this page.
- Answer **all** the questions on the paper in the spaces provided.
- Do all rough work in this book. Cross through any work you do not want marked.

Information
- The maximum marks for this paper are 100.
- Mark allocations are shown in brackets.
- The use of dictionaries is not permitted during this examination.
- You should note that the quality of your written language in both Panjabi and English will be taken into account when awarding marks.
  You should try to use your own words as much as possible and to write as accurately and neatly as possible.
- If you need extra paper, use the Supplementary Answer Sheets.
- This unit is divided into 3 sections.

Section 1	40 marks
Section 2	15 marks
Section 3	45 marks

Text for use in answering SECTION 1

ਚੁਣੌਤੀ ਬਣਦੀ ਜਾ ਰਹੀ ਹੈ ਅੱਜ ਦੀ ਔਰਤ

ਕੁਝ ਸਮਾਂ ਪਹਿਲਾਂ ਸਾਡੇ ਸਮਾਜ ਵਿੱਚ ਔਰਤ ਦੀ ਦੁਨੀਆਂ ਘਰ ਦੀ ਚਾਰਦੀਵਾਰੀ ਤਕ ਹੀ ਸੀਮਤ ਸੀ। ਜਿਉਂ ਜਿਉਂ ਸਮਾਂ ਬਦਲਦਾ ਗਿਆ, ਔਰਤ ਘਰ ਦੀ ਚਾਰਦੀਵਾਰੀ ਤੋਂ ਬਾਹਰ ਆਪਣੇ ਹੱਕਾਂ ਲਈ, ਆਪਣੀ ਪਛਾਣ ਲਈ ਪੁਲਾਂਘਾਂ ਪੁੱਟਣ ਲੱਗੀ। ਅੱਜ ਉਹ ਸਮਾਜ ਵਿੱਚ ਆਪਣੀ ਇੱਛਾ ਅਨੁਸਾਰ ਜੀਵਨ ਜੀਊਣ ਲਈ ਆਜ਼ਾਦ ਹੈ। ਅੱਜ ਦੀ ਔਰਤ ਸੁਚੇਤ ਹੈ, ਉਹ ਘੁੱਟ ਘੁੱਟ ਕੇ ਮਰਨ ਦੀ ਥਾਂ ਸੰਘਰਸ਼ ਕਰਨ ਵਿੱਚ ਵਿਸ਼ਵਾਸ ਕਰਦੀ ਹੈ। ਇਹ ਹੀ ਕਾਰਨ ਹੈ ਕਿ ਅੱਜ ਦੀ ਔਰਤ ਮਰਦ ਲਈ ਇੱਕ ਵੰਗਾਰ ਬਣਦੀ ਜਾ ਰਹੀ ਹੈ।

ਮਰਦ ਉਸ ਦੀ ਯੋਗਤਾ ਨੂੰ ਸਵੀਕਾਰਨਾ ਹੀ ਨਹੀਂ ਚਾਹੁੰਦਾ, ਕਿਉਂਕਿ ਉਹ ਅੱਜ ਵੀ ਔਰਤ ਨੂੰ ਕਮਜ਼ੋਰ ਤੇ ਬੇਸਹਾਰਾ ਹੀ ਸਮਝਦਾ ਹੈ। ਮਰਦ ਦੀ ਸੋਚ ਨੂੰ ਗ਼ਲਤ ਸਾਬਤ ਕਰਕੇ ਹੁਣ ਔਰਤ ਨੇ ਸਮਾਜ ਵਿੱਚ ਬਰਾਬਰ ਦਾ ਹੱਕ ਪ੍ਰਾਪਤ ਕਰਕੇ ਮਰਦ ਨੂੰ ਹਰ ਅਦਾਰੇ ਵਿੱਚ ਖੁੱਲ੍ਹੀ ਵੰਗਾਰ ਦੀ ਚਿਤਾਵਨੀ ਦਿੱਤੀ ਹੈ।

ਜਿੱਥੇ ਔਰਤ ਇੱਕ ਪਾਸੇ ਪਿਆਰ ਤੇ ਮੁਹੱਬਤ ਦੀ ਮੂਰਤੀ ਹੈ, ਦੂਜੇ ਪਾਸੇ ਉਹ ਕੁਰਬਾਨੀ ਅਤੇ ਸਹਿਣਸ਼ੀਲਤਾ ਦੀ ਤਸਵੀਰ ਹੈ। ਇਨ੍ਹਾਂ ਗੁਣਾਂ ਕਰਕੇ ਉਹ ਜੀਵਨ ਵਿੱਚ ਹਰ ਮੁਸ਼ਕਲ ਦਾ ਸਾਹਮਣਾ ਕਰ ਸਕਦੀ ਹੈ। ਹੁਣ ਸਮਾਜ ਵਿੱਚ ਅਸੀਂ ਛੋਟੇ ਪਰਿਵਾਰਾਂ ਨੂੰ ਤਰਜੀਹ ਦੇ ਰਹੇ ਹਾਂ, ਜਿਹੜੇ ਕਿ ਮੁੰਡੇ ਕੁੜੀ ਦੇ ਫ਼ਰਕ ਨੂੰ ਖ਼ਤਮ ਕਰਨ ਵਿੱਚ ਸਾਡੀ ਮਦਦ ਕਰ ਰਹੇ ਹਨ। ਅਸੀਂ ਧੀਆਂ ਨੂੰ ਵੀ ਪੁੱਤਰਾਂ ਵਾਂਗ ਸਾਰੇ ਹੱਕ ਦੇਣਾ ਚਾਹੁੰਦੇ ਹਾਂ। ਇਨ੍ਹਾਂ ਗੱਲਾਂ ਨਾਲ ਔਰਤ ਦਾ ਪਰਿਵਾਰ ਅਤੇ ਸਮਾਜ ਵਿੱਚ ਸਥਾਨ ਅਤੇ ਮਾਣ ਵਧ ਰਿਹਾ ਹੈ।

ਇਸੇ ਅਗਾਂਹਵਧੂ ਸੋਚ ਦੇ ਸਿੱਟੇ ਕਾਰਨ ਅੱਜ ਸ਼ਾਇਦ ਹੀ ਕੋਈ ਅਜਿਹਾ ਅਦਾਰਾ ਹੋਵੇਗਾ, ਜਿੱਥੇ ਔਰਤ ਨੇ ਆਪਣੀ ਕਾਮਯਾਬੀ ਦਾ ਝੰਡਾ ਨਾ ਗੱਡਿਆ ਹੋਵੇ। ਸਿਹਤ, ਸਿੱਖਿਆ ਤੇ ਪੱਤਰਕਾਰੀ ਦੇ ਖੇਤਰ ਵਿੱਚ ਪੂਰਾ ਯੋਗਦਾਨ ਪਾਉਂਦੇ ਹੋਏ ਮੀਡੀਆ ਤੇ ਦਫ਼ਤਰਾਂ ਦੇ ਕੰਮਾਂ ਵਿੱਚ ਤਾਂ ਉਸ ਨੂੰ ਸਭ ਤੋਂ ਵਧੇਰੇ ਕਾਮਯਾਬੀ ਮਿਲੀ ਹੈ।

ਔਰਤ ਨੇ ਇਹ ਸਾਬਤ ਕਰ ਦਿੱਤਾ ਹੈ ਕਿ ਉਹ ਆਪਣੀ ਦੋਹਰੀ ਜ਼ਿੰਮੇਵਾਰੀ ਨੂੰ ਚੰਗੀ ਤਰ੍ਹਾਂ ਨਿਭਾ ਸਕਦੀ ਹੈ। ਜਿੱਥੇ ਉਹ ਘਰ ਵਿੱਚ ਪਰਿਵਾਰ ਦੀ ਦੇਖਭਾਲ ਕਰਦੀ ਹੈ, ਉੱਥੇ ਹੀ ਦੂਜੇ ਪਾਸੇ ਉਹ ਬਾਹਰਲੀ ਦੁਨੀਆਂ ਵਿੱਚ ਇੱਕ ਮਾਡਲ ਹੈ। ਅੱਜ ਮਰਦ ਨੂੰ ਪੁਰਾਣੇ ਵਿਚਾਰ ਛੱਡ ਕੇ ਨਵੀਂ ਸੋਚ ਨੂੰ ਅਪਨਾਉਣ ਦੀ ਲੋੜ ਹੈ, ਤਾਂ ਹੀ ਉਹ ਵਰਤਮਾਨ ਔਰਤ ਦੀਆਂ ਵੰਗਾਰਾਂ ਦਾ ਸਾਹਮਣਾ ਕਰ ਸਕਦਾ ਹੈ। ਪੁਰਸ਼ ਨੂੰ ਲੋੜ ਹੈ ਔਰਤ ਦੀਆਂ ਸਫਲਤਾਵਾਂ ਨੂੰ ਖਿੜੇ ਮੱਥੇ ਕਬੂਲਣ ਦੀ ਤੇ ਉਸ ਨੂੰ ਉਤਸ਼ਾਹਿਤ ਕਰਨ ਦੀ, ਫਿਰ ਜੀਵਨ ਵਿੱਚ ਨਾ ਕੋਈ ਸਮੱਸਿਆ ਹੋਵੇਗੀ ਤੇ ਨਾ ਹੀ ਤਣਾਅ, ਸਿਰਫ਼ ਖ਼ੁਸ਼ੀਆਂ ਦੇ ਖੇੜੇ ਹੀ ਹੋਣਗੇ।

ਸੈਕਸ਼ਨ 1

ਪਰਚੇ ਨਾਲ ਦਿੱਤੀ ਗਈ ਵਾਰਤਾ ਨੂੰ ਧਿਆਨ ਨਾਲ ਪੜ੍ਹੋ ਅਤੇ ਇਸ 'ਤੇ ਆਧਾਰਿਤ ਅੱਗੇ ਦਿੱਤੇ ਪ੍ਰਸ਼ਨਾਂ ਦੇ ਉੱਤਰ ਪੰਜਾਬੀ ਵਿੱਚ ਲਿਖੋ। 10 ਨੰਬਰ ਚੰਗੀ ਭਾਸ਼ਾ ਲਈ ਰਾਖਵੇਂ ਹਨ।

1. ਅੱਜ ਦੇ ਅਤੇ ਪਹਿਲੇ ਸਮਿਆਂ ਵਿੱਚ ਔਰਤ ਦੀ ਜ਼ਿੰਦਗੀ ਵਿੱਚ ਕੀ ਫ਼ਰਕ ਹੈ ?

....

....

....

....

(4 marks)

$\frac{\cdot}{4}$

2. ਅੱਜ ਦੀ ਔਰਤ ਬਾਰੇ ਮਰਦ ਦੀ ਵਿਚਾਰਧਾਰਾ ਕੀ ਹੈ ? ਕਿਹੜੇ ਕਿਹੜੇ ਖੇਤਰਾਂ ਵਿੱਚ ਔਰਤ ਨੇ ਜ਼ਿਆਦਾ ਕਾਮਯਾਬੀ ਪ੍ਰਾਪਤ ਕੀਤੀ ਹੈ ?

....

....

....

....

(4 marks)

$\frac{}{4}$

3. ਅੱਜ ਦੀ ਔਰਤ ਨੇ ਮਰਦ ਨੂੰ ਕਿਸ ਤਰ੍ਹਾਂ ਵੰਗਾਰ ਦਿੱਤੀ ਹੈ ?

....

....

....

....

(4 marks)

$\frac{}{4}$

LEAVE MARGIN BLANK

4. ਔਰਤ ਵਿੱਚ ਕਿਹੜੇ ਕਿਹੜੇ ਖ਼ਾਸ ਗੁਣ ਹਨ, ਜਿਹੜੇ ਉਸਦੀ ਕਾਮਯਾਬੀ ਵਿੱਚ ਸਹਾਇਤਾ ਕਰਦੇ ਹਨ ?

....

....

....

....

(4 marks)

___ / 4

5. ਔਰਤ ਦੀ ਦੋਹਰੀ ਜ਼ਿੰਮੇਵਾਰੀ ਨਿਭਾਉਣ ਦਾ ਕੀ ਅਰਥ ਹੈ ?

....

....

....

(3 marks)

___ / 3

6. ਔਰਤ ਤੇ ਮਰਦ ਦੇ ਆਪਸੀ ਖ਼ੁਸ਼ੀ ਭਰੇ ਜੀਵਨ ਲਈ ਲੇਖਕ ਨੇ ਕੀ ਸੁਝਾਅ ਦਿੱਤੇ ਹਨ ?

....

....

....

....

....

(5 marks)

___ / 5

Turn over ▶

7. ਉਪਰੋਕਤ ਵਾਰਤਾ ਵਿੱਚੋਂ ਹੇਠ ਲਿਖਿਆਂ ਸ਼ਬਦਾਂ ਦੇ ਸਮਾਨ-ਅਰਥ ਸ਼ਬਦ ਜਾਂ ਵਾਕ ਅੰਸ਼ ਲਿਖੋ :

(i) ਤਰੱਕੀ ਕਰਨਾ

....

(ii) ਸਫਲਤਾ ਪ੍ਰਾਪਤ ਨਾ ਕੀਤੀ ਹੋਵੇ

....

(iii) ਤਰੱਕੀ ਕਰਨ ਵਾਲੀ ਸੋਚ

....

(iv) ਮੁਸ਼ਕਲ

....

(v) ਹਿੱਸਾ ਪਾਉਂਦੇ ਹੋਏ

....

(vi) ਪ੍ਰਵਾਨ ਕਰਨਾ

....

(6 marks)

/4

/6

/30

/10

LEAVE MARGIN BLANK

ਸੈਕਸ਼ਨ 2

ਹੇਠ ਲਿਖੀ ਵਾਰਤਾ ਦਾ ਅੰਗਰੇਜ਼ੀ ਵਿੱਚ ਉਲਥਾ ਕਰੋ।

ਟੈਲੀਵਿਯਨ 'ਤੇ ਦੇਸ਼-ਵਿਦੇਸ਼ ਦੀਆਂ ਖ਼ਬਰਾਂ ਮੌਕੇ ਦੀਆਂ ਅਸਲੀ ਤਸਵੀਰਾਂ ਨਾਲ ਪੇਸ਼ ਕੀਤੀਆਂ ਜਾਂਦੀਆਂ ਹਨ। ਇਸ ਦੇ ਨਾਲ ਨਾਲ ਟੈਲੀਵਿਯਨ ਸਿੱਖਿਆ ਦੇ ਵਿਸਥਾਰ ਅਤੇ ਲੋਕਾਂ ਨੂੰ ਜਾਗ੍ਰਿਤ ਕਰਨ ਦਾ ਕ੍ਰਾਂਤੀਕਾਰੀ ਸਾਧਨ ਹੈ। ਟੈਲੀਵਿਯਨ 'ਤੇ ਪ੍ਰਸਾਰਿਤ ਹੋਣ ਵਾਲੇ ਸਿੱਖਿਆ, ਸਭਿਆਚਾਰ ਅਤੇ ਵਿਗਿਆਨ ਦੇ ਪ੍ਰੋਗਰਾਮ ਵਿਕਾਸ ਵਿੱਚ ਵਡਮੁੱਲਾ ਯੋਗਦਾਨ ਪਾ ਰਹੇ ਹਨ। ਵਿਗਿਆਨ ਦਾ ਇਹ ਚਮਤਕਾਰ ਮਨੁੱਖਤਾ ਦੀ ਮਹਾਨ ਸੇਵਾ ਕਰ ਰਿਹਾ ਹੈ।

ਇੰਨਾ ਲਾਭਦਾਇਕ ਹੁੰਦੇ ਹੋਏ ਵੀ ਟੈਲੀਵਿਯਨ ਮਾੜੇ ਪ੍ਰਭਾਵ ਪਾ ਰਿਹਾ ਹੈ। ਵਿਦਿਆਰਥੀ ਆਪਣੀ ਪੜ੍ਹਾਈ ਨਾਲੋਂ ਟੈਲੀਵਿਯਨ ਦੇਖਣ ਵਿੱਚ ਜ਼ਿਆਦਾ ਦਿਲਚਸਪੀ ਲੈਂਦੇ ਹਨ। ਇਸ ਨਾਲ ਉਨ੍ਹਾਂ ਦੀ ਪੜ੍ਹਾਈ 'ਤੇ ਬੁਰਾ ਅਸਰ ਪੈਂਦਾ ਹੈ। ਇਸ ਦੇ ਬਾਵਜੂਦ ਵੀ ਟੈਲੀਵਿਯਨ ਦੀ ਮਹੱਤਤਾ ਘੱਟ ਨਹੀਂ ਹੁੰਦੀ ਅਤੇ ਇਹ ਹਰ ਇੱਕ ਦੇ ਜੀਵਨ ਦਾ ਅਨਿੱਖੜਵਾਂ ਭਾਗ ਬਣ ਚੁੱਕਾ ਹੈ।

(15 marks)

__/15

....
....
....
....
....
....
....
....
....
....
....
....
....
....
....

Turn over ▶

LEAVE MARGIN BLANK

ਸੈਕਸ਼ਨ 3

ਤੁਸੀਂ ਚਿੱਠੀ ਦਾ ਇੱਕ ਭਾਗ ਪੜ੍ਹਦੇ ਹੋ।

ਮੈਂ ਏ ਲੈਵਲਜ਼ ਪਾਸ ਕਰਕੇ ਯੂਨੀਵਰਸਿਟੀ ਜਾਣਾ ਚਾਹੁੰਦਾ ਹਾਂ। ਸਾਰੇ ਭੈਣਾਂ-ਭਰਾਵਾਂ ਵਿੱਚੋਂ ਵੱਡਾ ਹੋਣ ਕਰਕੇ ਮੇਰੇ ਮਾਤਾ ਪਿਤਾ ਜੀ ਚਾਹੁੰਦੇ ਹਨ ਕਿ ਮੈਂ ਚੰਗੀ ਨੌਕਰੀ ਲੱਭ ਕੇ ਵਿਆਹ ਕਰਵਾ ਲਵਾਂ। ਮੈਂ ਇਸ ਤਰ੍ਹਾਂ ਨਹੀਂ ਕਰਨਾ ਚਾਹੁੰਦਾ ਅਤੇ ਮਾਤਾ ਪਿਤਾ ਨੂੰ ਇਹ ਦੱਸਣ ਦਾ ਮੇਰੇ ਵਿੱਚ ਹੌਸਲਾ ਨਹੀਂ ਹੈ। ਮੈਨੂੰ ਸਲਾਹ ਦਿਓ ਕਿ ਮੈਂ ਕੀ ਕਰਾਂ ?

ਇਸ ਦਾ ਉੱਤਰ ਦੇਣ ਲਈ ਇੱਕ ਚਿੱਠੀ ਲਿਖੋ। ਇਸ ਵਿੱਚ ਹੇਠ ਲਿਖੀਆਂ ਗੱਲਾਂ ਬਾਰੇ ਲਿਖ ਸਕਦੇ ਹੋ :

- ਮਾਤਾ ਪਿਤਾ ਨਾਲ ਸਲਾਹ।
- ਪੜ੍ਹਾਈ ਨਾਲ ਚੰਗੀ ਨੌਕਰੀ।
- ਪੜ੍ਹਾਈ ਨਾਲ ਪਰਿਵਾਰ ਨੂੰ ਫਾਇਦੇ।
- ਵਿਆਹ ਬਾਰੇ ਵਿਚਾਰ।
- ਕੋਈ ਹੋਰ ਗੱਲ ਲਿਖੋ।

(45 marks)

/45

....

....

....

....

....

....

....

....

AS SPECIFICATION 2001

PANJABI

Unit 1 — Responsive Writing

Mark Scheme

PANJABI AS LEVEL
UNIT 1 - RESPONSIVE WRITING JUNE 2001

Secction 1 (These are the key points, they may, however, be expressed in a variety of ways).

1. ਪਹਿਲੇ ਸਮਿਆਂ ਦੀ ਔਰਤ ਘਰ ਦੀ ਚਾਰਦੀਵਾਰੀ ਵਿੱਚ ਹੀ ਰਹਿੰਦੀ ਸੀ।
ਪਹਿਲੇ ਸਮਿਆਂ ਦੀ ਔਰਤ ਘਰ ਵਿੱਚ ਘਰ ਦਾ ਕੰਮ ਹੀ ਕਰਦੀ ਸੀ।

Any one, two marks (2)

ਅੱਜ-ਕੱਲ੍ਹ ਦੀ ਔਰਤ ਸੁਚੇਤ ਹੈ ਤੇ ਸੰਘਰਸ਼ ਕਰ ਰਹੀ ਹੈ।
ਸਮਾਜ ਵਿੱਚ ਆਪਣੀ ਮਰਜ਼ੀ ਅਨੁਸਾਰ ਜੀਉਣ ਲਈ ਆਜ਼ਾਦ ਹੈ।

Any one, two marks (2)

2. ਮਰਦ ਉਸਨੂੰ ਕਮਜ਼ੋਰ ਤੇ ਬੇਸਹਾਰਾ ਹੀ ਸਮਝਦਾ ਹੈ ਤੇ ਉਸਦੀ ਯੋਗਤਾ ਨੂੰ ਸਵੀਕਾਰ ਨਹੀਂ ਕਰਨਾ ਚਾਹੁੰਦਾ। (2)
ਮੀਡੀਆ/ਮਾਧਿਅਮ ਤੇ ਦਫ਼ਤਰਾਂ ਦੇ ਕੰਮ। (2)

3. ਮਰਦ ਦੀਆਂ ਸੋਚਾਂ ਨੂੰ ਗ਼ਲਤ ਸਾਬਤ ਕਰਕੇ ਅਤੇ ਸਮਾਜ ਵਿਚ ਬਰਾਬਰ ਦਾ ਦਰਜਾ ਪ੍ਰਾਪਤ ਕਰਕੇ ਉਸਨੂੰ ਹਰ ਖੇਤਰ ਵਿਚ ਵੰਗਾਰ ਦਿੱਤੀ ਹੈ। (4)

4. ਪਿਆਰ ਦੀ ਮੂਰਤੀ, ਸਹਿਣਸ਼ੀਲਤਾ ਅਤੇ ਕੁਰਬਾਨੀ ਕਰ ਸਕਣਾ ਔਰਤ ਦੇ ਖ਼ਾਸ ਗੁਣ ਹਨ, ਜਿਨ੍ਹਾਂ ਕਰਕੇ ਉਸ ਨੇ ਕਾਮਯਾਬੀ ਪ੍ਰਾਪਤ ਕੀਤੀ ਹੈ। (4)

5. ਦੋਹਰੀ ਜ਼ਿੰਮੇਵਾਰੀ ਦਾ ਅਰਥ ਘਰ ਵਿੱਚ ਪਰਿਵਾਰ ਦਾ ਕੰਮ ਕਰਨਾ ਅਤੇ ਬਾਹਰ ਨੌਕਰੀ ਕਰਨਾ ਹੈ।
ਘਰ ਵਿਚ ਪਰਿਵਾਰ ਦੀ ਦੇਖਭਾਲ ਕਰਕੇ ਘਰ ਚਲਾਉਣ ਦੇ ਨਾਲ ਨਾਲ ਬਾਹਰ ਨੌਕਰੀ ਕਰਨ ਜਾਣ ਦਾ ਅਰਥ ਦੋਹਰੀ ਜ਼ਿੰਮੇਵਾਰੀ ਨਿਭਾਉਣਾ ਹੈ।

Any one or similar explanation (3)

6. ਨਵੀਂ ਸੋਚ ਅਪਨਾਉਣੀ ਚਾਹੀਦੀ ਹੈ।
ਔਰਤ ਦੀਆਂ ਸਫਲਤਾਵਾਂ ਨੂੰ ਖਿੜੇ ਮੱਥੇ (ਖ਼ੁਸ਼ੀ ਖ਼ੁਸ਼ੀ) ਕਬੂਲਣਾ ਚਾਹੀਦਾ ਹੈ।
ਉਸ ਨੂੰ ਉਸ ਦੀਆਂ ਪ੍ਰਾਪਤੀਆਂ ਲਈ ਉਤਸ਼ਾਹਿਤ ਕਰਨਾ ਚਾਹੀਦਾ ਹੈ।

Any two, 2½ marks each (5)

7. (i) ਪੁਲਾਂਘਾਂ ਪੁੱਟਣਾ
(ii) ਕਾਮਯਾਬੀ ਦਾ ਝੰਡਾ ਨਾ ਗੱਡਿਆ ਹੋਵੇ
(iii) ਅਗਾਂਹਵਧੂ ਸੋਚ
(iv) ਸਮੱਸਿਆ
(v) ਯੋਗਦਾਨ ਪਾਉਂਦੇ ਹੋਏ
(vi) ਖਿੜੇ ਮੱਥੇ ਕਬੂਲਣਾ (6)

Total marks = 30 + (10 marks for quality of language—see over)

Marks	Knowledge of Grammar (AO3)
0-2	Shows little or no grasp of grammatical structure. Errors are such that communication is seriously impaired.
3-4	The level of manipulation of structures and the number of errors make comprehension difficult.
5-6	There is some awareness of structure. There are still basic errors but communication is generally maintained.
7-8	The manipulation of basic structures is generally sound. There are attempts to use more complex structures, but not always successfully.
9-10	The knowledge and use of most structures is good. There are still some inaccuracies but these are usually in attempts at more complex structures.

Secction 2

Marks	Response to Written Language (AO2)
0-1	Little or nothing of merit.
2-4	Shows poor understanding of the original and translated in a language that has a very limited range of vocabulary. Errors in spelling, punctuation and grammar impede comprehension.
5-7	Shows satisfactory understanding of the original and translated in a language that has a limited range of vocabulary. Errors in spelling, punctuation and grammar are intrusive and affect comprehension.
8-11	Shows good understanding of the original and translated in a language that has a wide range of vocabulary. Accurate, with only a few minor errors in spelling, punctuation and grammar.
12-15	Very good understanding of the original and translated accurately in a language that has a wide range of vocabulary. Excellent spelling, punctuation and grammar.

Secction 3

Marks	Response/Knowledge of Society (AO2/AO4)
0-5	There is little or nothing of relevance. A zero score will automatically result in zero for the question as a whole.
6-12	A limited number of points made, many of which are vague or irrelevant. No justification for points made.
13-18	Some relevant points are made, ideas are not clearly organised. Some reaction is evident, but points made are not always justified or illustrated. The answer generally lacks a clear focus.
19-24	The answer is generally on the subject with a number of relevant points, but not always appropriately supported.
25-30	Relevant points are clearly made. The answer is focussed on the question and offers ideas which are logically and clearly developed. Good personal reaction, usually justified.

Marks	Knowledge of Grammar (AO3)
0-2	Shows little or no grasp of grammatical structure. Errors are such that communication is seriously impaired.
3-5	The level of manipulation of structures and the number of errors make comprehension difficult.
6-8	There is some awareness of structure. There are still basic errors but communication is generally maintained.
9-12	The manipulation of basic structures is generally sound. There are attempts to use more complex structures, but not always successfully.
13-15	The knowledge and use of most structures is good. There are still some inaccuracies but these are usually in attempts at more complex structures.

Total = 100 marks

General Certificate of Education

Summer 2001 (specimen)
Advanced Subsidiary
PANJABI
Unit 1 Responsive Writing

Centre name								
Centre number				Candidate number				
Surname								
Other names								
Candidate's signature								

Time
■ 3 hours

Instruction to candidates
■ Answer all the questions, using the spaces provided in this combined question paper/answer book.
■ If you need more space to write your answers, use a supplementary answer sheet, which then must be attached to your question paper/answer book.

Information for candidates
■ The allocation of marks to question is shown in the margin of the question paper/answer book.
■ You are reminded of the need for clear presentation.
■ The use of dictionaries is not permitted in this examination.

For examiner's use	
Section 1	
Section 2	
Section 3	
Total	

Although the Specimen Mark Schemes have been prepared by the Development Group which designed the specification and have been carefully considered by the Group, it must be emphasised that they have not been subjected to this rigorous review which takes place prior to approval of material for use in an examination.

ਸੈਕਸ਼ਨ 1

ਹੇਠ ਲਿਖੀ ਵਾਰਤਾ ਨੂੰ ਧਿਆਨ ਨਾਲ ਪੜ੍ਹੋ ਅਤੇ ਇਸ 'ਤੇ ਆਧਾਰਿਤ ਅੱਗੇ ਦਿੱਤੇ ਪ੍ਰਸ਼ਨਾਂ ਦੇ ਉੱਤਰ ਪੰਜਾਬੀ ਵਿੱਚ ਲਿਖੋ। 10 ਨੰਬਰ ਚੰਗੀ ਭਾਸ਼ਾ ਲਈ ਰਾਖਵੇਂ ਹਨ :

ਅਗਲੇ ਯੁੱਧ ਤੇਲ ਲਈ ਨਹੀਂ, ਪਾਣੀ ਲਈ ਲੜੇ ਜਾਣਗੇ

ਪਾਣੀ ਜਿਸ ਨੂੰ ਇੱਕ ਸਮੇਂ ਕੁਦਰਤ ਦਾ ਮੁਫ਼ਤ ਵਿੱਚ ਮਿਲਿਆ ਤੋਹਫ਼ਾ ਸਮਝਿਆ ਜਾਂਦਾ ਸੀ, ਹੁਣ ਦਿਨੋ ਦਿਨ ਦੁਰਲੱਭ ਵਸਤੂ ਬਣਦਾ ਜਾ ਰਿਹਾ ਹੈ। ਮਾਹਰਾਂ ਦਾ ਕਹਿਣਾ ਹੈ ਕਿ ਆਉਣ ਵਾਲੇ ਦਿਨਾਂ ਵਿੱਚ ਗ਼ਰੀਬ ਕੌਮਾਂ ਦੀ ਸਭ ਤੋਂ ਵੱਡੀ ਸਮੱਸਿਆ ਏਨੀ ਵਾਹੁਣ ਯੋਗ ਭੂਮੀ ਦੀ ਕਮੀ ਨਹੀਂ, ਜਿੰਨੀ ਪਾਣੀ ਦੀ ਕਮੀ ਹੋਵੇਗੀ। ਵਰਲਡ ਬੈਂਕ ਵੱਲੋਂ ਜਾਰੀ ਕੀਤੇ ਗਏ ਅੰਕੜਿਆਂ ਅਨੁਸਾਰ, ਹਰ ਇੱਕੀ ਸਾਲਾਂ ਮਗਰੋਂ, ਪਾਣੀ ਦੀ ਖਪਤ ਦੁਗਣੀ ਹੋ ਜਾਂਦੀ ਹੈ। ਇਸ ਤੋਂ ਅੰਦਾਜ਼ਾ ਲੱਗ ਸਕਦਾ ਹੈ ਕਿ ਪਾਣੀ ਦੇ ਸੋਮਿਆਂ ਨੂੰ ਕਾਬੂ ਹੇਠ ਕਰਨ ਦੀ ਪ੍ਰਵਿਰਤੀ ਅੰਤਰ-ਰਾਸ਼ਟਰੀ ਖੇਤਰ ਵਿੱਚ ਕਿੰਨੀ ਜ਼ਿਆਦਾ ਤਲਖ਼ੀ ਪੈਦਾ ਕਰ ਸਕਦੀ ਹੈ। ਸੰਯੁਕਤ ਰਾਸ਼ਟਰ ਦੇ ਪਿਛਲੇ ਜਨਰਲ ਸਕੱਤਰ ਨੇ ਚਿਤਾਵਨੀ ਦਿੱਤੀ ਸੀ ਕਿ ਅਗਲਾ ਯੁੱਧ ਤੇਲ ਲਈ ਨਹੀਂ ਲੜਿਆ ਜਾਵੇਗਾ, ਜਿਵੇਂ ਕਿ ਇਰਾਕ ਵੱਲੋਂ ਕੁਵੈਤ ਉੱਪਰ ਹਮਲੇ ਦੇ ਮਾਮਲੇ ਵਿੱਚ ਹੋਇਆ ਸੀ, ਸਗੋਂ ਪਾਣੀ ਲਈ ਲੜਿਆ ਜਾਵੇਗਾ, ਜੋ ਕਿ ਕੁਦਰਤੀ ਭੰਡਾਰਾਂ 'ਚੋਂ ਸਭ ਤੋਂ ਜ਼ਿਆਦਾ ਦੁਰਲੱਭ ਵਸਤੂ ਬਣਦੀ ਜਾ ਰਹੀ ਹੈ।

ਭਾਰਤ ਵਿੱਚ ਪਾਣੀਆਂ ਦੇ ਝਗੜੇ ਕੋਈ ਨਵੀਂ ਗੱਲ ਨਹੀਂ। ਪਾਕਿਸਤਾਨ ਨਾਲ ਸਿੰਧ ਦਰਿਆ ਦੇ ਪਾਣੀਆਂ ਬਾਰੇ ਝਗੜਾ ਚੱਲ ਰਿਹਾ ਹੈ। ਗੰਗਾ ਦੇ ਪਾਣੀਆਂ ਬਾਰੇ ਬੰਗਲਾ ਦੇਸ਼ ਨਾਲ ਵੀ ਵਿਵਾਦ ਕਾਫ਼ੀ ਪੁਰਾਣਾ ਹੈ। ਦੇਸ਼ ਅੰਦਰ, ਦੱਖਣ ਵਿੱਚ ਕ੍ਰਿਸ਼ਨਾ ਅਤੇ ਕਾਵੇਰੀ ਦੇ ਪਾਣੀਆਂ ਅਤੇ ਉੱਤਰ ਵਿੱਚ ਪੰਜਾਬ ਦੇ ਪਾਣੀਆਂ ਬਾਰੇ ਵਿਵਾਦ ਚੱਲ ਰਿਹਾ ਹੈ।

ਭਾਰਤ ਦੀ ਸਰਬਉੱਚ ਅਦਾਲਤ ਨੇ ਕੇਂਦਰੀ ਸਰਕਾਰ ਨੂੰ ਹਦਾਇਤ ਦਿੱਤੀ ਹੈ ਕਿ ਧਰਤੀ ਹੇਠੋਂ ਬੇਰੋਕ ਪਾਣੀ ਕੱਢਣ ਨੂੰ ਰੋਕਣ ਲਈ ਇੱਕ ਕਮਿਸ਼ਨ ਦੀ ਸਥਾਪਨਾ ਕਰੇ, ਕਿਉਂਕਿ ਪਾਣੀ ਦਾ ਪੱਧਰ ਦੇਸ਼ ਭਰ ਵਿੱਚ ਬਹੁਤ ਨੀਵਾਂ ਚਲਾ ਗਿਆ ਹੈ। ਪੰਜਾਬ ਵਿੱਚ ਸਮੱਸਿਆ ਬਹੁਤ ਗੰਭੀਰ ਹੈ ਤੇ ਇਸ ਮਾਮਲੇ ਵਿੱਚ ਪੰਜਾਬ ਦਾ ਭਵਿੱਖ ਹਨੇਰੇ ਭਰਿਆ ਹੈ। ਪੰਜਾਬ ਵਿੱਚ ਖੇਤੀ ਬਾੜੀ ਦੀ ਮੌਜੂਦਾ ਚੰਗੀ ਹਾਲਤ ਜ਼ਿਆਦਾ ਕਰਕੇ 'ਟਿਊਬਵੈੱਲ' ਸਿੰਚਾਈ 'ਤੇ ਨਿਰਭਰ ਕਰਦੀ ਹੈ। ਆਉਂਦੇ ਭਵਿੱਖ ਵਿੱਚ ਪੰਜਾਬ ਦੀ ਖੇਤੀ ਬਾੜੀ ਨੂੰ ਸਭ ਤੋਂ ਵਧੇਰੇ ਖ਼ਤਰਾ ਜਿਸ ਗੱਲੋਂ ਲੱਗਦਾ ਹੈ, ਉਹ ਹੈ ਟਿਊਬਵੈੱਲਾਂ ਦੁਆਰਾ ਪ੍ਰਾਪਤ ਕੀਤੇ ਜਾਂਦੇ ਪਾਣੀ ਦੀ ਕਮੀ। ਇਸ ਸਮੇਂ, ਹਰ ਸਾਲ ਅੱਠ ਲੱਖ ਤੋਂ ਵੱਧ ਟਿਊਬਵੈੱਲ ਧਰਤੀ ਹੇਠਲੀ ਦੂਜੀ ਪਰਤ 'ਚੋਂ ਪਾਣੀ ਖਿੱਚ ਰਹੇ ਹਨ। ਨਤੀਜੇ ਵਜੋਂ ਧਰਤੀ ਹੇਠਲੇ ਪਾਣੀ ਦਾ ਪੱਧਰ ਤਿੰਨ ਤੋਂ ਦਸ ਫੁਟ ਹੇਠਾਂ ਚਲਾ ਗਿਆ ਹੈ। ਇਸ ਨਾਲ ਟਿਊਬਵੈੱਲ ਸਿੰਚਾਈ ਲਗਾਤਾਰ ਨਾ ਕੇਵਲ ਮਹਿੰਗੀ ਹੁੰਦੀ ਜਾ ਰਹੀ ਹੈ, ਸਗੋਂ ਔਖੀ ਅਤੇ ਹੁਣ ਅਸੰਭਵ ਵੀ ਬਣਦੀ ਜਾ ਰਹੀ ਹੈ, ਕਿਉਂਕਿ ਪਾਣੀ ਦਾ ਪੱਧਰ ਹੇਠ ਜਾਣ ਨਾਲ ਪਾਈਪ ਹੋਰ ਹੇਠਾਂ ਕਰਨੇ ਪੈਂਦੇ ਹਨ ਤੇ ਨਵੀਂ ਡਰਿਲਿੰਗ ਕਰਨੀ ਪੈਂਦੀ ਹੈ।

Question 1.

ਅੱਜ ਦੇ ਅਤੇ ਪਹਿਲੇ ਸਮਿਆਂ ਵਿੱਚ ਪਾਣੀ ਬਾਰੇ ਕੀ ਵਿਚਾਰ ਹਨ ?

(4)

Question 2.

'ਵਰਲਡ ਬੈਂਕ' ਵੱਲੋਂ ਆਉਣ ਵਾਲੇ ਸਮਿਆਂ ਵਿੱਚ ਪਾਣੀ ਦੀ ਖਪਤ ਬਾਰੇ ਕੀ ਕਿਹਾ ਗਿਆ
ਹੈ ?

(4)

Question 3.

ਸੰਯੁਕਤ ਰਾਸ਼ਟਰ ਦੇ ਪਿਛਲੇ ਜਨਰਲ ਸਕੱਤਰ ਨੇ ਪਾਣੀ ਸੰਬੰਧੀ ਕੀ ਚਿਤਾਵਨੀ ਦਿੱਤੀ
ਸੀ ?

(4)

Question 4.

ਭਾਰਤ ਨਾਲ ਸੰਬੰਧਤ ਪਾਣੀਆਂ ਦੇ ਝਗੜੇ ਬਾਰੇ ਦੋ ਉਦਾਹਰਣਾਂ ਦਿਓ।

(4)

Question 5.

ਪੰਜਾਬ ਵਿੱਚ ਪਾਣੀ ਸਮੱਸਿਆ ਗੰਭੀਰ ਹੋਣ ਦਾ ਕੀ ਕਾਰਨ ਹੈ ?

(4)

Question 6.

ਆਉਂਦੇ ਭਵਿੱਖ ਵਿੱਚ ਟਿਊਬਵੈੱਲਾਂ ਦੁਆਰਾ ਸਿੰਚਾਈ ਵਿੱਚ ਕਿਸ ਪ੍ਰਕਾਰ ਦੀਆਂ ਔਕੜਾਂ
ਆ ਰਹੀਆਂ ਹਨ ?

(4)

Question 7.

ਉਪਰੋਕਤ ਵਾਰਤਾ ਦੀ ਸਹਾਇਤਾ ਨਾਲ ਹੇਠ ਦਿੱਤਿਆਂ ਦੇ ਸਮਾਨ-ਅਰਥ ਸ਼ਬਦ ਜਾਂ ਵਾਕੰਸ਼
ਲਿਖੋ :

(6)

    (i)   ਵਡਮੁੱਲੀ ਚੀਜ਼

    (ii)   ਅਨੁਮਾਨ

    (iii) ਜ਼ਮੀਨ ਦੀ ਘਾਟ

    (iv) ਮੁਸ਼ਕਿਲ ਤੇ ਨਾਮੁਮਕਿਨ

    (v)   ਆਉਣ ਵਾਲਾ ਸਮਾਂ

    (vi) ਸਿੱਟੇ ਵਜੋਂ

Total marks : (30) + (10) = 40

ਸੈਕਸ਼ਨ 2

ਹੇਠ ਲਿਖੀ ਵਾਰਤਾ ਦਾ ਅੰਗਰੇਜ਼ੀ ਵਿੱਚ ਉਲਥਾ ਕਰੋ।

ਅਨੰਦਪੁਰ ਸਾਹਿਬ ਵਿਖੇ ਖ਼ਾਲਸਾ ਪੰਥ ਦੇ 300 ਸਾਲਾ ਸਮਾਗਮਾਂ ਵਿੱਚ ਪੁੱਜਣ ਵਾਲੀਆਂ ਸੰਗਤਾਂ ਦੀ ਰਿਹਾਇਸ਼ ਅਤੇ ਖਾਣੇ ਦੀਆਂ ਸਹੂਲਤਾਂ ਲਈ ਵਿਸ਼ੇਸ਼ ਪ੍ਰਬੰਧ ਕੀਤੇ ਜਾ ਰਹੇ ਹਨ। ਲੋਕਾਂ ਦੇ ਰਹਿਣ ਲਈ ਟੈਂਟਾਂ ਦੀ ਰਿਹਾਇਸ਼ ਤਿਆਰ ਕਰਨ ਵਾਲੀਆਂ ਕਈ ਮਾਹਿਰ ਜਥੇਬੰਦੀਆਂ ਨਾਲ ਵਿਚਾਰ ਵਟਾਂਦਰਾ ਕੀਤਾ ਜਾ ਰਿਹਾ ਹੈ। ਅਨੰਦਪੁਰ ਸਾਹਿਬ ਵਿਖੇ ਟੈਂਟਾਂ ਦਾ ਇੱਕ ਪਿੰਡ ਬਣਾਉਣ ਦੀ ਯੋਜਨਾ ਹੈ। ਇਸ ਨਾਲ ਸ਼ਰਧਾਲੂਆਂ ਨੂੰ ਰਹਿਣ ਲਈ ਵਧੀਆ ਸਹੂਲਤਾਂ ਪ੍ਰਦਾਨ ਕੀਤੀਆਂ ਜਾ ਸਕਣਗੀਆਂ।

ਇਹਨਾਂ ਟੈਂਟਾਂ ਵਿੱਚ ਨਹਾਉਣ ਅਤੇ ਪਖਾਨੇ ਆਦਿ ਦੀ ਸਹੂਲਤ ਵੀ ਉਪਲਬਧ ਹੋਵੇਗੀ। ਅਨੰਦਪੁਰ ਸਾਹਿਬ ਵਿੱਚ ਇੱਕ ਰੈਸਟੋਰੈਂਟ ਬਣਾਇਆ ਜਾਵੇਗਾ, ਜਿੱਥੇ ਵੈਸ਼ਨੂੰ ਭੋਜਨ ਮਿਲਿਆ ਕਰੇਗਾ। ਇੱਥੇ ਇੱਕ ਤਿੰਨ ਤਾਰਾ ਹੋਟਲ ਵੀ ਸਥਾਪਤ ਕੀਤਾ ਜਾ ਰਿਹਾ ਹੈ, ਜੋ ਅਗਲੇ ਸਾਲ ਦੇ ਅੰਤ ਤਕ ਮੁਕੰਮਲ ਹੋ ਜਾਵੇਗਾ। ਇਸ ਹੋਟਲ ਲਈ ਪੰਜ ਏਕੜ ਜ਼ਮੀਨ ਪਹਿਲਾਂ ਹੀ ਰਾਖਵੀਂ ਰੱਖੀ ਗਈ ਸੀ। 15

_____

_____

_____

_____

_____

_____

_____

_____

_____

_____

_____

_____

_____

_____

_____

_____

ਸੈਕਸ਼ਨ 3

ਤੁਸੀਂ ਆਪਣੇ ਮਿੱਤਰ/ਸਹੇਲੀ ਦਾ ਇੱਕ ਨੋਟ ਪੜ੍ਹਦੇ ਹੋ।

ਪਿਆਰੇ/ਪਿਆਰੀ ਮਨਜੀਤ

ਸਤਿ ਸ੍ਰੀ ਅਕਾਲ।

ਮੈਂ ਤੁਹਾਨੂੰ ਦੱਸਣਾ ਚਾਹੁੰਦਾ ਹਾਂ ਕਿ ਮੈਂ ਆਪਣੀ ਪੜ੍ਹਾਈ ਜਾਰੀ ਨਹੀਂ ਰੱਖਣਾ ਚਾਹੁੰਦਾ, ਕਿਉਂਕਿ ਪੜ੍ਹਾਈ ਵਿੱਚ ਮੇਰੀ ਦਿਲਚਸਪੀ ਨਹੀਂ ਰਹੀ। ਮੈਂ ਸੋਚਦਾ ਹਾਂ, ਕਿਉਂ ਨਾ ਕੋਈ ਨੌਕਰੀ ਲੱਭ ਲਵਾਂ ਜਾਂ ਆਪਣਾ ਕੋਈ ਛੋਟਾ-ਮੋਟਾ ਕਾਰੋਬਾਰ ਸ਼ੁਰੂ ਕਰਾਂ। ਇਸ ਬਾਰੇ ਮੈਂ ਤੁਹਾਡੀ ਸਲਾਹ ਲੈਣੀ ਚਾਹੁੰਦਾ ਹਾਂ।

ਤੁਹਾਡਾ ਮਿੱਤਰ/ਤੁਹਾਡੀ ਸਹੇਲੀ
ਸੁਰਿੰਦਰ।

ਨੋਟ ਦਾ ਉੱਤਰ ਲਿਖੋ। ਇਸ ਵਿੱਚ ਤੁਸੀਂ ਹੇਠ ਲਿਖੀਆਂ ਗੱਲਾਂ ਬਾਰੇ ਲਿਖ ਸਕਦੇ ਹੋ।

—ਪੜ੍ਹਾਈ ਜਾਰੀ ਰੱਖਣ ਬਾਰੇ।

—ਦੱਸੋ ਅੱਜ-ਕੱਲ੍ਹ ਪੜ੍ਹਾਈ ਕਿਉਂ ਜ਼ਰੂਰੀ ਹੈ।

—ਪੜ੍ਹਾਈ ਵੱਲ ਵੱਧ ਧਿਆਨ ਦੇਣ ਲਈ ਸੁਝਾਅ।

—ਕਿਸ ਤਰ੍ਹਾਂ ਦੀ ਪੜ੍ਹਾਈ ਕਰੇ, ਜਿਸ ਨਾਲ ਇੰਡੀਆ ਵਿੱਚ ਨੌਕਰੀ ਮਿਲਣ ਦੇ ਵੱਧ ਮੌਕੇ ਹਨ।

—ਆਪਣੇ ਪਰਵਾਰ ਬਾਰੇ ਕੋਈ ਖ਼ਬਰ ਦੱਸੋ।

45

AQA
ASSESSMENT and QUALIFICATIONS ALLIANCE

AS SPECIFICATION 2001

PANJABI

Specimen Material

Unit 1 — Responsive Writing

Mark Scheme

1. ਪੁਰਾਣੇ ਸਮਿਆਂ ਵਿੱਚ ਪਾਣੀ ਮੁਫ਼ਤ ਦਾ ਤੋਹਫ਼ਾ ਸੀ (2)
   ਅੱਜ-ਕੱਲ੍ਹ ਕੀਮਤੀ ਵਸਤੂ ਬਣਦਾ ਜਾ ਰਿਹਾ ਹੈ (2)

2. ਖਪਤ ਲਗਭਗ ਹਰ ਵੀਹ ਸਾਲਾਂ ਬਾਅਦ ਦੁਗਣੀ ਹੋ ਜਾਂਦੀ ਹੈ। (4)

3. ਅਗਲੇ ਯੁੱਧ ਤੇਲ ਲਈ ਨਹੀਂ (2)
   ਬਲਕਿ ਪਾਣੀ ਲਈ ਲੜੇ ਜਾਣਗੇ। (2)

4. ਪਾਕਿਸਤਾਨ ਨਾਲ ਸਿੰਧ ਦਰਿਆ ਦੇ ਪਾਣੀ ਦਾ ਝਗੜਾ
   ਗੰਗਾ ਦਰਿਆ ਦੇ ਪਾਣੀਆਂ ਦਾ ਬੰਗਲਾ ਦੇਸ਼ ਨਾਲ
   ਕ੍ਰਿਸ਼ਨ ਅਤੇ ਕਾਵੇਰੀ ਨਦੀਆਂ ਦੇ ਪਾਣੀਆਂ ਦਾ ਦੱਖਣ ਵਿੱਚ
   ਪੰਜਾਬ ਦੀਆਂ ਨਹਿਰਾਂ ਦੇ ਪਾਣੀਆਂ ਦਾ ਝਗੜਾ ਆਦਿ

   Any two, two marks each (4)

5. ਕਿਉਂਕਿ ਅੱਠ ਲੱਖ ਟਿਊਬਵੈੱਲ ਪਾਣੀ ਧਰਤੀ ਵਿੱਚੋਂ ਖਿਚ ਰਹੇ ਹਨ (2)
   ਪਾਣੀ ਦਾ ਪੱਧਰ ਹੇਠਾਂ ਚਲਾ ਗਿਆ ਹੈ। (2)

6. ਸਿੰਚਾਈ ਮਹਿੰਗੀ ਹੁੰਦੀ ਜਾ ਰਹੀ ਹੈ,
   ਪਾਈਪ ਹੇਠਾਂ ਕਰਨੇ ਪੈਂਦੇ ਹਨ ਅਤੇ
   ਨਵੀਂ ਡਰਿਲਿੰਗ ਕਰਨੀ ਪੈਂਦੀ

   Any two, two marks each (4)

7. (i) ਦੁਰਲੱਭ ਵਸਤੂ

   (ii) ਅੰਦਾਜ਼ਾ

   (iii) ਜ਼ਮੀਨ ਦੀ ਕਮੀ

   (iv) ਔਖੀ ਅਤੇ ਅਸੰਭਵ

   (v) ਭਵਿੱਖ

   (vi) ਨਤੀਜੇ ਵਜੋਂ

   (6)

   Total marks = 30 + (10 marks for quality of language)